கவி வந்த்யகட்டி காயியின் வாழ்வும் சாவும்

கவி வந்த்யகட்டி காயியின் வாழ்வும் சாவும்

சு. கிருஷ்ணமூர்த்தி (1929 – 2014)

மொழிபெயர்ப்பாளர்

சு. கிருஷ்ணமூர்த்தி புதுக்கோட்டையில் பிறந்தார். தமிழைத் தாய்மொழியாகக் கொண்ட இவருக்கு ஹிந்தி, பெங்காலி, ஆங்கிலம், சமஸ்கிருதம், ஜெர்மன் மொழிகள் தெரியும். இந்திய அரசின் தணிக்கைத் துறையில் பணியாற்றி ஓய்வுபெற்றார்.

கிருஷ்ணமூர்த்தி, 'நன்றிக்கு ஒரு விலை', 'மனிதம்' சிறுகதைத் தொகுதிகளின் ஆசிரியர். ஆங்கிலத்தில் 'The Peasant and other Stories', 'Modern Aesop Fables' என்ற இரண்டு சிறுகதைத் தொகுதிகள் வெளிவந்துள்ளன. காஜி நஸ்ருல் இஸ்லாம், சரத் சந்திர சட்டர்ஜி, பிரேம்சந்த், ஈஸ்வர சந்திர வித்யாஸாகர் ஆகியோரின் வாழ்க்கை வரலாறுகளையும் எழுதியிருக்கிறார்.

இலக்கியச் சிந்தனை விருது, இலக்கியச் சூடாமணி விருது, வங்காள அரசின் ரபீந்திர ஸ்மிருதி புரஸ்கார், சாகித்ய அக்காதெமியின் மொழிபெயர்ப்புக்கான விருது, நிகல் வங்காள சாகித்ய சம்மேளத்தின் விருது பெற்றுள்ளார்.

தமிழிலிருந்து 60க்கும் மேற்பட்ட நூல்களை பெங்காலி, ஹிந்தி, ஆங்கில மொழிகளுக்கும், அம்மொழிகளி லிருந்து தமிழுக்கும் மொழிமாற்றம் செய்திருக்கிறார் திருக்குறளையும் சிலப்பதிகாரத்தையும் வங்காளத்தில் மொழிபெயர்த்துள்ளார்.

மகாசுவேதா தேவி

கவி வந்த்யகட்டி காயியின் வாழ்வும் சாவும்

வங்காளத்திலிருந்து தமிழில்
சு. கிருஷ்ணமூர்த்தி

காலச்சுவடு பதிப்பகம்

Original title: Kobi Bandyaghati Gayener Jeeban O Mrityu by Mahasweta Devi
© Seagull Books, 2014

Published by arrangement with Seagull books

ALL RIGHTS RESERVED

கவி வந்த்யகட்டி காயியின் வாழ்வும் சாவும் ❖ நாவல் ❖ ஆசிரியர்: மகாசுவேதா தேவி ❖ தமிழில்: சு. கிருஷ்ணமூர்த்தி ❖ முதல் பதிப்பு: டிசம்பர் 2014 ❖ வெளியீடு: காலச்சுவடு பப்ளிகேஷன்ஸ் (பி) லிட்., 669, கே.பி. சாலை, நாகர்கோவில் 629001 ❖ கோட்டோவியங்கள்: கே. ஷெரீப்

காலச்சுவடு பதிப்பக வெளியீடு: 624

kavi vantyakaTTi kaayiyin vaazvum caavum ❖ Novel ❖ Author: Mahasweta Devi ❖ Translated by Su. Krishnamoorthy ❖ Language: Tamil ❖ First Edition: December 2014 ❖ Size: Demy 1 x 8 ❖ Paper: 18.6 kg maplitho ❖ Pages: 208

Published by Kalachuvadu Publications Pvt. Ltd., 669, K.P. Road, Nagercoil 629001, India ❖ Phone: 91-4652-278525 ❖ e-mail: publications@kalachuvadu.com ❖ Illustrations: K. Shereef ❖ Wrapper Printed at Print Specialities, Chennai 600014 ❖ Printed at Mani Offset, Chennai 600077

ISBN: 978-93-82033-90-5

12/2014/S.No. 624, kcp 1213, 18.6 (1) ILL

முன்னுரை

மகாசுவேதா தேவியின் சில சிறுகதைகளை ஆங்கில மொழிபெயர்ப்பில் படித்திருக்கிறேன். அவரது ஹஜார் சௌராசிர் மா ([எண்] 1084லின் தாய்) என்ற நாவலைப் படித்துப் பல இரவுகள் தூங்கமுடியாமல் தவித்திருக்கிறேன். மொழி பெயர்ப்பிலும் வெளிப்படும் அவரது அறச்சீற்றமும் மனிதநேயமும் பாசாங்கற்ற நேரிடையான சொல்லாடலும் தாக்கத்தை ஏற்படுத்துபவை. வெகுகாலமாக வங்காளி மொழியில் தொடர்ந்து உத்வேகத்துடன் எழுதி வரும் மூதாட்டி. அவரது சொல்லாலும் எழுத்தாலும் செயல்களினாலும் பிற மொழி எழுத்தாளர்கள் வாசகர்களிடையேயும் பிரமிப்பையும் மதிப்பையும் பெற்றவர். வலைத் தளத்தில் அவருக்கு இருப்பதுபோல வேறு எந்த இந்திய எழுத்தாளருக்கும் அவரது எழுத்தைப்பற்றின, வாழ்க்கை பற்றின விவரங்கள் இருக்கமுடியாது. அந்த அளவுக்கு அவரது எழுத்தின் வீச்சு பரவியிருக்கிறது. அவற்றிலிருந்து கிடைக்கும் விவரங்களிலிருந்து அவரது எழுத்தைப்போலவே மகாசுவேதா தேவி அசாதாரணமானவர் என்று தெரியவருகிறது. அவரது வாழ்வுக்கும் எழுத்துக்கும் இடையே எந்த முரணும் இல்லாமல் வாழ்பவர் என்கிறார்கள் அவரை நன்கு அறிந்தவர்கள். அவர் விரும்பியிருந்தால் வசதியான வாழ்வு வாழ்ந்திருக்க முடியும். அவர் தேர்ந்தெடுத்த பாதை வேறு. சமூக தளத்தில் கண்ணுக்குத் தெரியாமல் மறைந்திருக்கும், பேசப்படாத, கவர்ச்சியற்ற இருண்ட பகுதிகளில் வாழும் மனிதர்களைப் பற்றி அறியும் வேட்கை

கொண்டவர். அவர்களுக்காக வேதனைப்படுபவர். அவர்களின் அவலங்களை அவற்றிற்குப் பின்னால் மறைந்திருக்கும் அல்லது வெளிப்படுத்தப்படாத அவர்களது பாரம்பர்ய திறமைகளை, கலைகளை, தார்மீக மதிப்பீடுகளை, நகர்ப்புற மாந்தர்களின் குருட்டுப் பார்வைக்கு முன் வெளிப்படுத்த முனைபவர். வெறும் சமூக சேவகியாக அல்ல, அவரது சக்தி வாய்ந்த எழுத்தின் மூலமாக. அவரது எழுத்தே சமூகத் தொண்டு கடந்த 60 வருடங்களுக்கு மேலாக அயராமல் அப்பணியில் இருப்பவர். அவரது எழுத்து படிப்பவரைச் சலனப்படுத்துவது. உள்நோக்கிச் சிந்திக்கச் செய்வது. தமது பிம்பத்தையே அதில் காணநேர்ந்து வெட்கமுறச் செய்வது. 1997இல் அவருக்கு ராமோன் மெகஸேஸே விருது கிடைத்தபோது அவர் பேசிய பேச்சு அவரது சித்தாந்தத்தை விளக்கும் விதமாக இருந்தது:

"எனது இந்தியா இன்னமும் ஒரு கரும் திரைக்குப் பின் வாழ்கிறது – ஏழைகளையும் பிற்படுத்தப்பட்டவர்களையும் சமகால சமூகத்திலிருந்து பிரிக்கும் திரை. இந்த நூற்றாண்டு முடியும் தருணத்தில் நாம் அனைவரும் இந்தக்கரிய திரையைக் கிழிக்க முயற்சிக்கவேண்டும். அதற்கப்பால் இருக்கும் உண்மையையும் அதனூடே தெரியும் நமது நிஜ முகங்களையும் பார்க்கவேண்டும்..."

தனது சித்தாந்தத்தை வெளிப்படுத்த படைப்பிலக்கியத்தை மகாசுவேதா தேவி மிக வலுவான மூலமாகத் தேர்ந்தெடுத்தார். அது வெறும் பிரச்சார எழுத்தாக இல்லாமல் அழகியலும் வரலாற்றுப் பார்வையும் கொண்டதாக இருந்ததால் ஆசியாவின் மிக முக்கியப் படைப்பாளிகளில் ஒருவராக அறியப்படுகிறார்.

அவரது 'கவி வந்த்யகட்டி காயியின் வாழ்வும் சாவும்' என்ற இந்த நூலைப் பற்றிப் பேசுவதற்குமுன் அவரது அசாதாரணமான வாழ்க்கைப் பின்புலத்தையும், அவர் தேர்ந்தெடுத்த இலக்கையும் லட்சியத்தை எட்ட அவர் மேற்கொண்ட முனைப்பையும் தீவிரத்தையும் நினைவு கூருவது அவரது எழுத்தையும் புகழையும் அறிந்துகொள்ள உதவும்.

மகாசுவேதா தேவி வசதியும் அறிவாற்றலும் மிக்க ஒரு மத்திய வகுப்பு வங்காள பிராமண குடும்பத்தில், இப்போதைய வங்கதேசத்தின் தலைநகரான டாக்காவில், அவரது தாய்வழிப் பாட்டனார் வீட்டில் 1926 ஜனவரி 14 அன்று பிறந்தார். அவர் பிறகு வளர்ந்தது மேற்கு வங்கத்தில். அறிவுசார்ந்த மரபைக் கொண்ட குடும்ப பரம்பரை. ராம்மோஹன் ராய், ஈஷ்வரசந்திர வித்யா சாகர் போன்ற பத்தொன்பதாம் நூற்றாண்டு வங்காள மறுமலர்ச்சி காலக்கட்டத்தின் முற்போக்குச் சிந்தனையாளர்களின்

தாக்கத்தினால் கவரப்பட்டு மகாசுவேதாவின் தாத்தாவும் பாட்டியும் சமூகச் சீர்திருத்த இயக்கங்களில், மேற்கத்திய கல்வி யைப் பரப்புவதில் பங்கு பெற்றவர்களாக இருந்தார்கள். ஒன்பது குழந்தைகள் கொண்ட குடும்பத்தில் மகாசுவேதா மூத்தவர். அவருடைய தந்தை மனீஷ் சந்திர கட்டக் புகழ் பெற்ற கவிஞர், எழுத்தாளர். அவருடைய தாயும் (தரித்ரி தேவி) எழுத்தாளர். ஒரு சமூக சேவகியும்கூட. குடும்பம் முழுவதுமே – சித்தப்பாக்கள், அத்தைகள் – ஏதாவது ஒரு கலைத்துறையில் ஆற்றல் மிக்கவர் களாக இருந்தார்கள். (அவர்களில் புகழ்பெற்ற திரைப்பட இயக்குநர் ரித்விக் கட்டக்கும் ஒருத்தர்.) 'எல்லோரும் எப்போதும் ஏதேனும் படித்துக்கொண்டே இருந்த வீடு' அது. இப்படிப்பட்ட சூழலில் வளர்ந்த மகாசுவேதா ஒரு அறிவு ஜீவியாக ஆற்றல் மிக்கவராக இல்லாமல் எப்படி இருக்கமுடியும்? சிறு வயதிலேயே கைக்குக் கிடைத்த ஆங்கில/வங்காளப் புத்தகங்களைப் படித்து முடித்தார். ஆனால் அவருடைய ஆற்றல் கட்டுக்குள் அடக்க முடியாததாகப் பரிணமித்தபோது எல்லோருக்கும் பிரமிப்புதான் ஏற்பட்டிருக்கும்.

தந்தையின் பணி அடிக்கடி ஊர்மாறுவதாக இருந்ததால், ஆரம்பப் பள்ளிப்படிப்பு முடிந்ததும் அவர் ரவீந்திரநாத் தாகூர் சாந்திநிகேதனின் விஷ்வபாரதியில் சேர்ந்தார். மிகச் சின்னப் பெண்ணாக தாகூரின் 'காலடியில் அமர்ந்து' பெற்ற அனுபவம் மகத்தானது. பல மாநில/நாட்டு மாணவ மாணவிகளுடன் பரிச்சயம் ஏற்பட்டது. நாடு அப்போது சுதந்திரப் போராட்டக் கொந்தளிப்பில் இருந்த சமயம் என்பதால் அதிக காலம் அங்கு தங்க இயலவில்லை. சில ஆண்டுகளுக்குப் பிறகு கல்லூரி இளநிலைப் படிப்பிற்கு மீண்டும் சாந்திநிகேதனுக்கு வந்தார். தாகூர் அப்போது இல்லை. இரண்டாம் உலகப் போர், வெள்ளையனே வெளியேறு இயக்கம் ஆகிய கொந்தளிப்பு மிகுந்த அரசியல் நிகழ்வுகளின் தாக்கங்களை அவரது குடும்பம் நேரிடையாக அனுபவித்தது. அப்போதுதான் வங்காளத்தைப் பெரும் பஞ்சம் தாக்கிற்று. மகாசுவேதா கல்லூரி தோழர்களுடன் சேர்ந்து சமூகப் பணியில் முழுமூச்சுடன் இறங்கினார். உணவுப் பொட்டலங்களை விநியோகிப்பதும் இறந்த உடல்களைத் தெருவிலிருந்து அகற்றுவதும் உயிருள்ளவர்களுக்கு மருத்துவ உதவி தருவதுமாக இருந்த வேளையில் இன்னும் பதின் வயதில் இருந்த தனக்குள் ஒரு மகத்தான மாற்றம் ஏற்பட ஆரம்பித்ததை உணர்ந்ததாக ஒரு நேர்காணலில் சொன்னார். சாவையும் துன்பத்தையும் நேருக்கு நேர் எதிர்கொண்டபோது, மனத்தளவில் மத்திய வர்க்கப் பாதுகாப்புச் சூழலில் வளர்ந்த உலகத்தை விட்டு அவர் வெளியேறியிருக்கவேண்டும். அந்தக் காலகட்டத்தில்

இடதுசாரிகளின் சித்தாந்தம் அவரைக் கவர்ந்திருக்கக்கூடும். கல்லூரி பட்டப்படிப்புக்குப் பிறகு அவர் இந்திய கம்யூனிஸ்ட் கட்சியின் உறுப்பினரும் நாடக ஆசிரியர் மற்றும் நடிகருமான பிஜோன் பட்டாச்சாரியாவைக் குடும்பத்தினரின் எதிர்ப்பையும்மீறி திருமணம் செய்துகொண்டார். திருமணமாகித் தனிக்குடித்தனம் செய்ய ஆரம்பித்ததும் பணத்தேவையும் தட்டுப்பாடுமாக அவரைப் பல சில்லறைத் தொழிலில் ஈடுபடவைத்தது. கம்யூனிஸ்ட்டுகள் தண்டிக்கப்பட்டார்கள். பிஜோனுக்கு வேலை கிடைக்கவில்லை. மகாசுவேதா சில நாட்களுக்குப் பள்ளி ஆசிரியையாகப் பணியாற்றினார். பிறகு அரசாங்க அலுவலகம் ஒன்றில் எழுத்தர் வேலை கிடைத்தது. கம்யூனிஸ்ட் என்று குற்றம் சாட்டப்பட்டு அந்த வேலையும் ஓராண்டுக்குள் போனது. அப்போதுதான் அவர் எழுத ஆரம்பித்தார். பத்திரிகைகளில் லேசான சிறுகதைகள் – காதல்/குடும்பம்/பேய் கதைகள் – சுமித்ரா தேவி என்ற புனைபெயரில் வெளிவந்தன. ஆனால் அவரது முக்கிய படைப்பாக 1956இல் 'ஜான்சி ராணியின் சரிதை' வெளிவந்தது. ஆங்கிலேயர்களை எதிர்த்துச் சாமானிய மக்களை ஒன்றிணைத்துப் போராடிய ஜான்சி ராணியின் சரித்திரத்தை எழுத வேண்டும் என்கிற தீவிர விருப்பம் மகாசுவேதாவுக்கு ஏற்பட்டது. மிக முனைப்புடன் அதற்கான கள ஆய்வுகளை அவர் மேற்கொண்டார். கையிலிருந்த காசையெல்லாம் திரட்டியும் நண்பர்களிடமிருந்து கடன் வாங்கியும் பயணங்களைத் தொடர்ந்தார். பல இடங்களுக்குக் கால் நடையாகக்கூடச் சென்றாராம். அங்கு நாட்டுப்புற பாடல்களையும் கதைகளையும் கேட்டறிந்தார். அந்த நாவல் எழுத அவர் எடுத்துக்கொண்ட சிரத்தை அவரது பிற்கால எழுத்துக்களுக்கு இலக்கணம் வகுத்தது. அந்தப் புத்தகம் அவரைக் கவனிக்கப்படவேண்டிய ஒரு எழுத்தாளராக இலக்கிய உலகத்திற்கு அறிமுகம் செய்தது. அதற்குப் பிறகு அடுத்தடுத்துப் பல நாவல்களை அவர் எழுதினார். பணத்தேவையை முன்னிட்டே அவை எழுதப்பட்டதாக இருந்தாலும், சமூக யதார்த்தங்களை வெளிப்படுத்தும் அவரது வேட்கை அவற்றில் வெளிப்படுவதாக விமர்சகர்கள் சொல்கிறார்கள்.

அவரது திருமணம் முறிந்தது. மிகுந்த மன வேதனை அனுபவித்த அந்தக் காலக்கட்டத்தில் தற்கொலைக்கு முயன்று அதிலிருந்து உயிர் தப்பித்தார். கண்விழித்தபோது 'உயிர் வாழவேண்டும் என்கிற உத்வேகம்' அவரை ஆச்சரியமாக ஆட்கொண்டதாக ஒரு நேர்காணலில் சொல்லியிருக்கிறார். பிறகு இன்னொரு திருமணமும் தோல்வியில் முடிந்ததும் தாம் பயணிக்க வேண்டிய பாதை வேறு என்று அவருக்குப் புரிந்திருக்கவேண்டும்.

மடை திறந்தாற்போல அவரது படைப்பாக்கம் பீறிட்டது. ஜுரவேகத்துடன் நாவல்கள், சிறுகதைகள், நாடகங்கள், குழந்தை இலக்கியம் என்று எழுதிக்குவித்தார். எழுதுவது மிகச் சுலபமாக வந்தது எந்தக் குறிப்பிட்ட குறிக்கோளும் இல்லாமல். குறிக்கோள் பின்னால் வந்தது.

ஆரம்பகாலத்திலிருந்தே வரலாறு அவரைக் கவர்ந்தது. 'வரலாற்றைப் பற்றின பிரக்ஞை ஒரு எழுத்தாளருக்கு இருக்கவேண்டியது மிக அவசியம்' என்று அவர் சொல்வார். மனிதனின் உள்ளார்ந்த ஆளுமையின் தேடலுக்கும், சமூக வக்கிரங்களைப் புரிந்துகொள்வதற்கும் வரலாறு ஒரு சாளரம் என்று அவர் தனது கதைக்களத்திற்கு ஆய்வு மேற்கொண்ட காலங்களில் உணர்ந்தார்.

மிகப்பெரிய திருப்பம் **1965**இல் பீஹார் மாநிலத்தின் கோடியில் ஏழ்மைமிகுந்த பாலமாவ் மாவட்டத்துக்குச் சென்ற போது நிகழ்ந்தது. இந்தியப் பழங்குடி மக்கள் சமூகத்தின் கண்ணாடி என்று அந்தப் பிரதேசத்தை மகாசுவேதா குறிப்பிடு கிறார். கால்நடையாகவே பல ஊர்களுக்குச் சென்றபோது மண்ணின் மக்களின் சமூகங்களின் இயற்கைச் சூழலும் வாழ்வியலும் நிலப்பிரபுத்துவ எதேச்சாதிகாரத்தால் மிக மோசமான தாக்குதலுக்கு ஆளானதை நேரில் காண நேர்ந்தது. புறக்கணிக்கப்பட்ட சமூகமாக அடிமைகளாக விடிவுக்கு வழியே இல்லாதவர்களாக கல்வியில்லை, சுகாதாரமில்லை, சாலைகள் இல்லை, வருமானம் இல்லை என்ற வாழ்வு வாழ்வதைக்கண்டு பதைத்துப்போனார். மகாசுவேதாவுக்குப் பழங்குடி மக்களைப் பற்றி முன்பு கேள்வி ஞானம் மட்டுமே இருந்தது. ஆனால் பாலமாவ் அனுபவத்தில் அவர் கண்ட மிருகத்தைவிடக் கேவலமாக அவர்கள் வாழும்நிலை அவரை உலுக்கி எடுத்துவிட்டது. மைய நீரோட்டத்திலிருந்து விலக்கப்பட்ட அந்த மக்களைப்பற்றி, அவர்களது வளமான வரலாற்றுப் பாரம்பர்யத்தைப் பற்றி, அவர்களைப் பற்றிய ஞான சூன்யத்தாலும் மேட்டுக்குடி ஆணவத்தாலும் இறுமாந்திருக்கும் மைய நீரோட்டத்தில் கண்மூடியிருப்பவர்களுக்கு உணர்த்தும் ஆவேசம் மகாசுவேதா தேவியை ஆட்கொண்டிருக்கவேண்டும். அதுவே இனித் தனது குறிக்கோள் என்று அவர் உணர்ந்திருக்கவேண்டும். அதன் விளைவாக எழுதப்பட்டதுதான் 'கவி வந்த்யகட்டி காயியின் வாழ்வும் சாவும்'. **1966**இல் வெளிவந்தது. **16**ஆம் நூற்றாண்டு வங்காளத்தில் பழங்குடி இனத்தைச்சேர்ந்த ஒரு இளைஞன் அசாதாரண ஆற்றல் இருந்தும் தன் பிறப்புக்கு ஒவ்வாத வாழ்வுக்கு ஆசைப்பட்டுப் போராடியதையும் அதன் விளைவையும் சொல்லும் கதை. மகாசுவேதா தேவி இந்த நாவலின் பின்புலம்

வரலாறு என்று சொன்னாலும் அந்தக் காலக்கட்டத்தில் வங்காளத்தின் 'ராட்' பகுதிக் காடுகளில் வசித்த சுயாட் பழங்குடி மக்களின் வாழ்வியல் வரலாற்றுப்பின்புலத்தைக் களமாக வைத்து எழுதப்பட்ட ஒரு கற்பனைக் கதைதான். அவர் தேர்ந்தெடுத்த காலக்கட்டமும் சுயாட் இனத்தின் வரலாற்றுப் பின்புலமும் சுவாரஸ்யமானவை. ஆழமான கருத்துச் செறிவும், அழகியலும் கொண்டவை. கவித்துவமான கற்பனையுடன் அவர் கதைமூலம் **500** ஆண்டுகளுக்குப் பின்னும் தொடரும் ஜாதிதுவேஷமும், அது விளைவிக்கும் அநீதியையும் சொல்லாமல் சொல்வதாகப் படுகிறது. ஒரு விமர்சகர் சொல்வதுபோல வரலாற்றில் மகாசுவேதாவுக்கு இருந்த அக்கறை பின்னோக்கி பார்ப்பது அல்ல. சமகால அக்கறை கொண்டது. அவர் வடிக்கும் வரலாற்றுப் பாத்திரங்கள் நம்பும்படியான சமகாலப் பாத்திரங்களாக உருப்பெறுகிறார்கள். 'எழுத்தாளருக்கு வரலாற்றுப் பிரக்ஞை இருந்தால்தான் வாசிப்பவர்களுக்கு அவரது படைப்பிலிருந்து சமகாலத்தைப் புரிந்துகொள்ள முடியும்' என்று ஒரு நேர்காணலில் அவர் சொல்லியிருக்கிறார். கலைக்காகவே கலைப்படைப்பு என்ற கருத்தில் அவருக்கு நம்பிக்கை இல்லை.

அவர் தேர்ந்தெடுத்த ***15/16***ஆம் நூற்றாண்டு ஒரு சமூக சமயப் புரட்சியைக் கண்ட காலக்கட்டம். சில மக்களை ஈர்த்து, பலரைக் குழப்பிய நிகழ்வு. வங்காளத்திலும் இந்தியாவின் பிற பகுதிகளிலும் இந்து சமயப்போதகர்களும் புலவர்களும் மனிதநேயத்தை முன்வைத்து ஒரு மறுமலர்ச்சியைக் கொண்டு வந்த வரலாறு எழுச்சிமிக்கது. 'இதைத் தற்கால உலகின் மனிதநேயச் சிந்தனையின் தாயூற்றுகளில் ஒன்றாகக் கருதுவது உசிதம்' என்கிறார் மகாசுவேதா தமது முன்னுரையில். சமய சீர்திருத்தவாதி கிருஷ்ண சைதன்யர் அவதரித்த காலம். பழங்குடி பண்பாடு செழித்த மேதினியூர், கலிங்கநாட்டு எல்லையில் அமைந்திருந்ததால் அங்கே அவருடைய தாக்கத்தால் தாழ்த்தப்பட்ட மக்களிடையே முதன்முறையாகத் தாங்களும் மற்றவர்களைப்போல மனிதர்கள் என்கிற உணர்வும் அதை மற்றவர்களுக்கு உணர்த்தவேண்டும் என்கிற எண்ணமும் பிறந்ததற்கான சான்றுகள் அக்காலத்திய காவியம், பாஞ்சாலி, காத்தா, கீதி ஆகிய நாட்டுப் பாடல்களில் இருப்பதை அவர் புரிந்துகொண்டார். ஒரு பக்கம் எல்லா மனிதரும் சமம் என்ற சைதன்யரின் உபதேசமும் அதன் தாக்கமும். மற்றொரு பக்கம் வருணாசிரமத்தின் அதீதக் கட்டுப்பாடுகள். பழங்குடி மக்களிடையேயான மரபுத்தடைகள் மூட நம்பிக்கைகள். இரு இனத்திலும் விதிகளை மீறுபவர்களுக்குக் கொடுக்கப்பட்ட மிகக் கொடூரமான தண்டனைகள். மேதினிபூர் பகுதியில்

வாழும் காட்டுவாசிகளான பழங்குடி மக்களுக்கும் இந்திய நகர்ப்புற வாசிகளுக்கும் ஒரு உலக வித்தியாசம் இருப்பதை மகாசுவேதா நேரிடையாகக் கண்டவர். அவர்களது இயற்கையை ஒட்டிய, இயற்கை சார்ந்த வரலாற்றுப் புராணங்களும் தாய் வழிபாடும் அவர்கள் வணங்கிய பல பெண் தேவதைகளின் துதி பாடல்களும் மகாசுவேதாவின் கற்பனைக்கு ஊட்டமளித்தன. அவற்றையெல்லாம் எவ்வளவு ஊன்றி ஆராய்ந்து வரலாற்றுப் பார்வையுடன் புரிந்துகொண்டிருக்கிறார் என்பது இந்த நாவலில் தெரிகிறது.

நேரில் காணும் உணர்வை ஏற்படுத்தும் விஷுவல் இஃபெக்ட் பல இடங்களில் அசத்துகிறது. வெல்லப்படாத, வெல்லமுடியாத இயற்கைச் சக்தியின் உருவகமாகக் காட்டுயானைக் கூட்டத்தைக் காண்பிக்கிறார்: 'நிதயாக்காடு பக்கத்தில்தான் இருக்கிறது. அங்கே அரண்ய சபரி தேவியின் பண்டைக்கால காவலர்களாக யானைக்கூட்டங்கள் பயமின்றி, சுதந்திரமாக... பீமாதலிலிருந்து விந்திய மலையின் அடிவாரம் வரையில்... தேவி மனித உருவில் தோன்றுவதில்லை. எனினும் நிதயாக்காட்டின் உள்ளே, மிகவும் உள்ளே ஏதோ ஒரு ஆழ்ந்த இரகசியம், இப்போதும் எதையோ எதிர்பார்த்துக்கொண்டிருப்பது போன்ற ஒரு மாயை பரவியிருக்கிறது... அதனால்தான் சில சமயங்களில் யானைக்கூட்டம் திடீரென்று நின்றுகொண்டு காதுகளை விறைப்பாக்கிக்கொண்டு எதையோ உற்றுக் கேட்பதுபோல் மெல்ல மெல்ல அசைகின்றது. பிறகு ஒன்றையொன்று பார்க்கின்றன. என்னவோ பேசிக்கொள்கின்றன...'

பீமாதல் என்று ஒரு ராஜ்யம். அதைச் சுற்றியிருந்த காடுகளில் வசிப்பவர்கள் சுயாட் பழங்குடிமக்கள். கட்டுப்பாடான சமூகம். சுயாட் இனத்தைச் சேர்ந்த எவரும் சமூகத்தைவிட்டு வெளியேறக்கூடாது. அப்படிச் செல்பவரை யானைக்கூட்டம் கொன்றுவிடும் என்று நம்பிக்கை. பீமாதல் ராஜாவுக்குச் செல்வம், புகழ், அதிகாரம் எல்லாம் இருந்தது. ஆனால் அவருக்கு ஒரு குறை. அவரது ராஜ்யத்தில் அவர் புகழ் பாடவும் வரலாற்றில் அதைப் பொறிக்கவும் ஆற்றல் கொண்ட ஒரு கவி இல்லை. 'நல்ல பாம்பு திடீரென்று புற்றிலிருந்து வெளிப்பட்டு எல்லோரையும் திகைக்கச் செய்வதுபோல,' கவி வந்த்யகட்டி காயி பீமாதலில் திடீரென்று வந்து நின்றார். ஒரே ஒரு துண்டுடுத்தி கனவில் மிதக்கும் கண்களுடன் அரசவையில் வந்து நின்று, தான் ஒரு கவி என்று அறிமுகப்படுத்திக்கொண்டார். அது தன் உண்மைப் பெயர் இல்லைதான்; ஆனால் 'இந்தப் பெயரில் நான் அபயாதேவியின் பெருமையைப்பாட வேண்டுமென்று எனக்குக் கனவில் உத்தரவு கிடைத்தது' என்கிறார். பீமாதலுக்குச் சென்று ராஜாவின்

காலைப்பிடி, நீ என் பாஞ்சாலியைப்பாடு என்று தேவி கனவில் வந்து சொன்னதாகச் சொன்னதும் ராஜா மயங்குகிறார். கனவு வந்தது உண்மையா? யார் அவர்? குலம் கோத்திரம் என்ன? யாருக்கும் தெரியாது. ஆனால் கவி ஆற்றல் மிக்கவர். அரசனைப் புகழ்ந்தும் தேவியைப் புகழ்ந்தும் கவி பாடுகிறார். ராஜா மகிழ்ச்சியுடன் அவருக்குப் பொன்னும் மணியும் செல்வமும் அந்தஸ்தும் தந்து கௌரவிக்கிறார். கவி சதா வேறு உலகத்தில் உலவுகிறார். யாருடனும் நட்பு ஏற்படுத்திக்கொள்ளவில்லை. பரம தரித்திரனாக அவரைப் பார்த்திருந்த நகர சாமான்யருக்கு அவர்மேல் அசூயை ஏற்படுகிறது. அதன் பிரக்ஞையே கவிக்கு இல்லை. இதற்கிடையில் அரசவையில் உயர்பதவி வகித்த மகா ஆசார கட்டுப்பாடுகள் மிகுந்த பிராமண வர்க்கத்தைச் சேர்ந்த மாதவாச்சாரியின் மகளுடன் அவருக்குக் காதல் ஏற்படுகிறது. ஒரு ஆற்றல் மிகுந்த கவி பிராமண வகுப்பைச் சேர்ந்தவராகத்தான் இருக்கவேண்டும் என்று திருமணம் நிச்சயமாகிறது. அன்றைய தினம் ராஜாவும் கவிக்கு விசேஷ கௌரவம் அளிப்பார். அன்று கவி, தான் யார் என்று அறிவிப்பார்.

புள்ளிவைத்த கோலத்தைக் கவனமாக வரைந்து ஒரு தேரைச் சித்தரிப்பதுபோலச் சம்பவங்களை லாவகமாக ஆசிரியை பின்னிக்கொண்டுபோவது ஆச்சரியமான சுவாரஸ்யத்தையும் விறுவிறுப்பையும் ஏற்படுத்துகிறது. கவியின் உண்மைப் பின்புலம் தெரியும்போது அரசவையும் அவனது இனமும் எதிர்கொள்வது உணர்வு நிலையைப் பொறுத்தவரையில் சமகாலத்தில் கீழ் ஜாதியினருக்கு நடக்கும் அநீதிகளிலிருந்து மாறுபட்டவை அல்ல.

நாவலைத் தொய்வில்லாமலும் சுவை குன்றாமலும் வங்காளியிலிருந்து தமிழில் மொழிபெயர்த்திருக்கும் சு. கிருஷ்ணமூர்த்தி பாராட்டுக்குரியவர். தமிழ் மொழியாக்கத்தைக் காலச்சுவடு கொண்டுவருவது தமிழ் இலக்கிய உலகுக்குச் செய்யப்படும் தொண்டாக நினைக்கிறேன்.

பெங்களூரு

07.07.2014

வாஸந்தி

நாவலாசிரியர் கூற்று

இந்த நூலின் துவக்கம் வங்காளி 1371 (கி.பி. 1964) ஆம் ஆண்டில். மத்திய யுகத்தில் வங்காளத்தின் 'ராட்' பகுதியிலுள்ள காடுகளில் வசிக்கும் சுயாட் பழங்குடி இனத்தைச் சேர்ந்த ஓர் இளைஞன் கவியாகப் புகழ்பெறச் செய்யும் முயற்சியையும் அதன் முடிவையும் கருவாகக்கொண்டு ஒரு நாவல் எழுதும்படி அஸித் குப்தா எனக்கு முதன்முதலில் சொன்னார். இந்த நூலுக்குப் பெயரிட்டவரும் அவரே.

நான் அப்போது 'ஆந்தார் மாணிக்' நாவலை எழுதிக்கொண்டிருந்தேன். வெகுகாலமாகவே எனக்கு 'வரலாற்று ரொமான்ஸ்' பிடிப்பதில்லை. அப்படியானால் இந்த நாவலில் இறந்த காலத்தை ஏன் கையாண்டேன் என்பதற்கு விளக்கமாக, நான் 'ஆந்தார் மாணிக்' நூலின் முன்னுரையில் கூறியிருப்பதையே திரும்பக் கூறுவேன்; "வெளியே காணப்படும் இரைச்சல்கள், ஆர்ப்பாட்டங்கள், போராட்டங்கள் ஆகிய குப்பைகளையும் இடிபாடுகளையும் அகற்றி மனிதனின் உள்ளார்ந்த ஆளுமையைத் தேடுவதும் அதற்கு அர்த்தமளிப்பதுவுமே வரலாற்றின் தலையாய பணி ஆகும். இவ்வாறு உட்புறம் பார்வையைச் செலுத்துவதாலேயே இன்றியமையாத முறையில் சமூகவியலும் பொருளியலும் வெளிவந்துவிடுகின்றன. அவ்வாறு வரத்தான் செய்யும். ஏனெனில் சமூகவியலும் பொருளியலுந்தான் இறுதியில் அரசியலுக்கான பின்புலத்தைத் தயார் செய்கின்றன. அதற்கு

வெற்றியை அளிக்கின்றன. சமூகவியல், பொருளியல் என்றால் மக்களின் பழக்கவழக்கங்கள், பண்பாடு, வாழ்க்கை முறை. இதனால்தான் போலும் டாக்டர். நீகார்ரஞ்சன் எழுதிய "வங்காளிகளின் வரலாறு" நூலின் முன்னுரையில் பேராசிரியர் ஜதுநாத் சர்க்கார் வரலாற்றை 'மக்களின் பரிணாம வளர்ச்சியின் ஏன், எப்படி' என்று கூறியுள்ளார்."

பதினாறாம் நூற்றாண்டில் ராட் வங்காளத்தின் வரலாறு பல்வேறு காரணங்களால் என்னை ஈர்த்தது. ஒருபக்கம் வங்காளத்திலும் இந்தியாவின் பிற பகுதிகளிலும் ஏறக்குறைய ஒரே சமயத்தில் மனிதநேயம் மிக்க மத உணர்வின் செழிப்பான மறுமலர்ச்சியின் பின்புலம் தோன்றியது. இதைத் தற்கால உலகின் மனிதநேயச் சிந்தனையின் தாயூற்றுகளில் ஒன்றாகக் கருதுவது உசிதம். இவ்வளவு கனமான சொற்பிரயோகத்தைத் தவிர்த்தாலும், பல்வேறு வகைப்பட்ட பழங்குடி இனங்களின் இருப்பிடமாகி, பழங்குடிப் பண்பாடு பிறந்து செழித்த மேதினிபூர் கலிங்க நாட்டு எல்லையில் அமைந்திருந்ததால் அங்கே கிருஷ்ண சைதன்யரின் தாக்கத்தால் தாழ்த்தப்பட்ட மக்களிடையே தாங்கள் மனிதர்கள் என்ற நோக்கில் தங்களைப் புரிந்துகொள்ளவும் பிறருக்குப் புரியவைக்கவும் ஒரு முயற்சி காணப்பட்டது என்று எனக்குத் தோன்றியது. அக்காலத்தைய காவியம், பாஞ்சாலி*, காத்தா, கீதி என்று பல்வேறு பெயர்களால் அறியப்பட்ட நாட்டுப் பாடல்கள். 'போட்டோ-நடனம்' ஆகியவை மூலம் அந்த முயற்சியின் சான்றுகள் நம்மிடம் வந்து சேர்ந்துள்ளன.

ராட் வங்காளத்தைச் சேர்ந்த மேதினிபூர்ப்பகுதியின் வாழ்க்கையின் இந்தச் செழிப்பான பல்நிறத்தன்மை என்னை ஈர்த்தது. மறுபக்கத்தில், வருணாசிரமக் கட்டுப்பாட்டுக்குட்பட்ட சமூகத்துக்கு வெளியே முற்றிலும் வேறுபட்ட இருப்புநிலை. கடவுள் வழிபாட்டுமுறை, புனிதச் சின்னங்கள் (totems), மரபுத் தடைகள் (taboos), நம்பிக்கைகள், பழக்க வழக்கங்கள், சந்திரன் சார்ந்த ஆண்டுக் கணக்குமுறை, தாய் வழிபாடு இவற்றோடு அனாதிகாலமாக மேதினிபூர்ப்பகுதியில் வாழ்ந்து வரும் காட்டுவாசிகளான பழங்குடி மக்களை நான் நினைவு கூர்ந்தேன். நாமும் அவர்களும் உலகின் ஒரே பகுதியில்தான் வசிக்கிறோமெனினும் அவர்களது சிந்தனையுலகம் இன்றும் நமது உலகத்திலிருந்து முற்றிலும் வேறுபட்டது. இந்த இரு உலகங்களின் இருப்பும் என் ஆவலைத் தூண்டியது. இவர்களைச் சித்திரிக்கத்தான் நான் மிக மிகப் பழமையான காட்டு

---

* நாட்டுப்புற தெய்வங்களின் பெருமையைக் கூறும் மக்கள் காவியங்களுக்கு 'மங்கள காவியங்கள்' என்று பெயர். இவற்றைப் 'பாஞ்சாலி' என்றும் கூறுவர்.

யானைக்கூட்டத்தை உருவகமாகப் பயன்படுத்தியுள்ளேன். இந்த யானைக்கூட்டந்தான் வெல்லப்படாத இயற்கையின் மரியாதைக்குரிய இறுதிப் புகலிடம். பாலகாப்ய முனியின் விசித்திர வரலாறு ஓர் ஆச்சரியமான புராணக் கற்பனை போலவே எனக்குத் தோன்றியது. அபயா–பாசுலி, விசாலாட்சி, ஆரண்ய சண்டி–பர்ண சபரி–விந்த்யவாசினி மற்றும் வேதத்தில் சொல்லப்பட்டுள்ள ஆரண்யானி ஆகிய பல்வேறு பெயர்களில் பண்டைய காலத்திலிருந்தே வழங்கிவரும் தாய் வழிபாடும் என்னை ஈர்த்தது. இந்தத் தேவதைகள் எட்டாம் நூற்றாண்டிலிருந்து சாத்திரமுறை வழிபாட்டில் இடம்பெற்றுவிட்டார்கள். பதினாறாம் நூற்றாண்டின் ராட் வங்காளம் மற்றும் கங்கையின் இருகரைகளிலும் உள்ள வங்காளத்தின் விரிவான வரலாறு மங்கள காவியங்களிலும் சைதன்யரின் வாழ்க்கை வரலாற்று நூல்களிலும் காணக்கிடைக்கிறது. காவியம் உரைநடையைவிட மிகப் பழைமையானது. ஆகையால் அந்த நூற்றாண்டின் காவிய நூல்களின் பாடுபொருள், விரிவான வருணனை, மொழியின் புதுமைத் தன்மை இவை நமக்கு வியப்பளிக்கின்றன...

எல்லாவற்றுக்கும் இறுதியில் சொல்கிறேன்: இந்த நாவலின் பின்புலம் வரலாறுதான். ஆனால் கதாநாயகனின் வாழ்வு–சாவின் இரத்தக்கறை படிந்த கதை முற்றிலும் கதாசிரியையின் கற்பனைப் படைப்பு. தன் பிறப்பு, தனக்குரிய சமூக வாழ்க்கை இவற்றைக் கடந்து தனக்காக, தன் சொந்த முயற்சியால் இன்னொரு உலகத்தைப் படைத்துக்கொள்ள விரும்பிய ஓர் இளைஞனின் கதையைச் சொல்ல நான் ஒருவேளை விரும்பியிருக்கலாம். அவன் ஒரு புதுப் பிறப்பெடுக்க விரும்பினான், ஆனால் அவனது சமகால சமூகம் அவனது முயற்சியை முறியடித்தது. அத்தகைய ஒருவனின் கதையை எழுதவே நான் விரும்பியிருக்கலாம். நான் ஒரு கதை சொல்லத்தான் விரும்பினேன். ஆகையால் இந்தக் கதையில் வரலாற்றைத் தேடுபவர்களுக்கும் தேடாதவர்களுக்கும் நான் சொல்வதற்கு எதுவுமில்லை.

மகாசுவேதா தேவி

1

பாத்ர (ஆவணி) மாதம் தேய்பிறை சதுர்த்தசி இரவின் முதல் யாமம்.

பெரிய உற்பாதங்கள் நிறைந்த இரவு. இந்தப் பருவத்தில் இத்தகைய மோசமான பருவநிலை பீமாதல் ராஜ்யத்தில் எதிர்பார்க்கப்படவில்லை. இயற்கையின் ஆட்சியில் ஏதாவதொரு அபூர்வ நிகழ்ச்சி நிகழவிருந்தால், சாதாரணமாக அதற்கு வெகுகாலம் முன்பே அதற்கான ஓர் அறிகுறி எங்காவது ஓரிடத்தில் தோன்றிவிடும்.

உதாரணமாக, வெகு தொலைவில் நவத்துவீபத்தில் ஃபால்குனி (மாசி) மாதப் பூர்ணிமையில் வசந்த உற்சவத்தன்று சைதன்யர் பிறந்த ஆண்டில் அதற்கு வெகுகாலம் முன்பே பீமாதல் நகரத்துக் கள்ளுக்கடைக்காரன் கோலக்கின் பாட்டன் ஓர் அதிசயக் காட்சியைக் கண்டான்.

இது நூற்று நான்கு ஆண்டுகளுக்கு முந்தைய நிகழ்ச்சி. இப்போது சக ஆண்டு ஆயிரத்து ஐந்நூற்றுப் பதினொன்று, அப்போது ஆயிரத்து நானூற்று ஏழு. கோலக் தனது கள்ளுக்கடையில் உட்கார்ந்துகொண்டு இப்போதும் அந்தக் கதையைச் சொல்லிக்கொண்டிருக்கிறான். "பெரியவரு மைஷாதல்லேருந்து ஒத்தையடிப்பாதையிலே நடந்து வந்துக்கிட்டிருக்கிறபோது தெளிவாப் பாத்தாராம் – எதுக்குப் பொய் சொல்லணும் – உப்புக் குட்டை நெறய நீலநெறத் தாமரை பூத்திருந்ததாம்! பாட்டா வாயாலே சொல்லிக் கேட்டிருக்கேன் நான். அதைப் பாத்ததுமே அவர்

கூட்டாளிங்ககிட்டே சொன்னாராம். இப்போ ஒலகத்திலே ஒரு தேவதை பொறக்கப் போகுதுன்னு."

இதைச் சொல்லிவிட்டு கோலக் நாற்புறமும் கர்வத்தோடு பார்த்துவிட்டுச் சொல்வான், "அதுக்கப்பறம் மூணு மாசங்கூட ஆகல்லே, கோராசாந்த்[1] பொறந்துட்டாரு!"

"ஆமா, ஒன்னோட பாட்டா பாத்துட்டாரு, ஹும்!" அவநம்பிக்கைக் குரலில் சொன்னாள் கோலக்கின் வைப்பாட்டி, நடு வயதுக்காரி மாதங்கி. கோலக்குடன் வெகுகாலமாக வாழ்ந்து வருவதால் அவனுடைய ஒரு குணம் அவளுக்குத் தெரிந்திருந்தது. அவன் மற்றவர்களுக்குக் கள் கொடுத்துப் போதையூட்டுவான், ஆனால் தான் கள் குடிக்காமலேயே உளறுவான். ஆகையால் அவள் கோலக் சொன்னதை நம்பவில்லை.

தவிர, அவள் இப்போதெல்லாம் அவனை எந்த நேரத்திலும் பிறருக்கு முன்னால் மட்டந்தட்டுவதை வழக்க மாகக் கொண்டிருந்தாள். ஏனென்றால், பெண்களுக்கு அவர்களுடைய உடலிச்சைகள் தீர்ந்துபோய் அவர்களது உடல் உதவாக்கரையாக ஆகிவிடும் வயதை எட்டியிருந்தாள் மாதங்கி. இந்தப் பருவத்தில் சாதாரணமாக எல்லாப் பெண்களுமே தங்கள் புருஷனாகட்டும் பிள்ளையாகட்டும் ஆசை நாயகனாகட்டும் எல்லா ஆண்களுமே தன்னை ஏமாற்றிவிட்டதாக நினைப்பார்கள். ஏன் ஏமாற்றினார்கள், எந்தவிதத்தில் ஏமாற்றினார்கள் என்பதெல்லாம் தெரியாது அவர்களுக்கு. அவர்கள் ஆண்களைப் பற்றி ஏளனமாகப் பேசுவார்கள். "ஆகா, என்ன ஆம்பிளை, பொம்பளையை விடக் கேடு கெட்டவன்!" என்றெல்லாம் சொல்லி ஆண்களின் மனதைப் புண்படுத்துவார்கள்.

இந்த வயதில் இத்தகைய உணர்ச்சி குடும்பப் பெண்களுக்கே தோன்றிவிடும், மாதங்கி எம்மாத்திரம்! அவள் இளமைக்காலத்தில் உடலை விற்றுச் சாப்பிட்டாள்; இப்போது உடல் பழுதுபட்ட பிறகு அவள் மனதில் இரட்டிப்பு துக்கம். அவள் எடுத்ததற்கெல்லாம் கோலக்கின்மேல் எரிந்து விழுவாள். வழிப்பறிக்காரனால் அம்மணமாக்கப்பட்ட வழிப்போக்கன், காலியாகிவிட்ட ஒரு கிராமத்தில் தனக்குச் சோறு ஏன் கிடைக்கவில்லை என்று புரியாமல் இரவும் பகலும் குலைத்துக்கொண்டு சாகும் தெரு நாய், இவற்றின் நிலைக்கு வந்திருந்தாள் இளமையைக் கடந்த மாதங்கி. அவள் சிலசமயம் காரணத்தோடும், சில சமயம் காரணமில்லாமலும் அவனைப் "பொம்பளைப் பொறுக்கி,

---

1. கோராசந்த்: சைதன்யா

போக்கிரி, புழுகுணி" என்றெல்லாம் பிறருக்கு முன்னாலேயே ஏசுவாள்.

அதனால் கோலக் உப்புத் தண்ணீர்க் குட்டையில் நீலத் தாமரை பூத்த அதிசயத்தைச் சொல்லிக் கேட்பவர்களை வியப்பிலாழ்த்தும்போது அவள் அவன் பேச்சை மறுப்பாள்.

கோலக் அவள் பேசுவதால் எரிச்சலடைய மாட்டான். அவன் சொல்வான்: "எதுவுமே திடீர்னு நடக்காதுடீ, 'அம்மா'வோட ஆட்சியிலே அது நடக்காது. கோராசாந்த் பொறக்கப் போறார்னு அந்த நீலத்தாமரை பூத்ததிலேருந்து தெரிஞ்சு போச்சு. வெள்ளம் வரப்போகுது, பஞ்சம் வரப்போகுதுன்னு நமக்கு முன்கூட்டியே தெரியுதா இல்லியா, அந்த மாதிரி."

"இது ஒண்ணும் புதுசில்லே" ஒருவன் கள் குடித்துக்கொண்டே வறண்ட குரலில் சொன்னான். "ஒரு தடவை ஹிஜ்லியிலே பஞ்சம் வந்ததே, அது நெல வரி அதிகாரிக்கும் கணக்குப் புள்ளைக்கும் முன்னாடியே தெரிஞ்சு போச்சு. அவங்க சந்தைக்கு வந்த நெல்லையெல்லாம் வாங்கிப் பதுக்கிட்டாங்க. அப்பறம் சனங்க புழுபூச்சி மாதிரி தெருவிலே கெடந்து செத்துப்போனாங்க. அந்தத் தடவை சைத்ர (பங்குனி) மாசத்திலே நாம தர்ம ட்டாகுர் சாமியைப் பலகையிலே வைக்கக்கூட இல்லே – அந்தச் சமயத்திலே பறவையெல்லாம் மானத்திலேருந்து கீழே சுருண்டு விளுந்து சாகத் தொடங்கிடுச்சு."

ஆந்திர நாட்டு வியாபாரிகளுடன் சிங்கள நாட்டு வர்த்தகர்களும் அந்த நகருக்கு வியாபாரம் செய்ய வருவதுண்டு. அவர்கள் தலையை இரண்டு பக்கமும் ஆட்டிக்கொண்டு பேசுவார்கள். அவர்களும் இந்தக் கருத்தை ஏற்றுக்கொண்டார்கள். ஆமாம், இயற்கையின் ஆட்சியில் அதிசயம் ஏதாவது நிகழும்போது அதை முன்கூட்டியே உணரமுடியும்.

இன்று, இந்தப் பயங்கர இரவில் பீமாதல் நகரமே ஸ்தம்பித்துவிட்டது. கடந்து ஓராண்டாக வெயிலும் மழையும் அந்தந்தக் காலத்தில்தான் வந்துகொண்டிருந்தன. சக ஆண்டு ஆயிரத்து ஐந்நூற்றுப் பத்தில்கூட மாக் (தை) மாத இறுதியில் மரபுப்படி நல்ல மழை பெய்தது. அதனால் மகிழ்ந்த மக்கள், "ராஜாவோட புண்ணியத்திலே நமக்கும் புண்ணியம் கெடச்சுது" என்று சொல்லித் தங்கள் கர்க வல்லப ராஜாவைப் புகழ்ந்தார்கள்.

இந்த ஆண்டிலும் பைசாக் (சித்திரை) மாதத்தில் வழக்கமான கால பைசாக்கிப் புயல் மழை, ஆஷாட (ஆனி) மாதத்தில் மழை எல்லாம் வழக்கப்படி ஏற்பட்டன. பூரி ரதயாத்திரை நாளில் மழைபெய்யும் என்பார்களே, அந்த மழையும் பெய்தது. பாத்ர

மாதத்தில் மழை பெய்யும் என்பது தெரிந்த விஷயந்தான், ஆனால் அப்போது கடலில் புயல் வருவானேன்? இந்தக் கேள்வியை ஒவ்வொருவரும் மற்றவரைக் கேட்டுக்கொண்டிருந்தார்கள்.

இந்தக் 'கடல் புயல்' என்றால் பீமாதல்வாசிகளுக்குக் கிலிதான். "இது சாதாரணப் பொயல் இல்லே, சமுத்திரத்தையே கலக்குற பொயலாக்கும்!" என்று பயத்தோடு சொல்லிக்கொள்வார்கள்.

இந்தமாதிரிப் பெரும் புயலொன்றில்தான் நாட்டார் கதையில் வரும் சாந்த்சதாகரின் கப்பல் முழுகிப் பாதாளத்துக்குப் போய்விட்டது. இந்தமாதிரி புயல் அடித்தால் ஆற்றங்கரையிலுள்ள மீனவர் பள்ளி ஒரு வினாடியில் அழிந்துபோய்விடும், தண்ணீரில் கிடக்கும் ஆமை கரையை நோக்கி ஓடும், மசானத்து தர்மட்டாகுரின் பூதகணங்கள் வாயில் நெருப்பைக் கக்கிக் கொண்டு குதிக்கும்.

இத்தகைய புயல் வர்த்தக இனத்துக்கே அழிவு விளைவிக்கும். அவர்களுடைய படகுகள் வீடு திரும்பாது. அவர்களுடைய மனைவிகள் கெட்ட கனவு கண்டு புரிந்துகொள்வார்கள், தாங்கள் இனி சுமங்கலிகள் இல்லையென்று.

ரூப் நாராயண் ஆற்றங்கரையிலிருந்த பீமாதல் நகரத்துக்கு அத்தகைய விபத்துதான் நேர்ந்திருக்கிறது இந்தப் பயங்கர இரவில்.

நகரத் தெருக்களில் ஆளரவம் இல்லை. எல்லோரும் அவரவர் வீடுகளில் கதவைத் தாளிட்டுக்கொண்டு நேரங் கழிவதை எண்ணிக்கொண்டிருக்கிறார்கள். இந்த இரவில் குடிகாரர்கள் வேசி வீட்டைத் தேடிப் போகவில்லை. செத்த வீட்டிலிருப்பவர்கள் பிணத்தை வைத்துக்கொண்டு உட்கார்ந்திருக் கிறார்கள். நள்ளிரவில் எழுந்து நகரத் தெருக்களைக் கூட்டும் தோட்டிகளை இன்று காணவில்லை.

இந்த இரவில் ஓநாய்கள் வெளியே நடமாடவில்லை. தொலைவில், தென்மேற்கில் பயங்கரமான, அடர்ந்த நிதயாக்காடு. புயலின் கடுமையால் பயந்துபோன யானைகளின் பலத்த பிளிறல் காட்டிலிருந்து கேட்டுக்கொண்டிருந்தது.

நிதயாக்காடு ஒரு பயங்கரமான, யாரும் உட்புக முடியாத அடர்ந்த காடு. உலகம் படைக்கப்பட்ட காலம் முதலே அதுவும் இருக்கிறது போலும், விந்தியமலைக்குத் தெற்கே தண்டகாரண்யத்தில் தொடங்கி, கலிங்கத்தில் மேதினிபூர்ப் பகுதியிலும் நுழைந்திருக்கிறது அது.

யானைக்கூட்டந்தான் இந்தக் காட்டின் மிகப் பழைமையான சக்கரவர்த்தி. காட்டின் தேவதையான ஆரண்ய சபரியின்

குழந்தைகள் அந்த யானைகள். இந்திரன், அக்கினி, யமன் போன்ற திக் பாலகர்கள் உலகத்தின் பத்துத் திசைகளையும் காப்பதுபோல, இந்த ஐராவதங்கள் தூண்களாக இருந்துகொண்டு பூமியைத் தங்கள் தந்தங்களால் தாங்கிக்கொண்டிருக்கின்றன.

ஆகவே அவை தண்டகாரண்யத்திலிருந்து கலிங்கத்துக்கும், கலிங்கத்திலிருந்து மேதினிபூர்ப் பகுதிக்குமாகச் சுதந்திரமாக நடமாடுகின்றன. அவற்றின் உடல்கள் இருளைப்போல் கருத்திருக்கும். அவற்றின் தும்பிக்கைகள் மலைப்பாம்புபோல அசையும். அவை ஏதோ ஒரு பயங்கரமான, எதிர்க்கப்படவியலாத சக்தியோடு பயமின்றி, இறுமாப்போடு ஒரு காட்டிலிருந்து மற்றொரு காட்டுக்குப் போகும். அவை ஆரண்ய தேவதையின் காவலாளிகள். காட்டுவாசிகளான சுயாட் இனத்தைச் சேர்ந்த பழங்குடி மக்களுக்கு மட்டுந்தான் யானைகளை அடக்கத் தெரியும். அவர்கள் யானையையும் பாம்பையும் பூசிப்பவர்கள், ஆகையால் அவர்கள் காட்டில் பயமின்றி வசிக்கிறார்கள்.

இன்றிரவின் புயல் மழையில் காட்டின் யானைகள்கூடப் பயந்துவிட்டன. நிலைகொள்ளாமல் தவிக்கின்றன, அவற்றின் பிளிறல் பீமாதல் தெருக்களில் எதிரொலிக்கிறது.

கிழக்கில் ரூப் நாராயண் ஆற்றின் கோப கர்ஜனை.

இந்தப் பீமாதல் நகரம் ரூப் நாராயணின் வயிற்றில் அமைந்திருக்கிறது. "ரூப் நாராயண்தான் இந்த நகரத்தைத் தன் தொப்புளுக்குள்ளே வச்சுக்கிட்டிருக்கு" என்று எல்லோரும் சொல்வார்கள். "ரூப் நாராயண் ஆத்தாலே இந்த ஊருக்கு அழிவில்லே, இல்லாட்டி எந்தக் காலத்திலேயோ இது தண்ணிக்குள்ளே முழுகிப்போயிருக்கும். ஆத்துக்கு வெறி வந்துடுச்சுன்னா அது கஞ்சா சாப்பிட்ட கொள்ளைக்காரன் மாதிரி ஆயிடும். அதுக்கு நம்ம ஊர் மேலே பாசம் இருக்கு. இல்லேன்னா எப்பவோ இதை முழுங்கியிருக்கும்."

இத்தகைய இரவில் ரூப் நாராயண் வெறிகொண்டு முழங்கும், நுரைத்துச் சீறும். இடையிடையே அட்டைக் கருப்பு மேகங்களுக்கு நடுவே மின்னலின் பயங்கர ஒளி பிசாசு உலகத்தின் தீவர்த்திபோல வெளிச்சத்தை உமிழும். இத்தகைய காலங்களில் ஆற்றங்கரையில் அங்கங்கே மிக உயரமான சால மரத்தூண்களில் சிவப்புக்கொடி பறக்கும், அபாய அறிவிப்பாக. ஆற்றின் கரையில் உடைப்பு ஏற்படலாம் என்று மக்களுக்கு எச்சரிக்கை விடுக்க கர்க வல்லப ராஜா செய்திருக்கும் ஏற்பாடு இது.

இந்த அபாயக் குறியைப் பார்த்துவிட்டு நகரத்தின் குடிமக்கள், நாடோடிகள், வணிகர்கள், விவசாயிகள், குயவர்கள், இன்னும்

வேறுவேறு தொழில் செய்பவர்கள், பிச்சைக்காரர்கள்கூட ஆற்றங்கரையிலிருந்து தொலைவில் பாதுகாப்பான இடங்களில் அடைக்கலம் பெறுவார்கள்.

இத்தகைய இரவில் கற்களால் கட்டப்பட்ட முண்டகாட் படகுத்துறையில் சங்கிலியால் பிணைக்கப்பட்டிருக்கும் படகுகள் ஒன்றோடொன்று மோதிக்கொண்டு சுக்குநூறாகிவிடும்.

மிகப் பண்டைய காலத்திலிருந்து இரத்தக்கறை படிந்த செழிப்பற்ற, காடுகள் நிறைந்த ஒரு பழம்பூமி வளையம் கலிங்கத்தையும் மேதினிப்பூர்ப் பகுதியையும் தன் பிடிக்குள் வைத்துக்கொண்டிருக்கிறது.

ஒரு காலத்தில், சரஸ்வதி ஆறு படகுப் போக்குவரத்துக்குத் தகுதியாக இருந்தபோது இந்தப் பகுதியில் தாம்ரலிப்த மிகச் செழிப்பான நகரென்று பெயர் பெற்றிருந்தது. அப்போது வர்க்க பூமாதேவியின் கோவிலுக்கு பௌத்தர், ஜைனர், இந்துக்கள் ஆகிய எல்லோரும் வந்து வழிபடுவார்கள்.

"ஆகா அது சத்திய யுக^{2}மாயிருந்ததுப்பா! தேவதைக்கு மகிமை இருந்ததாக்கும்" என்று பீமாதல் மக்கள் சொல்வார்கள். இப்போது கலி காலம். அந்தப் பக்கம் சைதன்யர், இந்தப் பக்கம் அக்பர் சக்ரவர்த்தியின் தாக்கத்தால் பெருமை பெற்ற இஸ்லாம்; இந்த இரண்டு மதங்களும் கீழ்சாதிகளை மடியில் வைத்துக்கொள்கின்றன, ஆகையால் பிராமண தர்மத்தின் செல்வாக்குச் சற்றுக் குறைந்துவிட்டது. இப்போது சண்டாளர், சபர் (ஒரு பழங்குடி இனம்) எல்லோரும் நினைத்தால் தலையை மொட்டையடித்துக்கொண்டு வைணவர் ஆகிவிடலாம், அல்லது கல்மா ஓதி முஸ்லிம் ஆகிவிடலாம். "இது கலி இல்லேன்னா வேறே எதைத்தான் கலின்னு சொல்றது?" என்கிறார்கள் பீமாதல்வாசிகள்.

இதெல்லாம் கலியின் அடையாளமிருக்கலாம். அதனால்தான் சரஸ்வதி வெகு காலமாக வறண்டு கிடக்கிறது, தாம்ரலிப்த நகரம் பெருமையிழந்துவிட்டது. எனினும் ரூப் நாராயண் ஆறு கடந்த பல நூற்றாண்டுகளில் பலமுறை தடம் மாறினாலும் கொஞ்ச காலமாக நிலையாக இருக்கிறது, அதன் தண்ணீர் ஒரே தடத்தில் பாகீரதியை நோக்கி ஓய்வின்றி ஓடிக்கொண்டிருக்கிறது.

"ரூப் நாராயண் ஒரு வெறிபிடிச்ச ஆம்பிளை மாதிரி. அதனாலேதான் சிலாயி ஆறு அதைக் கலியாணம் பண்ணிக்காமே

---

2. சத்திய யுகம்: வங்காளிகள் முதல் யுகமான கிருத யுகத்தை சத்திய யுகம் என்றழைப்பர்.

த்வாரகேஸ்வரரோடே போய்ச் சேர்ந்துக்கிட்டது. அதிலே கோவிச்சுக்கிட்டுத்தான் ரூப் நாராயண் அந்த ரெண்டு பேரையும் முழுங்கிடுச்சு." பீமாதல் ராஜ்யத்திலுள்ள சபர் சாதியினர் சரத்கால இரவில் சண்டி பூசை செய்யும்போதும், புரட்டாசி மாதப் பௌர்ணமி இரவில் சொக்கட்டான் ஆடிக்கொண்டு கண்விழித்துக்கொண்டிருக்கும் காலத்திலும் ஆண் ஆறு, பெண் ஆறுகளின் இத்தகைய விசித்திரமான காதல் கதைகளைச் சொல்லிக்கொண்டு பொழுது போக்குவார்கள்.

காட்டில் வசித்துக்கொண்டு, வேட்டை முதலிய காடு தொடர்புள்ள தொழில்கள் செய்து பிழைக்கும் சபர் மற்றும் பிற பழங்குடி இனத்தவர் தேவி பூசை செய்யும் இரவுகளில் ஆறுகள் மற்றும் மலைகளின் காதல், கலியாணம், பழிவெறி இவற்றைப் பற்றியெல்லாம் கதை சொல்வார்கள், பாட்டுகள் பாடுவார்கள். அவர்களைப் பொறுத்தவரையில் ஆண் ஆறான ரூப் நாராயணும் பெண் ஆறான சிலாவதியும் மட்டுமே காதலுணர்வுக்கு ஆட்பட்ட உண்மை மனிதர்கள்.

காமவெறிக்கு இரையான இந்த ஆறுகளின் வழிகளும் நிலையற்றவை, தாறுமாறானவை, கொடுமை நிறைந்தவை. ஒருபக்கம் ரூப் நாராயணுக்கும் இன்னொரு பக்கம் பாகீரதி ஆற்றுக்குமிடையே எண்ணற்ற சிறு சிறு ஆறுகள். சில மேற்கு நோக்கியும் சில கிழக்கு நோக்கியும் ஓடுகின்றன. இவை தடம் மாறினால் ஊர்கள் அழியும், மக்களின் ஓலம் எழும். "குடும்பத்திலே ஒரு பொண்ணு வழி தவறிப்போனால் அந்தக் குடும்பம் என்ன பாடுபடும்! அது மாதிரிதான். ஒரு அம்மா தன்னோட தொப்புள் கொடியாலே கொளந்தையைத் தாங்கிக்கிட்டிருக்காப்பலே மனுச வாழ்க்கையைத் தாங்கிக்கிட்டிருக்கற ஆறுகளுக்கு வெறிபிடிச்சா மனுசங்க நிலை என்ன ஆகும்! வாழ்க்கை சீர்குலையும், சனங்க தவிப்பாங்க. ஆறுகளெல்லாம் இதைப் பத்திக் கவலைப்படுமா?"

கடந்த காலத்துக் காதல் சோடிகள் நிகழ்காலத்தின் நினைவில் நிற்பதில்லை. ஒரு காலத்தில் தடம் மாறிய ரஞ்சுகா, பாஷாணி, கங்க்கரா, கேத்கடா போன்ற ஆறுகளின் பெயர்களை இந்த ஆயிரத்து ஐந்நூற்றுப் பதினோராம் சக ஆண்டில் மிகச்சிலரே நினைவு வைத்துக்கொண்டிருக்கிறார்கள். அடர்ந்த காட்டிலோ மக்கள் நடமாட்டமற்ற ஏதாவதொரு வெட்ட வெளியிலோ ஒரு பாழடைந்த கோவிலையோ, வறண்ட கிணற்றையோ பார்க்கும் போது தோன்றும், இந்த இடம் ஒருகாலத்தில் ஓர் ஆற்றங்கரை ஊராக இருந்தது, இங்கும் ஒருகாலத்தில் மக்கள் சிரித்தார்கள், அழுதார்கள், நிலத்தை உழுதார்கள், நெல் குத்தினார்கள் என்று. கடந்த காலத்தில் மறைந்துபோன ஆறுகளின் எச்சங்கள் இத்தகைய அடையாளங்களில்தான் மிச்சம் இருக்கின்றன.

ஒருகாலத்தில் பீமாதல் ஒரு சிறு கிராமமாயிருந்தது. இப்போது கர்க வல்லப ராஜாவின் அரண்மனை இருக்குமிடத்தில் ரூப் நாராயண் தன் ஆயிரம் அலைக் கைகளை விரித்து நடனமாடிக் கொண்டிருந்தது. அப்போதுதான் இங்கு கோலக்கின் பாட்டன் வந்து சேர்ந்தான்.

அப்போது கர்க வல்லப ராஜா வேறொரு கிராமத்தில் வசித்துக்கொண்டிருந்தார். பீமாதல் படகுத்துறையில் வெளியூர் வணிகர்கள், படகோட்டிகளின் வணிகச் சாவடி ஒன்று இருந்தது. இந்த வணிகர்களுக்குக் கள் விற்று நிறையப் பொருள் ஈட்டினான் கோலக்கின் பாட்டன்.

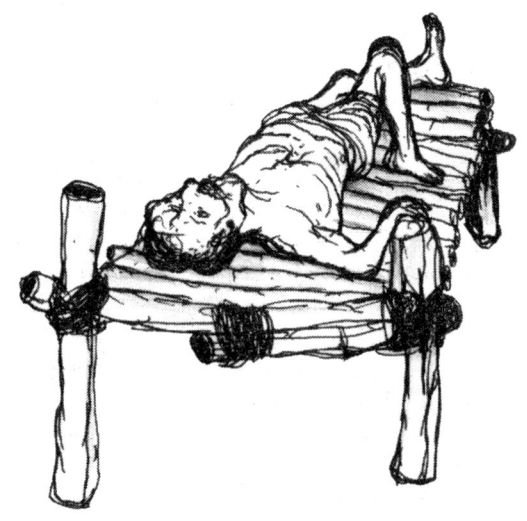

அவனுடைய கண்கள் எப்போதும் குன்றிமணிபோல் சிவந்திருக்கும். அவன் ஒரு கையில் எட்டு உலோகங்களாலான ஒரு வளையமும் கழுத்தில் பவழ மாலையும் அணிந்திருப்பான். மாலையிலிருந்து ஒரு மணி தொங்கிக்கொண்டிருக்கும். மந்திரசித்தி பெற்ற ஒரு ஹாடி இனப்பெண்ணால் கொடுக்கப்பட்ட மணி அது. அந்த இளம் பெண்ணின் உடம்பு கச்ச நாட்டில் ஸ்படிகத்தால் செய்யப்பட்ட கருஞ்சிவப்பு மதுசாடிபோல் மனதைக் கவரும். தீயை வழிபடுபவர்களும் ஏலக்காய் வியாபாரிகளுமான பாரசீக நாட்டு வணிகர்கள் இந்த மதுசாடிகளை ராட் வங்க நாட்டில் விற்பனை செய்துவிட்டு சந்திரகோணாவில் செய்யப்படும் பித்தளைப் பாத்திரங்களையும், வன விஷ்ணுபூரில் நெய்யப்படும் சேலைகள், சமுக்காளங்களையும் வாங்கிச் செல்வார்கள்.

தேய்பிறை சதுர்த்தசியும் சதய நட்சத்திரமும் சேரும் நாளில் வாருணி ஸ்நானம் நடைபெறும்போது முண்ட காட் துறைத் திருவிழாவில் அந்த நாணமற்ற யுவதி வங்காளத்தின் மெல்லிய காவிநிறச் சேலையை உடம்பில் சுற்றிக்கொண்டு ஒரு படகின் மேல்தட்டில் நின்றவாறு இடுப்பின்மேல் கையை வைத்துக்கொண்டு ஆயிரக்கணக்கான பார்வையாளர்களுக்கு முன்னால் ஆடினாள். அவளுடைய ஆட்டத்தைப் பார்த்து ஊர் வேசிகளின் நெஞ்சு நொறுங்கிவிட்டது; காரணம், எல்லா ஆண்களின் பார்வையும் அந்தப் பெண்ணின் மேலே நிலைத்திருந்தது.

வேசிகளின் பொறாமையைப் பார்த்துவிட்டுச் சில குறும்புக்கார இளைஞர்கள் அந்தப் பெண்ணை நோக்கி, "ஏய், ஆட்டத்தை நிறுத்து! ஒன் ஆட்டத்தைப் பார்த்து இந்த ஊர்த் தேவடியாள்களுக்குப் பொறாமையிலே வயிறு எரியுது" என்று சொல்லிச் சிரித்தார்கள். அவளைப் பார்த்ததுமே கோலக்கின் பாட்டனுக்குப் புரிந்துவிட்டது. அந்தப் பெண்ணின் உடம்பு ஒரு மதுசாடி, அவளுடைய இளமை இலுப்பைக் கள் என்று.

அந்த யுவதிதான் அந்த ஊரைவிட்டுப் போகும்போது, "நா ஒன்னோட ஆளு, நீ என்னோட ஆளு!" என்று சொல்லி விட்டு அந்த வளையத்தைக் கோலக்கின் பாட்டனுக்குக்கொடுத்து விட்டுப் போனாள். முரளமரத்திலே பூப்பூப்பதற்குமுன் திரும்பி வருவதாகச் சொல்லிப் போனவள் வரவேயில்லை.

ஊருக்கு ஊர் கூத்து ஆடிக்கொண்டு திரிபவள் திரும்பி வரவில்லையே என்று கோலக்கின் பாட்டனும் வீணாக வருந்தவில்லை. வாழ்க்கை என்பது குறுகிய காலத்துக்குத்தான் என்பது அவனுக்குத் தெரியும். ஆகையால் ஆசைகள், எதிர் பார்ப்புகள், பாசம் இவற்றால் வருந்துவதில் பொருளில்லை. அவன் வியாபாரத்தில் ஈடுபட முடிவு செய்தான்.

"வியாபாரத்திலே காசு இருக்கு" என்று சொல்லிக்கொண்டு அவன் கள்ளுக்கடையைத் திறந்தான்.

பீமாதல் நகரிலும் முண்டகாட் துறையிலும் வசித்த பலர் அவன் கள்ளுக்கடை திறப்பதைப் பார்த்து அவனை இகழ்ந்தார்கள். "நீ உப்புக் குட்டையிலே நீலத்தாமரை பூத்ததைப் பார்த்த வனாச்சே, கௌராங்கர் பொறக்கப் போறதை முன்னாடியே தெரிஞ்சுக்கிட்டவனாச்சே, அப்படிப்பட்ட நீயா கள்ளுக்கடை வைக்கறே!" என்று ஏசினார்கள்.

கோலக்கின் பாட்டன் சொன்னான்: "ஆயிரம் கௌராங்கர் வரட்டும், போகட்டுமே! கள்ளு விக்கறது புண்ணிய காரியமாக்கும்!

கள்ளுக்குடிச்சவன் புத்திர சோகத்தைக்கூட மறப்பாங்கறது உண்மை. கள்ளிலே உள்ள ருசி கௌராங்கரோட பஜனைப் பாட்டிலேகூட இல்லே.”

வியாபாரிகளைக் கள் குடிக்கச்செய்து அவர்கள் தங்கள் மடியிலிருந்த பணத்தை எடுத்துக்கொடுக்க வைத்துக் கோலக்கின் பாட்டன் நிறைய பணம் சேர்த்தான். அவனுடைய நிலை உயர உயர, அதே சமயத்தில் பீமாதல் நகரும் வளர்ந்தது. கோலக்கின் பாட்டன் பணக்காரனானான், வாழ்க்கையில் கிடைக்கும் எல்லாச் சுகங்களையும் அனுபவித்தான். ஆனால் சிலசமயம் அவனுக்கு அந்த இளம் நாட்டியக்காரியின் நினைவு வரும். அவன் வருத்தப்பட்டுக்கொண்டு சொல்வான், “பணமிருந்தா எல்லாங் கிடைக்குதே, இளமை மட்டும் ஏன் கிடைக்கல்லே? எனக்கு இளமை திரும்பிக்கெடைச்சா அந்தப் பொம்பளையைத் தேடிக்கிட்டுப் போய்க் கண்டுபிடிப்பேன், கலப்பையோட மேழை மாதிரி மண்ணுக்குள்ளே நுழைவேன், அவ எங்கே போய்ப் பதுங்கியிருக்கான்னு பார்ப்பேன்.”

இன்று பாத்ர மாதத் தேய்பிறை சதுர்த்தசியில் புயல் வீசும் இரவில் இந்த நினைவெல்லாம் வந்தது கள்ளுக்கடைக்கார கோலக்குக்கு.

அவனுக்கு அடிக்கடி தன் பாட்டனின் நினைவு வரும். பாட்டன் நூறு வயதுக்குமேல் உயிரோடிருந்தான். கோலக் அவனிடந்தான் எல்லாம் கற்றுக்கொண்டான். இன்று இரவில் மரக்கட்டைகளால் அமைக்கப்பட்ட பரண்மேல் போர்வையின் கதகதப்பில் படுத்திருந்த அவனுக்குத் தன் முதிர்ந்த இரத்தக் குழாய்களில் இரத்த அணுக்கள் குதியாட்டம் போட்டுக்கொண்டிருப்பதாகத் தோன்றியது.

உடனே முண்டகாட்டுக்கு ஓடிப் போகலாமா என்று தோன்றியது அவனுக்கு. அங்கே படகுக்கார லட்சுமணனின் குடிசையில் வியாபாரிகள் தங்கியிருப்பார்கள். அவர்களைத் தன் கள்ளுக்கடைக்குக் கூட்டி வரலாமே என்று தோன்றியது. சப்த கிராமத்தின் வெற்றிலை வியாபாரிகள், கௌடநாடு (வடக்கு வங்காளம்) மால்தாவிலிருந்து வரும் துணி வர்த்தகர்கள், ஜோகாத்யாவைச் சேர்ந்த சங்கு வியாபாரிகள், ஒரு காதில் முத்து அணிந்துகொண்டு கிராம்பு ஏலக்காய் சந்தனம் பவழம் விற்கும் சிங்கள வணிகர்கள் – இவர்கள் யானைத் தந்தங்கள் விற்கும் ஆந்திர வியாபாரிகளுடன் தலையை இருபக்கமும் ஆட்டியாட்டி உரையாடுவர் – இவர்களெல்லோரும் இப்போது மழை புயலுக்கு அஞ்சி லட்சுமணனின் குடிசைக்குள் படலைச் சாத்திக்கொண்டு ஒண்டியிருப்பார்கள்.

"அவங்க எல்லாம் நாய் மாதிரி ஒக்காந்துக்கிட்டிருப்பாங்க. அவங்களைப் போய்க் கூட்டிக்கிட்டு வரலாமா" என்று தனக்குள் முனகிக்கொண்டான் கோலக்.

அவர்களைக் கூட்டிவந்து நிறையக் கள் கொடுத்து நினைவிழக்கச் செய்து அவர்களிடமுள்ள பணங்காசைப் பறித்துக் கொள்ளலாம். கடையின் தீவர்த்தி வெளிச்சத்தில் அவர்களுடைய உடைகளைக் களைந்து பணம் பிடுங்கிக்கொள்ளலாம். ஒருசமயத்தில் கோலக் அரக்கான் நாட்டைச் சேர்ந்த கொள்ளைக் காரன் ஒருவனையும் அவனுடைய நீக்ரோ தோழனையும் குத்திக் கொன்றுவிட்டு அவர்களது உடல்களை ரூப் நாராயண் ஆற்றில் எறிந்து விட்டான்.

கோலக்கின் ஒரேபிள்ளை ஒரு வேசி வீட்டில் அவளுக்காகப் போட்டியிட்ட ஒருவனுடன் ஏற்பட்ட சண்டையில் இறந்துபோய் விட்டான். கோலக் சொல்லிக்கொள்வான், "கெழ வயசிலே அந்தப் புள்ளை என் இடுப்பு மாதிரி இருந்தான். எனக்கு சனி தசை, அதனாலேதான் அவன் தடியடிபட்டுச் செத்துப் போனான். சாமி என்னை ஏன் அழைச்சுக்கல்லே இன்னும்?"

இவ்வாறு சொல்லிவிட்டு அவன் வானத்தை அண்ணாந்து பார்த்துக்கொண்டு கோழை தட்டிய குரலில் பெரிதாக அழுவான். அவனுடைய மகன் பார்க்க அழகாயிருப்பான். வேசிகள் அவனுக்குப் பணம் கொடுத்துத் தங்கள் ஆசைநாயகனாக வைத்துக்கொண்டிருந்தார்கள். அவனை நினைக்கும்போதெல்லாம் கோலக்கின் நெஞ்சு வெடிக்கும், எலும்புகளில் புயல் வீசும், நெஞ்சுக்கூடு மயானத்திலுள்ள பாழடைந்த குடிசை என்று தோன்றும்.

கோலக்கின் இந்தத் துக்கம் போலியல்ல, உண்மைதான். ஆனால் அவனுடைய பணத்தாசை இன்னும் உண்மையானது. ஆபத்துக்குள்ளான மனிதர்களைக் கொள்ளையடித்து அவர்களை ஓட்டாண்டிகளாக்கும் வழக்கத்தை அவனுடைய பாட்டன் அவனுடைய இரத்தத்துக்குள் விதைத்திருக்கிறான். அந்த வழக்கம் நெடுங்காலம் வாழும் சில அரச மரங்களைப்போல அவனுடைய இரத்தத்தில் இன்னும் எஞ்சியிருக்கிறது. ஆனால் இப்போது அவனுக்குப் பழைய உடல்வலிமை இல்லை, தோல் சுருங்கித் தொங்குகிறது, கள் காய்ச்சுவதில் முன்பிருந்த திறமை இப்போது இல்லை.

இருந்தாலும் இந்தப் பயங்கர இரவில் முண்டகாட்டுக்குப் போய் அங்குள்ள வணிகர்களைத்தேட ஆசை ஏற்பட்டது அவனுக்கு. முன்பெல்லாம் புயலையும் மழையையும் பொருட்படுத்தாமல் தலையைக் குனிந்துகொண்டு ஓடியிருக்கிறான் அவன்.

"அந்த நல்ல காலமெல்லாம் இப்போ இல்லே" அவன் தனக்குள் சொல்லிக்கொண்டான். "இப்போ ராஜா வெறி பிடிச்ச யானை மாதிரி 'மதம், மதம்'னு கத்திக்கிட்டிருக்கான். பிராமணன், சத்திரியன், காயஸ்தன் இவங்களைத் தவிர வேறே யார்கிட்டேயும் மரியாதை இல்லே அவனுக்கு!"

ஆயிரத்து ஐந்நூற்றுப் பதினோராம் ஆண்டு.

பீமாதல் ராஜா பூபால் கர்க வல்லபனின் பாட்டனார் காலத்திலிருந்தே இந்த ராட் வங்காளத்தில் மதம் ஆபத்துக்குள்ளாகிவிட்டது. அதற்குமுன் கீழ்ச்சாதியினர் கீழேயே இருப்பார்கள். கடவுள் யாரை எந்த நிலையில் படைத்தாரோ அவர்கள் அந்த நிலைக்கேற்ப வாழ்ந்தார்கள். ஆனால் கௌராங்க மகாப்பிரபு எல்லாச் சாதிகளையும் தம் மடியில் இருத்திக்கொண்டு மதத்தின் மகிமைக்கே களங்கம் உண்டாக்கிவிட்டார்.

உப்புத் தண்ணீர் வயலைக்கெடுக்கும், நாம சங்கீர்த்தனம் வெள்ளத்தில் வரும் தண்ணீர் போலத்தான் என்பார் கர்க வல்லப ராஜா. "உயர்ந்தவனும் தாழ்ந்தவனும் ஒன்றாகிவிட்டால் மதம் பாதாளத்துக்குப் போய்விடும்."

பூபால் கர்க வல்லபனின் பாட்டனார் கிணற்றுத்தவளை போலத் தம் குறுநிலத்தையே உலகம் என்று நினைத்திருந்தார். நீலாசலத்தில்[3] வசிக்கும் சைதன்யர் பிரசாரம் செய்த வைணவ மதம் நம் நாட்டுக்குள்ளும் பரவும் என்ற கருத்தை 'ஃபூ' என்று ஊதித்தள்ளிவிட்டார்.

அவருக்கு வேட்டையில் ரொம்பப் பிரியம். அவருடைய சபையோர் யாராவது "சமூகம் நாசமாப் போயிக்கிட்டிருக்கு" என்று கவலை தெரிவித்தால், "அப்படிப்போக ஆசைப்பட்டாப் போகட்டுமே!" என்று சொல்லிச் சிரிப்பார்.

காலத்தின் போக்கை அவர் சற்றும் புரிந்து கொள்ளவில்லை. இத்தனைக்கும் அவருடைய ராஜ்யம் நீலாசலத்துக்குப் போகும் வழியில் அமைந்திருந்தது. சைதன்யர் நீலாசலத்தில் தங்கியிருந்த பதினெட்டு ஆண்டு காலத்தில் பல வைணவ குருமார் அந்த வழியே நீலாசலத்துப் போய் வந்துகொண்டு இருந்தார்கள். இறுதியில் நித்தியானந்தரின் தாக்கத்தால் பஜனைக் குழுக்கள் உரக்க பஜனை செய்துகொண்டு அந்த வழியே செல்லும். அவற்றைப் பார்ப்பதற்காகப் பீமாதல் மக்கள் பாதையின் இருபுறங்களிலும் திரள் திரளாக நிற்பார்கள்.

---

3. நீலாசலம்: பூரிக்கு அருகில் உள்ள ஒரு சிறு குன்று.

இதைத் தவிர ஒவ்வோராண்டும் சிவானந்த சென் பானிஹாட்டியிலிருந்து காணிக்கைக் கூடையை எடுத்துக்கொண்டு அந்த வழியே போவார். போகும்போது வைணவர்கள் சாதி வேற்றுமை பாராமல் எல்லோரையும் கட்டித் தழுவிக்கொண்டு ஆரவாரம் செய்வார்கள். இந்த நிகழ்ச்சிகளெல்லாம் ஒன்று சேர்ந்து ஒருகாலத்தில் பெரும்புரட்சியை உண்டாக்கிவிடும் என்று கர்க வல்லபனின் பாட்டனார் நினைக்கவேயில்லை. இப்போது இந்த ஆயிரத்தைந்நூற்றுப் பதினொன்றாம் ஆண்டில் பிராமண மதத்துக்கும் வருணாசிரம அமைப்புக்கும் நேர்ந்துள்ள ஆபத்து தம் பாட்டனார் காலத்திலேயே தொடங்கிவிட்டது என்று ராஜா கர்க வல்லபனுக்குத் தெரிந்திருந்தது.

"முன்பெல்லாம் தேவதைக்கும் பிராமணனுக்கும் மதிப்பு இருந்தது, கீழ்ச்சாதிக்காரங்க காலுக்குக் கீழே சேறுமாதிரி கெடந்தாங்க. ஒருபக்கம் வைஷ்ணவனோட நாம சங்கீர்த்தனம், இன்னொரு பக்கம் இஸ்லாம் இந்த ரெண்டும் கீழ்ச்சாதிகளை மடியிலே தூக்கி வச்சுக்கிட்டு சமூகத்தைக் குட்டிச்சுவராக்கிடுச்சு" என்று பூபால் கர்க வல்லபன் அடிக்கடி சொல்வார் தம் மந்திரிக்கு மந்திரி, சேனாதிபதிக்கு சேனாதிபதியான ஹரிஷ் ராயாவிடம். "முந்தியெல்லாம் யாரும் 'நான் மனிசன்'னு சொல்றதில்லை, இப்போ வெத்தலை வியாபாரி, வாணியன் எல்லாரும் 'நாங்க மனிசங்க'ன்னு சொல்லத் தொடங்கிட்டாங்க!"

"ஆமாங்க."

"இந்த மேதினிபூர்ப் பகுதிக்குத்தான் சங்கடம் ஜாஸ்தி. நீலாசலத்துக்குக்கிட்டே இருக்கறதாலே சண்டாளனைக்கூட மடியிலே தூக்கி வச்சுக்கலாங்கற கருத்து காத்திலே மெதந்துக்கிட்டு இருக்கு. இந்த ராஜ்யத்திலே கட்டுப்பாட்டைக் காப்பாத்தறது லேசில்லே."

இப்போது அக்பரின் ஆட்சியில் நாற்புறமும் ஒரு புதிய காற்று வீசிக்கொண்டிருக்கிறது. அதனால்தான் ராஜா கர்க வல்லபன், "இப்போ நாம இருக்கறது ராமராஜ்யமில்லே, ராவண ராஜ்யமாக்கும்!" என்று சொல்வார்.

இப்போது இதை நினைத்துப் பார்த்து கோலக்கின் இரத்தத்தில் பித்தம் ஏறுகிறது. இப்போது அவனால் வெளியூர் வணிகர்களை எப்படி ஏமாற்ற முடியும்? இந்த ராஜாவின் ஆட்சியில் கள் வியாபாரி –லோத் மீனவன்–சக்கிலி போன்ற கீழ்ச்சாதி மக்களைப் பாம்பு கடித்தாலும் அவர்கள் 'அப்பா!' என்று கத்த முடியாது. கொஞ்ச நாளைக்கு முன்புதான் ஒரு கௌட நாட்டுப் பண்டிதர் ரூப் நாராயண் ஆற்றங்கரையில்

திவசச் சடங்கு செய்து கொண்டிருந்தபோது ஓர் அம்மணச் சிறுவன் பச்சரிசிப் பானையில் தண்ணீர் தெளித்துவிட்டதற்காக அந்தப் பையனின் அப்பா மதன் நிக்கிரியின் வலது கையை வெட்ட உத்தரவிட்டுவிட்டார் ராஜா. மதனின் அம்மா ரொம்ப அழுது கெஞ்சியதில் ராஜாவின் வலது கையான ஹரிஷ் ராயா எரிச்சலடைந்து, "கையை வெட்டிட்டா வேலையொண்ணும் செய்ய முடியாதுதான். வெட்ட வேணாம்னா சூடன் சண்டாளன்கிட்டே சவுக்கடி படட்டும்!" என்று சொன்னார். அப்படியே பதினாறு சவுக்கடி வாங்கிக்கொண்டு பிழைத்தான் மதன். "வைஷ்ணவனுக்கும் முசல்மானுக்கும் தாழ்ந்த சாதிக்காரனுக்கும் ராஜா எடங்கொடுக்க மாட்டார். பசுவுக்கும் பிராமணனுக்கும் முதல் மரியாதை. அப்புறந்தான் வேறு பேச்சு!"

இதையெல்லாம் நினைக்கிறபோது கோலக்கின் நாடி நரம்புகள் பயத்தில் சுருண்டு கொள்ளும்.

வெள்ளம் வருமுன்னர் புயல் வீசுவதுபோல், மழைக்கு முன்னர் வாத்துகள் பறந்தோடித் தப்புவதுபோல், கர்க ராஜாவுக்கு முன்னால் வருவார் ஹரிஷ் ராயா.

ஆகையால் கோலக் இந்தப் புயலிரவில் தன் கொள்ளை வெறியை அடக்கிக்கொண்டு போர்வையைப் போர்த்திக்கொண்டு படுத்திருந்தான். இத்தகைய இரவில் வெளியூர் வணிகர்களைக் கூட்டிவந்து அவர்களது பொருளைப் பறிக்கத் துடித்தது அவனுடைய இரத்தம். ஆனால் கள் விற்பவன் வீட்டில் லட்சுமி வசிப்பதை ராஜா கர்க வல்லபனும் மந்திரி ஹரிஷ் ராயாவும் பொறுத்துக்கொள்ள மாட்டார்கள். அவன் வணிகர்களைக் கூட்டி வந்தால் நகர மக்களுக்குப் படிப்பினை அளிப்பதற்காக எல்லோருக்கும் முன்னால் அவனுடைய வலது கையை வெட்டி விடுவார்கள்.

அண்டை நாடுகளான ஹிஜ்லி, தாம்லுக், மகிஷாதல் அரசர்கள் கர்க வல்லபனின் கடுமையான ஆட்சியைப் புகழ்வார்கள். சைதன்யரின் நாம சங்கீர்த்தனப் பிரசாரத்தால் இந்து மதத்தின் ஆதிக்கம் குறைந்து போனதில் அவர்கள் எல்லோருக்கும் வருத்தந்தான். தவிர, இந்த நாம சங்கீர்த்தனத்தில் அவர்களுக்குத் தெரியாத பல விஷயங்கள் இருக்கின்றன. புரியாத விஷயங்களை நம்ப முடியவில்லை அவர்களால். பாமர மக்கள்—ஏன் பெண்கள்கூட ஒருகாலத்தில் ஏடுகளைப் படிக்கத் தொடங்குவார்கள் என்று யார்தான் நினைத்திருக்க முடியும்? வைஷ்ணவ சமூகத்தில் பெண்கள்கூடக் கவிராஜர் இயற்றியுள்ள 'சைதன்ய சரிதாம்ருதம்' படிக்கிறார்களாம்!

இதெல்லாம் கலிகாலத்தின் கெட்ட அறிகுறிகள்தாம். கர்க வல்லபன் சொல்வார், "தொத்து நோயிலே, பஞ்சத்திலே ஜனங்க பூச்சி புழுமாதிரி செத்துப் போறாங்களே, அதைவிட இது ரொம்ப மோசம். கலிகாலம்! யானை மாதிரி எப்போதும் கெடுபிடியா இருக்கணும், இல்லாட்டி ராஜ்யம் சீர்குலைஞ்சு போயிடும். நான் ஒரு சக்கிலியத் தடியனைக் கழுவேத்தினதுக்காக எவ்வளவு சக்கிலிப் பசங்க வைஷ்ணவனாயிட்டாங்க, பாத்தியா? சூத்திரன், சக்கிலி இவங்களெல்லாம் எடுத்ததுக்கெல்லாம் மதம் மாற ஆரம்பிச்சாங்கன்னா சமூகம் குட்டிச்சுவராய் போயிடும். யானை மாதிரி கெடுபிடி பண்ணிக்கிட்டே இருக்கணும்... நிதயாக் காட்டிலே யானைங்க தரை அதிரும்படியாக் காலடி வச்சுக்கிட்டுத் திரியுது பாத்தியா?"

இல்லை, வெறிபிடித்த யானைகள் நிதயாக் காட்டில் சிறிதும் பயமின்றி, சுதந்திரமாகத் திரிவதை பீமாதல் வாசிகள் எவரும் பார்த்ததில்லை. நிதயாக் காடு ஜம்புத்தீவின் பழங்காலக் காடுகளின் கடைசி எச்சம். படைப்பின் தொடக்க காலத்தில் சூரியனும் சந்திரனும் மட்டுமே படைக்கப்பட்டிருந்தபோது இந்தக் காடும் பூமியின் வயிற்றைப் பிளந்துகொண்டு தோன்றியிருக்கலாம். விந்தியமலைக்குத் தெற்கிலிருந்து தண்டகாரண்யம், மேதினிபூர்ப் பகுதி, ராட் வங்காளம், கங்கைக்கரை வங்கம், ராஜ்மகல் எவ்வளவு இடங்களை இந்தக் காடு ஆக்கிரமித்துக்கொண்டு, மனித நாகரிகத்தின் விஸ்தரிப்பைச் சற்றும் பொருட்படுத்தாமல் இறுமாப்போடு நின்றுகொண்டிருக்கிறது! சாவைப்போல் பற்றற்ற பார்வையுடன் மனித நாகரிகங்கள் தோன்றுவதையும் அழிவதையும் பார்த்துக்கொண்டு அவற்றின் அடையாளங்களைத் தனக்குள் விழுங்கிக்கொள்கிறது! மேற்கு ராட் பகுதியில் சால முரள மரங்கள் அடர்ந்த காட்டில் அங்கங்கே காணப்படும் பாழடைந்த கோவில்களைப் பார்க்கும்போது, காட்டின் பயங்கரமான, பாலைவன அமைதியைப் பார்க்கும்போது, மனிதன் பூச்சிகளையும் பறவைகளையும்போல அற்பமானவன் என்ற உணர்வு ஏற்படும். இயற்கை, படைப்பு, உலகம், பிரபஞ்சம் இவற்றின் இருண்ட இரகசியத்தைப் புரிந்துகொள்ள முடியாததால்தான் மனிதனுக்கு இவ்வளவு தேவதைகள், விக்கிரகங்கள் தேவைப்படுகின்றன.

இல்லை, நிதயாக் காட்டில் அலைந்து திரியும் யானைக் கூட்டங்களை யாரும் பார்த்ததில்லை. ஒருசமயம் சஞ்சல புத்திகொண்ட ஒரு நடுவயது பிராமணன்–பீமாதல் ராஜ்யத்தில் வசிப்பவன்–"நான் போய்ப் பார்த்துட்டு வரேன்" என்று சொல்லிக் காட்டுக்குள் போனான்.

வெகு, வெகு நாட்களுக்குப் பிறகு ஒருநாள் அவன் முண்டகாட் கரைக்கருகில் ஒரு பாக்குமரப் படகில் உட்கார்ந்திருந்ததை எல்லோரும் பார்த்தார்கள்.

“நீ என்ன பார்த்துட்டு வந்தே?” என்று அவர்கள் கேட்டதற்கு அவன் “இருட்டு!” என்று பதில் சொன்னான்.

“ஆமா, கும்மிருட்டு... ஆயிரம் அமாவாசைக்கு மேலே இருட்டு!”

“அப்புறம் என்ன பார்த்தே?”

“நாம எல்லாரும் ஏதோ ஒரு அளவுகோலை எடுத்துக்கிட்டு அந்த இருட்டை அளந்துக்கிட்டிருக்கோம்.”

“என்ன சொல்றே?” எல்லோருக்கும் பயம், கவலை, குழப்பம். பிராமணனுக்குக் காட்டில் ஏதாவது கடவுள் வாக்கு கிடைத்ததா? காட்டு தேவதை விந்தியா கோபித்துக்கொண்டிருக்கிறாளா? அப்படியானால் அவள் கோபத்தைத் தணிக்க வேண்டும்.

“என்ன தெரிஞ்சுக்கிட்டு வந்திருக்கே நீ? தெளிவாச் சொல்லு!... எங்களுக்குப் பயமாயிருக்கு. பயத்துலே ஒடம்பு நடுங்குது.”

“நா தெரிஞ்சுக்கிட்டு வந்தது என்னன்னா, சாந்த்தால்களோட போங்கா – புங்கி, நம்மோட பாசுலி, தர்ம ட்டாகுர்[4], ரங்க்கிணி, துர்க்கா இவங்களெல்லாம் அளவுகோல்தான். இந்தக் கோலை வச்சுக்கிட்டு நாம இருட்டை அளந்துக்கிட்டிருக்கோம்.”

இதைச் சொல்லிவிட்டு அழுதான் பிராமணன். அவன் சொன்னது எவருக்கும் புரியவில்லை. அந்தப் பேச்சு அவர்களுடைய அமைதியைக் குலைத்ததால் அவர்கள் அவனைப் பைத்தியம் என்று நினைத்தார்கள். அவனுக்கு உறவினர்கள், இரத்தத் தொடர்புள்ளவர்கள் யாரும் அந்த ராஜ்யத்தில் இல்லை. அவனால் கேடுதான் விளையும் என்று நினைத்த மயானத்துச் சண்டாள சாதியினர் அவனுடைய படகின் கயிற்றை அறுத்து விட்டார்கள். அதற்குமுன் அவர்கள் அவனுடைய நெஞ்சில் கத்தியால் குத்தி விட்டார்கள். படகுத் தட்டில் அவனுடைய வீங்கிப்போன, பயங்கரப் பிணம் கிடக்க அந்தப் படகு வெகுநாட்கள் முண்டகாட்டில் மிதந்து கொண்டிருந்தது. ஆச்சரியம் என்னவென்றால், இந்தச் சாவு பற்றி விசாரணை எதுவும் நடக்கவில்லை, விசாரிக்க எவரும்

---

4. ட்டாகுர்: கடவுளைக் குறிக்கும் சொல். உயர்சாதியினரை விளிக்கவும் பயன்படுத்தப்படும்.

முயற்சி செய்யவில்லை. பீமாதல் ராஜ்யத்தில் யாராவது பைத்தியம் அல்லது தொழுநோயாளி கொல்லப்பட்டால் அந்தக் கொலையை எவரும் குற்றமாகக் கருதுவதில்லை.

"யானைங்களெல்லாம் மனுசன் பொறக்கறதுக்கு முன்னாலே படைக்கப்பட்டதாக்கும்!" காட்டுவாசிகளான சண்டாள சாதியினர் சொல்வார்கள். "இல்லாட்டி அதுகளாலே தங்களோட தந்தத்தாலே பூமியை எப்படித் தாங்கிக்க முடியும், சொல்லு!"

இந்தப் பேச்சு உண்மையாக இருக்கலாம். காட்டின் கடவுள், ஜம்புத்தீவின் கருப்பு மனிதர்களால் பூசிக்கப்படுபவள், ஆயுதங்கள் கொடுப்பவள், பயிர் உண்டாக்குபவள், கால்நடைகளைக் காப்பாற்றுபவள், பிறப்பு – புணர்ச்சி – இறப்பு இவற்றை இயக்குபவள், அரண்ய சண்டிகா – அவளுக்கு விந்திய வாசினி என்றும் பெயர் – அவள்தான் பர்ண சபரி. அந்தப் பண்டைய காக்கும் தேவதையின் நம்பிக்கைக்குரிய காவலாளிகள்தாம் இந்த யானைக்கூட்டங்கள். காட்டில் வசிக்கும் சுயாட் இனத்தவரைத் தவிர வேறு யாரும் அவற்றைப் பார்த்ததில்லை.

ஆனால் அவற்றின் பிளிறல் காட்டுக்கு வெளியிலும் கேட்கும். ஒவ்வொரு சமயம் புயல், வெள்ளம் போன்ற இயற்கையின் உற்பாதங்களுக்குப்பின் தங்கள் கூட்டத்திலிருந்து பிரிந்து போன யானைகள் சில நகரத்து எல்லையில் கண்ணில்படும். இடையிடையே புணர்ச்சிப் பருவத்தில் இரண்டு மதம் பிடித்த யானைகள் சண்டை போடும் கர்ஜனை கேட்கும்.

இன்றிரவு மாதிரி.

புயல் – மழை – இடி – மின்னல் சூழ்ந்த பயங்கர இரவு. ரூப் நாராயண் ஆற்றில் தண்ணீர் பொங்கிக் குமுறுகிறது. நிதயாக்காடு புயலால் தாக்கப்பட்டு அழுகிறது. இடையிடையே யானைகளின் பிளிறல், மயானத்துக் கழுகுகளின் காது பிளக்கும் குரல். "ராஜா நல்லாத் தூங்கிக்கிட்டிருக்கான். புயலுக்குப் பயமில்லே அவனுக்கு? ஏன் தூங்க மாட்டான்!" என்று கோபத்தோடு சொல்லிக்கொண்டான் கோலக்.

கோலக் மட்டுமல்ல, ராஜ்யத்தின் மற்ற மக்களும் வெளியில் சொல்லிக்கொள்வார்கள், "ராஜாவோட ராஜ்யம் ராமராஜ்யம். எல்லாரும் சுகமா இருக்காங்க" என்று. ஆனால் ஒளிவு மறைவாகப் பேசிக்கொள்வார்கள் "ஏழையாயிருந்தா, கீழ்ச்சாதிக்காரனாயிருந்தா அவன் மனுசன் இல்லே, அப்படித்தானே?"

இதெல்லாம் கர்க ராஜாவுக்குத் தெரியும். அவர் மகா புத்திசாலி. ஆனால் அவர் இந்தப் பேச்சையெல்லாம் பொருட்படுத்துவதில்லை. அவர் வறண்ட சிரிப்பு சிரித்துக்கொண்டு சொல்வார், "ஆட்சி நடத்தறது சாமானிய விஷயமில்லே. கடலுக்குப் பக்கத்திலே வசிக்கணும், காட்டை வெட்டி நிலத்தைப் பண்படுத்திப் பயிர் செய்யணும், புயல் – மழை – வெள்ளத்தைச் சமாளிக்கணும், காட்டு மிருகங்களை வேட்டையாடிச் சாப்பிடணும், இதையெல்லாம் செஞ்சு செஞ்சு தடியங்களோட ரத்தம் எப்போதும் சூடாவே இருக்கு. ஆட்சியைக் கடுமையா நடத்தல்லேன்னா நானும் காளி கான் ஆயிடுவேன், ஆமா!"

மகிஷாதல் பகுதியில் ஒரு கிராமத்தின் ஜமீந்தார் காளி கான் சிறுவயதிலிருந்தே அடிக்கடி நீலாசலத்துக்குப்போய் சைதன்யரைத் தரிசித்துவிட்டு வந்தார். சைதன்யர் இறந்தபோது துக்கம் மேலிட்டு மிகவும் அழுதார். அவர் பூரிக்குப்போய் ஜெகந்நாதரைத் தரிசனம் செய்துவிட்டு வருவார், சொந்த ஊரில் ஓர் இடையர் சாதிப் பெண்ணை மடியில் வைத்துக்கொண்டு அவளுக்கு இனிப்புத் தின்பண்டங்கள் ஊட்டுவார். அவர் அந்தப் பெண்ணின் அருகில் உட்கார்ந்து தேம்பித் தேம்பி அழுதுகொண்டே, "என் கண்ணே, எனக்கு விஷம் கொண்டு வந்து கொடு, நான் சாகப்போறேன்" என்று அடம் பிடித்தார்.

இறுதியில் அந்தப் பெண், "உசிரை ஏன் விடணும்? அதுக்குப் பதிலா ஒன்னோட சாதிப் பெருமையை விட்டுட்டுப் பெரியவரோட மதத்தைப் பரப்பேன்?" என்று சொன்னாள்.

"நீதான் எனக்கு அம்மா அப்பா, நீ சொல்றபடியே செய்யறேன்" என்று சொல்லிவிட்டுக் காளி கான் தம் மக்களைத் 'தம்பி' என்றழைத்து அவர்களுடன் குலாவத் தொடங்கினார். ஒருசமயம் சண்டாளர்களுடன் சேர்ந்து விழா கொண்டாடப் போவதாக நகரெங்கும் தண்டோரா போட்டு அறிவித்தார். இந்த அறிவிப்பைக் கேட்டுக் கலங்கிப்போன சண்டாளர்களே அவரைப் பிடித்துக் கொன்றுவிட்டார்கள். ஒரு காளி கானுக்கு இந்த முடிவு நேர்ந்ததால் அவர் வழியைப் பின்பற்றும் எல்லோருக்கும் அவருடைய கதிதான் நேரும் என்று நினைத்தார் கர்க ராஜா.

அதற்காக அவர் முற்றிலும் ஈவிரக்கமற்றவர் என்று சொல்ல முடியாது. ஆனால் பிராமண மதத்தையும் பிராமணர்களையும் காப்பாற்றும் விஷயத்தில் அவர் கடுமையாக நடந்துகொண்டார்.

ஆகவேதான், கள்ளுக்கடை கோலக் முண்டகாட்டுக்குப் போய்க் குடியர்களை அழைத்து வருவதில்லை. அவன் முணுமுணுத்தான். "முன்பெல்லாம் சின்னப் பசங்களை வாங்கி

அடிமையா வச்சுக்குவேன், அவங்களுக்குப் பொம்பளை வேசம் போட்டு, சேலை கட்டிவிட்டு, கையிலே வளையலைப் போட்டு முண்டகாட்டுக்கு அனுப்புவேன். அவன் போய், 'கோலக் கடைக்கு வாங்க அந்தக் கடையிலே கள் வாங்கிக் குடிச்சாப் பொணத்துக்குக்கூட உசிர் வந்து ஆடிக் குதிக்கும்'னு ஆசை காட்டி வியாபாரிகளைக் கூட்டிக்கிட்டு வருவான்."

இந்தமாதிரி அவன் பெண் வேடம் போட்ட அடிமைச் சிறுவர்களைப் போதைகொண்ட குடியர்களுக்கு நடுவில் விட்டு விடுவான். அவர்களில் சிலருடைய பெண் வேடம், காதிலும் மூக்கிலும் நகைகள், கிலிபிடித்த முகம் எல்லாம் அவன் கண்ணுக்கு முன்னால் தோன்றி மறைந்தன.

இப்போது அடிமைகள் எங்கே? தவிர, புயலின் இரைச்சல் இன்னும் அதிகமாகி விட்டது. இப்போது வெளியே போனால் ஆபத்துதான். இத்தகைய இரவில் நகரத்துப் பிசாசுகள் தெருக்களில் திரியும். யாராவது தனியாகப் போனால் "எங்கே போறேப்பா?" என்று கேட்டுக்கொண்டே அவனைப் பின்தொடரும்.

ஒரு பக்கம் ராஜாவிடம் பயம், இன்னொரு பக்கம் பிசாசுகளிடம் பயம், பயங்கர இரவு. பெருமூச்சு விட்டான் கோலக். உடனே போய்க் கதவில் இன்னொரு தாழ்ப்பாளையும் போடவேண்டும் என்று தோன்றியது அவனுக்கு.

அப்போதுதான் யாரோ கதவுச் சங்கிலியைப் பிடித்து ஆட்டினார்கள்.

இந்த நள்ளிரவில், இந்தப் புயல் மழையில் கோலக் வீட்டு வாசலில் வந்திருப்பது யார்?

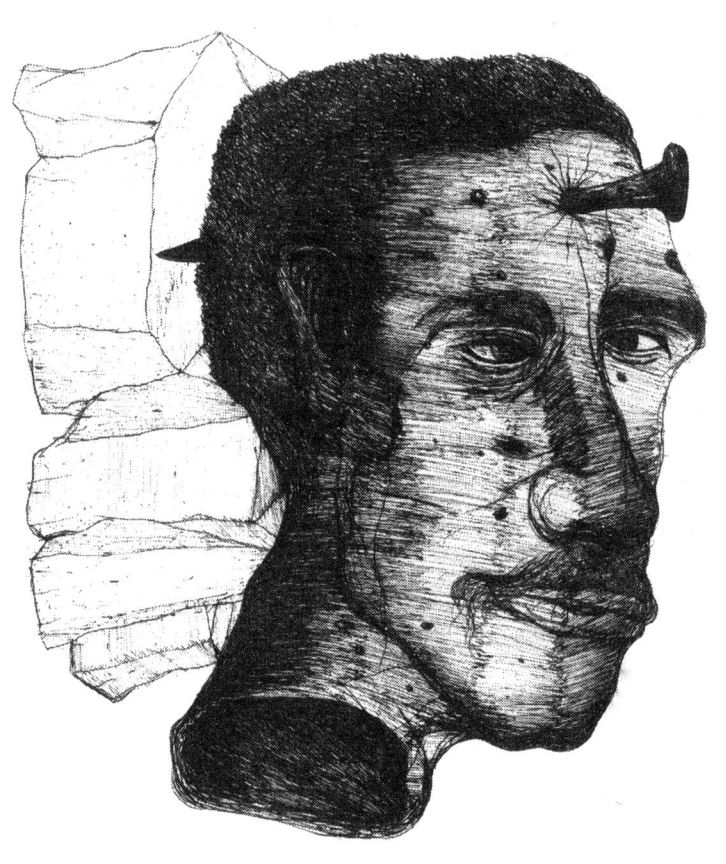

2

வந்திருப்பது சாந்த் மணியின் ஆவியாகத் தான் இருக்கும்.

கோலக்குக்கு வியர்த்துக்கொட்டியது. வயதுக்கு வந்த மகன் சாந்த் மணி வேசி வீட்டில் கொலையுண்ட பிறகு கோலக்குக்கு எப்போதும் மகனுடைய ஆவி பற்றிய பயம் உண்டு.

"யாரு?"

அவன் மெல்லிய குரலில் ஒருமுறை கேட்டான். முன்புபோல் பார்வை இல்லை அவனுக்கு. "நூல் கோர்க்க ஊசித் தொளை தெரிய மாட்டேங்குது" என்று அடிக்கடி குறைப்பட்டுக்கொள்வான். பட்டப் பகலில் ஆவி கண்ணுக்குத் தெரிவதாகக் கற்பனை செய்துகொள்வான். ஆவியிடம் ரொம்ப பயம் அவனுக்கு. இளமைப் பிராயத்துக் கோலக்கை நினைத்து ஏங்குவான். அந்தக் காலத்தில் அவன் தயங்காமல் மனிதனின் கழுத்தில் மூங்கில் தடியை அழுத்திக்கொன்று விடுவான், தேவைப்பட்டால் அப்படி பலமுறை செய்துமிருக்கிறான். மசாலாப் பொருள்கள் எடுத்துச்செல்லும் படகிலிருந்த இரண்டு போர்த்துகீசியக் கொள்ளையர்களை இந்த மாதிரி கொன்று அவர்களுடைய உடல்களை ரூப் நாராயண் ஆற்றில் எறிந்துவிட்டுத் தர்ம ட்டாகுர் சாமிக்கு வாத்து பலியிடப் போயிருக்கிறான். பாவம் புண்ணியம்பற்றிச் சிறிதும் கவலைப்பட்டதில்லை அவன். அப்படிப்பட்டவனுக்கு இப்போது ஆவி யென்றால் பயம்.

"அதோ ஒரு நெழல் மாதிரி போகுது, அது நெழலாக் குதிச்சு ஆடுது" என்று அடிக்கடி

சொல்வான். மயானத்துப் பறையர்களின் குடியிருப்புக்குப் போய்த் தாயத்து வாங்கிக்கொண்டு வருவான்.

"அவன் பேச்சைக் கேட்டு மாதங்கிக்கு எரிச்சல் வரும். அவள் சொல்லுவாள், "போடா கௌவா, பட்டப் பகல்லே நெழலைப் பாக்கறியாக்கும்! வைத்தியன் வீட்டுக்குப்போய்த் தாமரைத் தேன் வாங்கிக்கிட்டு வா. அதைக் கண்ணிலே தடவிக்கிட்டாப் பார்வை தெளிவாகும். நெழல் பாக்கறது குறையும்."

"வைத்தியன் என்னோட சம்பந்தி!"

இதைக் கேட்டு ரொம்பக் கோபம் வந்துவிடும் மாதங்கிக்கு வயது முதிர்ந்த வேசிகளின் வழக்கப்படி அவனைத் திட்டுவாள், "வைத்தியனுக்குக் காசு கொடுக்கமாட்டே! பணப்பையை எடுத்துக்கிட்டு சொர்க்கத்துக்குப் போகப் போறியா? பாவி, பரகாலத்தைப் பத்தித்தான் கவலையில்லே ஒனக்கு இந்தக் காலத்துக்காகவாவது ஒடம்பைப் பாத்துக்க வேணாமா? ஒடம்பை வத்தலா வச்சிருக்கியே! செதையிலே போட்ட எரியுமா? சவத்தைத் தூக்கறவங்களுக்குத்தான் திருப்தியா இருக்குமா?"

இன்றுவரை கோலக் வைத்தியன் வீட்டிலிருந்து தேன் வாங்கி வரவில்லை. இடையிடையே மாதங்கி அவனிடம் சொல்லுவாள், "வைத்தியன் வீட்டுக்குத்தான் போகல்லே, அண்டங் காக்காயோட வால் பக்கத்து எறகைச் சுட்டுக் கண்ணுக்கு மை இட்டுக்கக் கூடாதா?"

கதவுச் சங்கிலி மறுபடி ஒலித்தது. இப்படித் திருப்பித் திருப்பிக் கூப்பிடுவது ஆவியாயிருக்காது.

"யாரு, யாரு?" என்று கேட்டுக்கொண்டே கோலக் கதவைத் திறந்தான்.

"நான் கவி, கவி வந்த்யகட்டி" வந்தவர் இவ்வாறு சொல்லிக் கொண்டு, புயலின் ஓர் அலையோடு உள்ளே நுழைந்து கதவைச் சாத்திக்கொண்டு நின்றார்.

"எனக்கு ஒரு தடி வேணும்!"

கோலக்குக்குப் பேச்சு வெளிவரவில்லை. அவனுடைய விழிகள் குழியைவிட்டு வெளியே பிதுங்கப் பார்த்தன.

"வழியிலே நடக்க முடியல்லே. ரொம்ப வழுக்குது. ஒன் வீட்டுக் கதவிடுக்கு வழியே வெளிச்சம் தெரிஞ்சுது. இன்னிக்குத் தெருவிலே ஈ காக்கா இல்லே, வழிப்போக்கனுக்குத் தடி யாரு தருவாங்க? அதனாலேதான் ஒங்கிட்டே வந்தேன்."

"எங்கிட்டேயா?"

"ஆமாப்பா, கோலக்."

இளைஞரின் குரல் வறண்டிருந்தது. அதில் கம்பீரம் இருந்தது. “நான் ஒரு கெட்ட கனவு கண்டேன்.” இதைச் சொல்லிவிட்டு அவர் ஏதோ நினைவாக நின்றார். நல்ல உயரம். ஆனால் எவ்வளவு உயரம் என்று சரியாக ஊகிக்க முடியாதபடி அவருடைய தோள்கள் சிங்கத்தின் தோள்களைப் போல் மிகவும் அகலமாயிருந்தன. இளம் பருவத்து சால மரம்போல உறுதியும் திண்மையும் வாய்ந்த தோற்றம். அடர்ந்த கருப்பு நிறத் தலைமுடி குட்டையாகப் பிடரியில் ஆடிக்கொண்டிருந்தது. சைதன்யர் நவத்வீபத்தில் வசித்த காலத்தில் இப்படித்தான் முடி வைத்துக்கொண்டிருந்தாராம். அதனால் அந்தக் காலத்து இளைஞர்கள் அதே பாணியில் முடி வைத்துக்கொண்டார்கள். வந்தவருடைய காதில் தங்கக் குண்டலம், கழுத்தில் தங்க ஹாரம். கழுத்து, கை, தோளின் வலுவைப் பார்த்தால் ஒரு காலத்தில் உடற்பயிற்சி செய்திருப்பார் என்று தோன்றியது. அவர் அணிந்திருந்த அகலக்கரை போட்ட விஷ்ணுபூர் வேட்டியிலிருந்தும் காஞ்சீபுரம் பட்டாலான மேல் துண்டிலிருந்தும் தண்ணீர்த் துளிகள் சொட்டி கோலக்கின் அறையின் தரையைச் சேறாக்கிக் கொண்டிருந்தன.

“கோலக், ஏன் ஒண்ணும் பேசாமே இருக்கே?”

இளைஞரின் பேச்சு தெளிவாக இருந்தது. உச்சரிப்பும் மிகவும் சுத்தமாயிருந்தது. இந்தப் பேச்சுமொழியை அவர் முயற்சி செய்து கற்றுக்கொண்டிருப்பார் என்று தோன்றியது.

“ட்டாகுரா?”

கிலியில் கோலக்கின் மனம் ஒரு வினாடியில் இருண்டு போய்விட்டது, பங்குனி மாதத்தில் அறுவடையான நெல்லைக் குத்தும்போது உமி காற்றில் பரவி அந்த இடம் முழுதும் இருட்டாகி விடுவதுபோல. உலக்கைக் குத்து தன் நெஞ்சில் விழுவதுபோல் தோன்றியது கோலக்குக்கு.

அவன் ராஜாவின் பார்வையில் ஏதாவது குற்றம் செய்துவிட்டானா? இல்லாவிட்டால் இந்த மனிதர் ஏன் இங்கு வந்திருக்கிறார்? கர்க ராஜாவை விட அதிகக் கொடூரமானவராச்சே ஹரிஷ் ராயா!

“கீழ்ச்சாதிக்காரங்க செய்யற குத்தத்தை மன்னிக்க மாட்டார், கெழக்கு வங்காளத்துச் சணலாலே திரிச்ச கயித்தாலே கட்டிக்கல்லு மேலே இளுத்துக்கிட்டுப் போவார்! கண்ணு ரெண்டும் குளிக்குள்ளே பந்து மாதிரி சொளலும்!... நா ஒரு குத்தமும் செய்யல்லே, ஐயா!”

கோலக் தடாலென்று தரையில் விழுந்து தன் கைகளால் வந்தவரின் பாதங்களைத் தேடத் தொடங்கினான்.

கிலி பிடித்த கோலக் இப்போது பொந்தில் ஒளிந்திருக்கும் மண்புழு, செருப்புக்குக் கீழே நசுங்கிய எறும்பு. ஏனென்றால் இப்போது அவனுக்கு முன்னால் கவி வந்த்யகட்டி காயி நின்றுகொண்டிருக்கிறார். நகரத்துக் கவி, அரச கவி, அரசகுரு மாதவாசாரியரின் பெண்ணைத் திருமணம் செய்து கொள்ளவிருப்பவர், கர்க வல்லப ராஜாவின் பேரன்புக்குரியவர். ராஜாவுக்குக் கவியின்பால் உள்ள நம்பிக்கைக்கும் அன்புக்கும் ஈடு இணை இல்லை. அவர் தன் பிள்ளையைக்கூடப் பார்க்காமல் ஒருநாள் முழுதும் இருந்து விடுவார், ஆனால் கொஞ்ச நேரம் கவியைப் பார்க்கவில்லையென்றால் தவித்துப் போய்விடுவார். தவிர, கவி அருகில் இல்லாவிட்டால் அவருடைய எல்லாப் பொழுதுபோக்குகளும் மண்ணாகி விடும், ஹோலி விழாவில் அருந்தும் கஞ்சா சர்பத்திலும் ருசி இருக்காது. அதனால்தான் பீமாதல் வாசிகள் தங்களுக்குள் சொல்லிக்கொள்வார்கள், "கோமணங்கட்டிக்கிட்டு வந்த பிராமணன் எப்படியோ ராசாவை வசியம் பண்ணிட்டான். அவன் சொன்னா ராசா விட்டையைக் கூடத் தின்னுடுவான்!"

ராஜா மட்டுமா, மாதவாசாரியர் உட்பட ஊரின் பெரிய மனிதர்களெல்லோருமே கவிக்கு மரியாதை காட்டத் தொடங்கி விட்டார்கள். ஹரிஷ் ராயா மட்டும் கவியின் தோற்றத்தையும், வளர்ச்சியையும் சந்தேகத்தோடு பார்ப்பதாகக் கேள்வி. இந்தக் கணக்கில் ஏதோ ஒரு தவறு இருக்கிறது என்று அவருக்குச் சந்தேகம். ஆனால் அவர் உண்மையில் என்ன நினைக்கிறார் என்பது வெகு சிலருக்கே தெரியும். ஹரிஷ் ராயா ஒருபோதும் சிரிப்பதில்லை, அவருடைய முகத்தில் எப்போதும் சோகமும் கவலையுந்தான் காணப்படும், கோவிலிலுள்ள சுவர்ப் பிறையில் எந்த நேரத்திலும் பயன்பாட்டுக்குத் தயாராக உறைக்குள் கிடக்கும் கூர்மையான வாள்போல இருக்கும். அவருடைய பார்வை.

"ஹரிஷ் ராயா படுபோக்கிரியாக்கும்! கவியை நல்லாச் சிக்க வச்சுத்தான் விடுவான்" என்று ஒருசமயத்தில் பீமாதல் வாசிகள் ஒருவருக்கொருவர் சொல்லிக்கொண்டு சிரிப்பார்கள். ஆனால் ஒருநாள் நடந்த நிகழ்ச்சியில் எல்லோரும் வியப்படைந்தார்கள்.

நகர்ப்புறத்தில் 'வேதே' எனப்படும் நாடோடி இனத்தினர் வந்திருந்தார்கள். ராஜா அவர்களை அழைத்து அவர்களுடைய வில்வித்தையைப் பார்த்துக்கொண்டிருந்தார். மாதவாசாரியரின் பெண்ணுக்கும் கவிக்குமிடையே காதல் பரிமாற்றம் நேர்ந்திருக்க வில்லை; ஆசாரியருக்கும் கவியின்மேல் சந்தேகம் இருந்தது.

அந்த வில்வித்தை நிகழ்ச்சியின்போது ராஜாவும் அவருடைய சபையினரும் வேதேக்களிடமிருந்து வில்லை வாங்கித் தங்கள்

அம்பெய்தும் திறமையைப் பரிசோதித்துக்கொண்டனர். அவர்கள் கவியிடம் வில்லைக்கொடுத்து அம்பெய்தச் சொன்னார்கள். கவி வெகுநேரம் தரையை நோக்கியவாறு உட்கார்ந்திருந்தார். அவருடைய கழுத்தும் காதுகளும் சிவந்துவிட்டன. ராஜா அவரிடம் வேடிக்கையாக "அபயாமங்கள் காவியம் எழுதிக் குறி தவறாமே அம்பு போட்டே, இப்போ இந்த அம்பை எய் பார்ப்போம்" என்று சொல்லிச் சிரித்தார்.

எல்லோரும் வேடிக்கை பார்க்கத் தயாரானார்கள். வில் விளையாட்டின் போதும் நடனமாடும் போதும் தங்கள் ஆரஞ்சுப்பழம்போல் உறுதியான மார்பகத்திலிருந்து முந்தானையை அடிக்கடி விலக்கிக்கொள்ளும் வேதேப் பெண்களும் சிரித்துக்கொண்டு நெருங்கி வந்தனர். சபல புத்தியுள்ள நட்சத்திரங்களின் புணர்ச்சிக் கணத்தில் இந்தப் பெண்கள் பிறந்தார்களோ என்னவோ, இவர்கள் செத்து மண்ணோடு மண்ணாகும் வரையில் தொடர்ந்து தங்கள் உடலை விற்றுக்கொண்டிருப்பார்கள். "ஓலகத்தோட பாவமெல்லாம் எங்க ஒடம்பிலே இருக்காக்கும்! இப்படிச் சொல்லித்தான் பிரும்மா எங்களைப் படைச்சிருக்காரு" என்று வெட்கமில்லாமல் சொல்லிவிட்டுத் தங்கள் இடுப்பை ஆட்டுவார்கள்.

இளம் வேதேப் பெண்கள், குடிபோதையேறிய ராஜா, பரிவாரங்கள் இவர்களுடைய கேலிச் சிரிப்பைத் துடைக்கும் வகையில் கவி எய்த மூன்று நான்கு அம்புகளும் குறி தவறாமல் இலக்கைப் பிளந்தன.

எல்லோரும் இதைப் பார்த்துக் கோலாகலமாக ஆரவாரம் செய்தார்கள். மாதவாசாரியர் கேலியாக, "கவிக்கு இதுகூடத் தெரியுமா? இது பிராமணனோட காரியமில்லையே" என்று சொன்னார்.

மற்றவர்கள் வியக்கும்படி ஹரிஷ் ராயா சொன்னார், "நீலாசலத்திலே என்னோட மச்சினன் இருக்கான். அவனோட குரு வம்சத்திலே எல்லாருமே வில்வித்தையிலே தேர்ச்சி பெத்தவங்க. அவங்க பிராமணங்க தானே?"

அவர் இந்த மாதிரி வெளிப்படையாகக் கவியின் சார்பில் பேசியது பற்றி எல்லோருக்கும் ஆச்சரியம். அவரும் கவியின் ஆதரவாளர் ஆகிவிட்டார் என்று அவர்கள் நினைத்தார்கள்.

இத்தனைக்கும் ஹரிஷ் ராயாவே ராஜாவிடம் அடிக்கடி சொல்லியிருக்கிறார் கவியைப் பற்றி – "கணக்கு சரியாகப் பொருந்தல்லே, ஏதோ ஒரு கோளாறு இருக்கு."

"என்ன கோளாறு?"

"நம்ப முடியல்லே."

"எதை?"

"கனவிலே தேவியோட உத்தரவு கூடவே பாஞ்சாலி[5] இயற்றினது... அதுமூலம் ஒங்களுக்குக்கெடச்ச பெருமை..."

"எதை நம்ப முடியல்லே? எனக்குக்கெடச்ச பெருமையையா?"

"இல்லேயில்லே... ஏனோ தெரியல்லே, என்னாலே இந்தப் பிராமணனைப் புரிஞ்சுக்க முடியல்லே...பணம், கௌரவம் இதைப் பத்திக் கவலை இல்லே, ஒலகத்திலேயே தனக்குத் தோழன் இல்லேங்கற மாதிரி தனியாவே திரியறான், ஒரு படகை எடுத்துக்கிட்டு ரூப் நாராயண் ஆத்திலே அலையறான். இதெல்லாம் பார்த்தா எனக்கு உள்ளூர சந்தேகமாயிருக்கு கௌட (வடக்கு வங்காளம்) நாட்டு மனிசனாயிருந்தா, வங்க (கிழக்கு வங்காளம்) நாட்டுக்காரனாயிருந்தா வேறு விசயம். அவங்களோட பழக்க வழக்கமெல்லாம் நமக்குத் தெரியாது. ஆனா இவன் இந்த நாட்டுக்காரன்; பின்னே யாரோடேயும் சேர்ந்து ஏன் பழகல்லே? இதைப் பாத்துத்தான் எனக்குச் சந்தேகமாயிருக்கு."

மனித இயற்கையில் தானறியாத விதிவிலக்குகள் இருக்குமா என்று நினைத்து ஆச்சரியப்பட்டார் ஹரிஷ் ராயா. எங்கும் சஞ்சரிக்கும் அவரது பார்வை மனிதரின் உள்ளத்தை ஊடுருவ வல்லது. நவத்வீபத்தில் நியாய சாத்திரம் படிக்கும் மாணவர்களுக்கு எழுத்தாணிப் பரீட்சை என்று ஒன்று உண்டு. அதாவது, குரு எழுதப்பட்ட பனையோலைச் சுவடி மேல் எழுத்தாணியை எறிவார். தூரத்திலிருந்து அதைப் பார்க்கும் மாணவர்கள் எழுத்தாணி குத்திய இடத்தில் உள்ள சொல் எது என்று சொல்ல வேண்டும். ஹரிஷ் ராயாவின் பார்வை அந்த எழுத்தாணியைப் போல் கூர்மையானது. அது பார்க்கப்பட்டவனின் உள்ளத்தைக் குத்தி அவனுடைய இரகசிய எண்ணத்தை வெளிக்கொணர்ந்து அம்பலமாக்கிவிடும். ஆனால் அவரால் கவி வந்த்யகட்டியின் மனதை ஊடுருவ முடியவில்லை. இதனால் அவருக்குச் சந்தேகம் ஏற்பட்டது. இதில் ஏதோ இரகசியம் இருக்கிறது!

இப்போது, கவியைத் தன் வீட்டில் பார்த்தபோது கோலக்குக்கு இந்த விஷயங்கள் நினைவுக்கு வந்தன. ஹரிஷ் ராயாவின் சோகம் ததும்பும், வெளுத்த, குரூரமான முகம், கருப்புச் சலவைக்கல்லில் செதுக்கப்பட்ட யட்ச தேவதையின் முகத்தைப்போன்ற ராஜா கர்க வல்லபனின் முகம், இன்னும் வேறு சில பரிச்சயமான, பரிச்சயமற்ற முகங்கள் இவையெல்லாம் அவனது மனக்கண்ணில் பளிச்சிட்டன.

---

5. பாஞ்சாலி: கிராம தேவதைகளின் பெருமையை வருணிக்கும் காவியம்.

இந்த மேதினிபூர்ப் பகுதியில், பீமாதல் ராஜ்யத்தில், கொடிய கலியுகத்தில், அற்புதமான திரைச்சீலைச் சித்திரங்கள் வரையக்கூடிய கலைஞர்கள் இன்னும் இருக்கிறார்கள். சாதாரணமாக, இந்த ஓவியர்கள் வெளியே வருவதில்லை. அவர்கள் வீட்டில் அமர்ந்துகொண்டு தேவதை ஆணைப்படி ஓவியந்தீட்டுவார்கள். அவர்களுடைய வீட்டுக்குப் போய்த்தான் இந்த ஓவியங்களைப் பார்க்க வேண்டும். வீட்டுக்காரக் கிழவனோ கிழவியோ ஓர் இருண்ட அறையில் ஓவியத்தை வைத்துக்கொண்டு உட்கார்ந்திருப்பார்கள். வேறொருவர் ஓவியத்துக்கு எதிரில் விளக்கைக் கொண்டு வரும்போது ஓவியம் பளிச்சிடும்; பார்வையாளன் அந்த இருண்ட அறையில் இடையிடையே துறவி சைதன்யரின் பொன்னிற மேனியைக் காண்பான், பிறகு மறுபடியும் இருட்டு. கிழவன் அல்லது கிழவியின் மூச்சு இரைக்கும், மறுபடி ஒளி வரும்போது ஓவியத்தில் குருட்சேத்திரப் போர்க்காட்சி தெரியும். கர்ணனுக்கு இழைக்கப்படும் கொடுமை, போரிடும் வெறிகொண்ட யானைகள் காலைத் தூக்கி நிற்கும் காட்சி; அல்லது சில சமயம் விளக்கு அணைந்து போய்விட்டால், பிரம்புக் கூடைக்குள் அடைந்து கிடக்கும் நல்ல பாம்பின் மூச்சிறைப்பும் அது சுருளும் ஒலியும் பார்வையாளனின் காதில் பட்டு அவனது நெஞ்சு பயத்தில் உறைந்து போகும்.

இப்போது கோலக்கின் முன்னாலும் இத்தகைய சில முகங்கள் பளிச்சிட்டன. இந்த விபரீத இரவில் கவி அவன் வீட்டுக்கு வந்திருக்கிறார் என்றால் அவனுக்கு ஏதோ அழிவு நெருங்கிவிட்டது.

“ட்டாகுர்! ஓங்காலிலே விளறேன்!” என்று சொல்லிவிட்டு அழத் தொடங்கினான் கோலக். ஆனால் அவனது அழுகை சட்டென்று நின்றுவிட்டது. ஏனென்றால் அவன் கவியின் கண்களில், முகத்தில் பயத்தை – பயங்கரமான அச்சத்தைப் பார்த்தான்.

“ட்டாகுர், ஒனக்கென்ன பயம்?” அவன் ஆச்சரியத்தோடு கேட்டான். வியப்புதான் அவனுக்கு இப்படிக் கேள்வி கேட்கும் துணிவை அளித்தது. வேறு நேரமாயிருந்தால் அவனுக்கு இந்தத் துணிவு வந்திருக்காது.

“கோலக், எனக்கு ஒரு தடி கொடு!”

“ட்டாகுர்!”

“நான் ஒரு கெட்ட கனவு கண்டேன், கோலக்!”

“என்ன கனவு, ட்டாகுர்?”

“ரொம்ப பயங்கரக் கனவு... மூணு ஒலகமும் ஒரே இருட்டு...”

“இருட்டா?”

"ஆமா... ஒரே இருட்டு... சந்திரன் இல்லே, சூரியன் இல்லே, நான் அபயா தேவியைச் சரணடையறேன்... ஆனா..."

"ஆனா என்ன, ட்டாகுர்?"

"அவளோட முகம் முழுவதும் யாரோ இருட்டை அப்பியிருக்காங்க அவளாலே என்னைப் பார்க்க முடியல்லே."

இதைக் கேட்டு இன்னும் வியப்படைந்தான் கோலக். இது ஒரு கெட்ட கனவா? நல்ல கனவு எது, கெட்ட கனவு எதுன்னு கூடத் தெரியாதா இவருக்கு?... கவிமேல் அனுதாபம் ஏற்பட்டது கோலக்குக்கு.

கனவு நல்லதா கெட்டதா என்று அவரே ஆராய என்ன அவசியம் என்று கேட்கத் தோன்றியது அவனுக்கு. கவியின் வருங்கால மாமனார் ஆசாரியர் இருக்கிறார், அவரிடம் போனால் சோழிபோட்டுப் பார்த்துக் கனவின் பலனைச் சொல்லி விடுவாரே!

இப்போது கோலக்குக்குத் திடீரென்று நினைவு வந்தது, நாளையோ நாளை மறுநாளோ கவி வந்த்யகட்டி காயி ராஜசபையில் 'கவி பூஷண்' விருது பெறப்போகிறார் என்று. அப்படிப்பட்டவர் இன்று தாமாக அவன் வீட்டுக்கு வந்திருக்கிறார். இது எவ்வளவு பெரிய பாக்கியம்!

இதைச் சொல்ல வந்தவனின் வாயிலிருந்து அவனறியாமல் வேறு வார்த்தைகள் வெளிவந்துவிட்டன "ஒரு வருசத்துக்கும் முன்னாலே..."

ஓராண்டுக்கு முன்னால், இதேமாதிரி ஒரு மழைக்காலத்தில், ஒரு ஏழை, வழிப்போக்கு இளைஞன் கோலக்கின் கள்ளுக்கடை வாசலுக்கு வந்து, "பீமாதலில் சத்திரம் இல்லையா?" என்று கேட்டான்.

இளைஞனின் சோர்ந்த முகத்தைப் பார்த்துக் கோலக்குக்கு அவன்மேல் இரக்கம் ஏற்பட்டது. அவன்தானே ஓர் இளநீர் எடுத்து வந்து அதை வெட்டிக்கொடுத்தான். ஒரு தேங்காய்த் துண்டும் பாதாஸா[6]வும் கொண்டு வந்து கொடுத்தான். இளைஞன் அதை அவசர அவசரமாகத் தின்றான்.

இளைஞனுக்கு வலுவான தோற்றம். அவனது உலர்ந்த தலைமுடி குட்டையும் நீளமுமாக இருந்தது. ஏதோ ஒரு கூர்மையான ஆயுதங் கொண்டு அது வெட்டப்பட்டிருக்க வேண்டும். அவனது குதிகாலில் ஒரு பெரிய புண். கோலக் அருகம்புல்லை நசுக்கி அதன் சாற்றைப் புண்ணில் தடவினான். அப்போதுதான் கோலக்கின் மகன் இறந்து போயிருந்தான்.

---

6. பாதாஸா: அரிசி மாவும் சர்க்கரையும் கலந்து செய்த ஒரு தின்பண்டம்

மகன் வயதுள்ள இளைஞர்களைப் பார்த்தால் அவர்களிடம் பரிவு உண்டாகும் அவனுக்கு.

'ஒரு புள்ளே, அவன் எந்த ஊரோ தெரியாது, என் வீட்டு வாசல்லே வந்து நிக்கறான், அவனோட நெலையைப் பாத்து எங்கண்ணிலே தண்ணி ஊறுது, பாத்தாக் கருப்புக் கௌராங்கர்[7] மாதிரி இருந்தான், மாதங்கி!" என்று அவன் பின்னர் தன் வைப்பாட்டியிடம் சொன்னான். இளைஞன் தங்கியிருக்கும் சத்திரத்துக்குப்போய் அவனைத் தன் வீட்டுக்குக் கூட்டி வந்து தன் மகனாக வளர்க்கலாமா என்று கூடத் தோன்றியது அவனுக்கு. அவன் உடனே ஒரு போர்வையை எடுத்துப் போர்த்திக்கொண்டு ஒரு தடியைக் கையிலெடுத்துக்கொண்டு சத்திரத்தை நோக்கி நடந்தான்.

ஏமாற்றத்தோடு திரும்பி வந்தான் கோலக். வெகுநேரம் உட்கார்ந்திருந்துவிட்டு, வெல்லக் கருப்பட்டியும் தண்ணீரும் குடித்துக் களைப்புத் தீர்ந்தபின் மாதங்கியிடம் சொன்னான், "அந்தப் பையனுக்கு நிச்சயம் மந்திரம் தந்திரம் தெரியும்போலே இருக்கு. ரொம்ப தூரம் போயிட்டான், மாதங்கி. ராஜாவோட ஒறவுக்காரங்ககிட்டே அடைக்கலம் கெடைச்சுட்டதாம் அவனுக்கு."

அந்தக் கோலக் முன்பிருந்த இடத்திலேயே இப்போதும் இருக்கிறான், ஆனால் அந்த இளைஞனோ வெகுதூரம் போய் விட்டான்.

கோலக் தலையை நிமிர்த்தி கவியின் முகத்தைப் பார்த்தான். கவி விழித்துக்கொண்டுதான் இருக்கிறார். ஆனால் ஏதோ நினைவில் ஆழ்ந்திருக்கிறார், அவருடைய பார்வை எங்கோ நிலைத்திருக்கிறது.

"கோலக், நான் போறேன்" என்று சொல்லிக்கொண்டு கவி கதவைத் திறந்தார்.

புயல் இன்னும் கடுமையாக வீசிக்கொண்டிருக்கிறது, ரூப் நாராயண் இன்னும் கர்ஜித்துக்கொண்டிருக்கிறது, நிதயாக்காடு புயலில் அடிபட்டு இன்னும் பெருமூச்சு விடுகிறது, காட்டு யானைகளின் தீவிரஓலம் இன்னும் கேட்டுக்கொண்டிருக்கிறது. "இந்தமாதிரி பொயல் அடிக்கற ராவிலே சுகமாப் படுத்துத் தூங்கக் கூடாதா?" என்று கேட்டுக்கொண்டே கோலக் கதவைச் சாத்தினான்.

இப்போது அவனால் எரிச்சலை அடக்கிக்கொள்ள முடியவில்லை. "ட்டாகுருக்கு இப்போ யாரும் லட்சியமில்லே. சாதாரண மனிசங்க ஏதாவது கேட்டா பதில் சொல்றதில்லே.

---

7. கௌராங்கர்: சைதன்யர்; கௌராங்கர் என்றால் வெள்ளையுடம்புள்ளவர் என்று பொருள். சைதன்யர் நல்ல சிவப்பு நிறம், எனவே அவரை அவ்வாறு அழைத்தார்கள்.

ரொம்ப அகம்பாவம் பிடிச்சுத் திரிஞ்சா, கடைசியிலே லங்கையோட ராசா நெலைமைதான் ஏற்படுங்கற நெனைப்பு இல்லே" என்று சொன்னான்.

இதைக் கேட்டு எரிச்சல் ஏற்பட்டது பக்கத்து அறையிலிருந்த மாதங்கிக்கு. "ட்டாகுர் யாரையும் பாக்கல்லே, அவரு தன்னோட நெனைப்பிலே முளுகியிருக்காரு" என்றாள் அவள்.

கோலக்கின் மனைவி இறந்தபிறகு மாதங்கி அவனுடைய வைப்பாட்டி. ஒருகாலத்தில் அவளுடைய உடலில் இளமை நீச்சலடிக்கும். அவள் காதில் பவளமும், கழுத்தில் குன்றிமணி மாலையும், இடுப்பில் மஞ்சள் நிறச் சேலையுமாக மினுக்கிக் கொண்டு கள்ளுக்கடை வாடிக்கைக்காரன் ஒவ்வொருவனையும் 'இவன் என்னோட சாத்காம் காதலன், இவன் சந்தீப் வாசி தோழன்' என்றெல்லாம் கொஞ்சிக்கொண்டு அவர்களுக்குக் கள் ஊற்றிக் கொடுப்பாள். கோலக்கின் கள்ளுக்கடையில் வியாபாரிகள், படகுக்காரர்களின் கூட்டத்துக்குக் குறைவிருக்காது.

ஒரு கள்ளுக்கடையில் மாதங்கி 'என்னோட காதலன், ஆகா என்ன அளகு மாதுளம் பூவோட தேன்!' என்று பாடிக்கொண்டு, குண்டியை ஆட்டிக்கொண்டு ஆடுவதைப் பார்த்துத்தான் கோலக்குக்கு இப்படி இடுப்பைக் குலுக்கி ஆடும் ஒருத்தி தன் கடைக்கும் தேவை என்று தோன்றியது. அவன் மாதங்கியையே தன்னோடு அழைத்து வந்துவிட்டான். அதுமுதல் அவனுக்கு அமோக வியாபாரம். தலைமுறை தலைமுறையாக வேசித்தொழில் செய்த குடும்பத்தில் பிறந்ததால் ஆண்களை மயக்கும் கலை மாதங்கிக்குக் கை வந்திருந்தது.

இப்போது அவளுக்கு வயதாகிவிட்டது. பழைய இளமை இல்லை. இப்போது மத அனுஷ்டானங்களில் ஈடுபாடு அதிகமாகிவிட்டது. அவளுக்குக் கோலக்கின் மகன் மீது ரொம்பப் பாசம். அவள் கொடுத்த செல்லத்தால்தான் அவன் நாளடைவில் கெட்டுப் போனான். அவள் இப்போதும் இடையிடையே, "சாந்த்மணி, எங்கேடா போயிட்டே?" என்று கூவியழுகிறாள். இரவின் இரண்டாவது யாமத்தில், நகரம் உறக்கத்தில் ஆழ்ந்திருக்கும்போது கோலக்கின் வீட்டில் ஒரு கிழ வேசியின் புலம்பல் ஒலிக்கும், எதிரொலிக்கும்.

கோலக் சிலசமயம், "ஒன்னோட கண்ணீர் ரொம்பப் பளசாயிடுச்சு" என்று சொல்லித் தன் எரிச்சலை வெளிப் படுத்துவான். "ஒலகத்துலே புதுசு என்னடா இருக்கு முட்டாள்! மொகத்துச் சிரிப்பும் கண்ணுத் தண்ணீருந்தானே ஒலகம்!" என்று சொல்வாள் மாதங்கி.

கவி வந்த்யகட்டி காயி எப்போதும் தன் நினைவுகளிலேயே ஆழ்ந்திருப்பார். நடமாடும்போது சாதாரணமாக எவருடனும்

பேச மாட்டார். இதில் கோலக் எரிச்சலடைவது போல் மாதங்கிக்கு எரிச்சல் ஏற்படுவதில்லை. வேசியின் சிறிய அறையில் உட்கார்ந்து கொண்டு அவள் உலகத்தின் விசித்திரத் தோற்றங்களைத் தரிசித்திருக்கிறாள், கடல்போலத் தன் உள்ளத்துக்குள் ஆண்களின் உள்ளத்தின் உணர்ச்சி வேறுபாட்டுப் பெருக்கை ஈர்த்துக்கொண்டிருக்கிறாள். இன்று பிச்சைக்காரன் நாளை ராஜாவாகி விடுகிறான். இல்லாவிட்டால் கௌட நாட்டு சிம்மாசனத்தில் ஹுசேன் ஷா உட்கார்ந்திருப்பாரா?

இப்படியிருக்கும்போது நேற்று ஒரு ஏழை வெளிநாட்டானாக இருந்த இளைஞன் இன்று நகரத்துக் கவியாக ஏன் ஆகக் கூடாது? அவன் ஏன் எல்லோருடனும் பேசவேண்டும்? மனிதனின் குணம் என்ன நெல்லா அரிசியா, உழக்கால் அளக்க? எவரையும் லட்சியம் செய்யாத பணக்கார நகர வணிகன் அவனுடைய படகு கவிழ்ந்ததால் ஆண்டியாகி, வெறுங் கோவணத்துடன் ஒரு மீன் படகில் ஏறி நகரத்துக்குத் திரும்பி வந்ததும் நேரே வீடு திரும்பாமல், தன்னிடம் எஞ்சியிருந்த கடைசிப் பொற்காசுடன் வேசி வீட்டுக்குள் நுழைந்ததை மாதங்கி பார்த்திருக்கிறாள்.

அதனால் அவள் மனிதனை அவனுடைய வெளிப்புற நடத்தையைக் கொண்டு அளவிடுவதில்லை. அவள் கோலக்கின் பேச்சில் எரிச்சலடைந்து கேட்டாள், “அவன் ஒன் வீட்டு வாசல்லே வந்து சத்திரத்துக்கு வழி கேட்டான்னா அதிலே என்ன வந்தது? இப்போ அவன் யாரோடேயும் பேசறதில்லேன்னு ஏன் முணுமுணுக்கறே? ட்டாகுர் நம் மாதிரி பொணந்தின்னியோடே ஏன் பளகணும்?”

“வாயை மூடுடீ பொம்பளை! அவனோட அகம்பாவத்தைப் பாத்து எனக்குப் பத்திக்கிட்டு வருது. அது ஒனக்கு எப்படிப் புரியும்?” இவ்வாறு சொல்லிவிட்டுக் கோலக் மூங்கில் பரணில் ஏறிப்படுத்துக்கொண்டான். வெகு காலத்துக்குப் பிறகு இப்போது அவன் இன்னும் பணக்காரன் ஆவதற்கு வழி தேடிக்கொண்டிருக்கிறான். ஆகையால் கவியின் நிலையில் ஏற்பட்டுள்ள மாற்றத்தைப் பார்த்து அவனுக்கு நெஞ்சில் வேல் பாய்ந்தாற் போலிருந்தது.

“தேவி வன்பாசுலி, தேவி அபயா, தரிசனம் குடுத்ததுதான் குடுத்தே ஒரு வெளிநாட்டானுக்கா குடுக்கணும்! நா ஒங்கோவில்லே வந்து ஒரு சோடி வாத்து பலி குடுக்கல்லே?... ம், இந்தப் பாளாப்போன கலி காலத்துலே சாமிக்கும் சக்தி இல்லாமே போச்சு!” என்று சொல்லிக்கொண்டே அவன் புரண்டு படுத்தான்.

3

இந்தப் பயங்கர இரவில் கவி வந்த்யகட்டி காயி மாதவாசாரியரின் வீட்டை நோக்கிப் போனார். தெருவில் மனித நடமாட்டம் இல்லை, நரிகள் கூட நடமாடவில்லை; இடையிடையே பளிச்சிடும் மின்னல் ஒளியில் புகலிழந்த பாம்புகள் பயத்தோடு வேகமாக நெளிந்து போவது மட்டும் கண்ணில் படுகிறது. அவற்றின் பொந்துகளில் தண்ணீர் நிரம்பிவிட்டதால் அவை வெளியே வந்துவிட்டன. பீமாதல் ராஜ்யத்தின் நாற்புறமும் புதர்கள், ஏராளமான பாம்புகளின் இருப்பிடம், மனஸா தேவியின் சிம்மாசனம் என்று சொல்லலாம் (மனஸாதேவி பாம்புகளின் கடவுளாகப் பூசிக்கப்படு கிறவள்). ஆகையால் இங்கு பாம்புகள் பயமின்றி நடமாடும். இடையிடையே அரச மருத்துவரின் மருந்துத் தயாரிப்புக்காக சுயாட் இனத்தார் பாம்பு பிடிக்கப் போவார்கள். அவர்கள் காட்டுவாசிகள், அவர்களுக்குப் பாம்பிடம் பயமில்லை, நல்ல பாம்பைக்கூட அனாயாசமாகப் பிடித்து கூடையில் போட்டுவிட்டு பயமின்றி உறங்குவார்கள்.

நல்ல பாம்பு திடீரென்று புற்றிலிருந்து வெளிப்பட்டு எல்லோரையும் திகைக்கச் செய்வது போல, கவி வந்த்யகட்டி காயியும் இந்த ராஜ்யத்தில் திடீரென்று தோன்றியிருந்தார்.

அவர் அரசவையில் நின்றபோது அவருடைய கனவிலாழ்ந்த கண்கள் வியப்பால் விரிந்தன. ஒரு கனவில் ஓர் அபூர்வமான இரத்தினம் இருக்கு மிடத்தைக் கண்டாற்போலும் அந்த இரத்தினத்தை

இந்த அரசவையில் அடைந்தாற்போலும் தோன்றியது அவருக்கு. அவர் தம் உடலில் ஒரு துண்டு மாத்திரம் அணிந்திருந்தார். அவருடைய கால்கள் புழுதி படிந்திருந்தன. அவருடைய கையில் ஒரு கந்தலில் சுற்றப்பட்ட ஒரு பனையோலைக் கட்டு இருந்தது. பரிச்சயமற்ற ஒரு புதிய சூழலில் பயந்துபோய், ஆதரவு ஏதுமின்றித் தனியாக நிற்கும் நிலையில் அந்தக் கந்தல் மூட்டையே தனக்குத் துணை என்று நினைப்பவர் போல அவர் அந்தக் கட்டை இறுகப் பிடித்துக்கொண்டிருந்தார்.

அவர் கை கூப்பிச் சொன்னார், "அரசே, நான் ஓர் ஏழை. ஆனால் வாணி தேவியை வழிபடப் பொருள் தேவையில்லை. நான் கவி வந்த்யகட்டி காயி."

"இது ஒன்னோட உண்மைப்பேரு இல்லையே!"

"இந்தப் பெயரில் நான் அபயாதேவியின் பெருமையைப் பாட வேண்டுமென்று எனக்குக் கனவில் உத்தரவு கிடைத்தது, அரசே!"

'கனவில் உத்தரவு' என்ற வார்த்தைகளைக் கேட்டதும் கருப்புக் கல்லால் சமைக்கப்பட்ட, வாயிற்காப்போனின் கடினமான, கருப்பான, உணர்ச்சியற்ற முகம் போன்ற ராஜா கர்க வல்லபனின் முகத்தில் ஆர்வம் பளிச்சிட்டது.

"எல்லாருக்குந்தான் கனவிலே உத்தரவு கெடைக்குது, அது எங்களுக்குத் தெரியும்" மாதவாசாரியர் கேலிக் குரலில் சொன்னார். ஆனால் அந்தக் கேலி கவியைச் சஞ்சலமடையச் செய்யவில்லை.

"கனவு கெடைச்ச பிறகு நான் ரொம்பத் தொலைவு நடந்து வந்திருக்கேனாக்கும்! சாதாரணமான யாரும் இவ்வளவு தொலைவு நடக்க மாட்டாங்க."

"ஒம் பேரு என்ன?" ராஜா கேட்டார்.

"நான் சொன்னேனே, அதுதான், அந்தப் பேரிலேதான் நான் பாஞ்சாலி எழுதணும்னு உத்தரவாச்சு."

"அந்தப் பேரு ஒனக்கு யாரு குடுத்தாங்க?"

"அம்மா, அப்பா, தோழன், அண்ணன் யாரும் எனக்கு அந்தப் பேரு குடுக்கல்லே."

"ஒருத்தரும் குடுக்காமே பேரு தானாக் கெடைக்குமா?"

கவி சொன்னர், "நான் பொறந்தபோது ஒரு மாமிசப் பிண்டமாத்தான் இருந்தேன். அந்த நெலையிலே யாரும் பேரு

வைக்கறதில்லே. பேரு பின்னாலேதான் வருது. சாமி மனிதனைப் படைக்கறார், மனிதன் பேரைப் படைக்கறான். பேருங்கறது உடுத்தற துணி மாதிரி, அணிகிற நகை மாதிரி, போட்டுக்கிட்டாத் தான் ஒரு மனிசனுக்குப் பொருந்தும். அந்த முறையிலேதான் நான் இந்தப் பேரை எடுத்துக்கிட்டேன். பெரியவங்களே, கேட்டுக்கங்க!"

அப்போதும் மாதவாசாரியருக்குக் கவியின் மேல் நம்பிக்கை வரவில்லை. "இந்தக் காலத்திலே வடக்கு வங்காளத்திலே, கிழக்கு வங்காளத்திலே எல்லாரும் கவியாக ஆசைப்படறாங்க. அசல் யாரு, போலி யாருன்னு கண்டுபிடிக்கறது கஷ்டமாயிருக்கு" என்றார் அவர்.

"இந்த ராஜ்யம் எங்கேயிருக்குன்னு யாரு சொன்னாங்க?"

"கனவிலே தேவி வந்து சொன்னாள் –"கர்கபூர் போ, சந்தத்தோடே என்னைப் புகழ்ந்து ராகத்தோடே பாடு" என்று."

“அப்படியா?”

“நான் ரொம்ப எளியவன். கிராமத்துப் பொண்டுங்க கடவுளாக் கருதி வணங்கற ஆலமரத்துக்குக் கீழே நான் தூங்கிக்கிட்டிருந்தேன்... கும்மிருட்டான இரவு...”

“மேலே சொல்லு!”

“காத்து கூட வீசல்லே, நாலு பக்கமும் எதுவும் அசையல்லே, அந்தச் சமயத்திலே தேவி என் கனவிலே வந்தா.”

“மேலே சொல்லு, நீ நல்லாப் பேசறே.”

“தேவி எங்கிட்டே சொன்னா... இதோ பாருங்க... நீங்க பெரிய மனிசங்க, தேவி பேரைச் சொன்னதும் எனக்கு மயிர்க்கூச்சம் ஏற்படுது... தேவி சொன்னா, ‘கொழந்தே, பீமாதலுக்குப் போய் ராஜாவோட காலைப் பிடிச்சுக்கோ, நீ என் பாஞ்சாலியைப் பாடு, இதுதான் ஒன் வேலை...’”

இதைக் கேட்டு மிகவும் உற்சாகமடைந்தார் ராஜா. செல்வம், மக்கள், கௌரவம் எல்லாம் உள்ளன அவருடைய ராஜ்யத்தில். ஆனால் கவி இல்லை. கவி இல்லையேல் யார் அவருடைய புகழைப் பாடுவார்கள்? இந்தக் கவலை இடையிடையே அவரது உறக்கத்தைக் கெடுத்துக்கொண்டிருந்தது. வெளியிலிருந்து அவரைப் பார்க்கும் மக்கள் அவர் சுகமாக, நிம்மதியாக இருக்கிறாரென்று நினைத்தார்கள். வனவிஷ்ணுபூர், மகிஷாதல், நாடியாஜோல்,

கோபி வல்லப்பூர், ராய்னா போன்ற மேதினிபூர் வட்டாரத்து மற்ற பகுதிகளின் ராஜாக்களெல்லோரும், “பீமாதல்லே லட்சுமி நெலையாகக் குடியிருக்கா. அங்கே ராஜாவுக்கு நிலவரி மாத்திரமில்லே, வியாபாரிகளிடமிருந்தும் சுங்கவரி கெடைக்குது, அவருக்கு மூட்டை மூட்டையாத் தங்கம் சேருது. இந்த மாதிரி யாரு கேட்டிருக்காங்க? வியாபாரத்தாலே வணிகனுக்குதான்

பொருள் சேரும்னு சொல்லுவாங்க. வியாபாரத்தாலே ராஜாவுக்குக் கூட லாபமா!" என்று அதிசயித்தார்கள்.

கர்க வல்லபனுக்கு நிறைய வரிப்பணம் கொடுத்தார்கள் வியாபாரிகள். பீமாதல் ராஜ்யத்தின் மடியில் பெருகிப் பாய்கிறது ரூப் நாராயண் ஆறு. அது சில சமயங்களில் வெறி பிடித்துக் குமுறியெழுந்து பயமூட்டினாலும் மற்ற சமயங்களில் அமைதியாக ஓடுவதால் படகுப் போக்குவரத்துக்கு ஆதரவாயிருக்கிறது. அதில் மீன்களுக்கும் குறைவில்லை. ஆகவே அது மீனவர்கள், படகோட்டிகள், வியாபாரிகளின் வளத்துக்குக் காரணமாக விளங்குகிறது.

"ஒரு தகப்பன் தன் குழந்தைகளைப் பத்திரமாப் பாதுகாக்கற மாதிரி ரூப் நாராயண் பீமாதலைத் தன் நெஞ்சிலே வச்சுக் காப்பாத்திக்கிட்டிருக்கு, பாத்தியா?"

இப்படி எல்லோரும் சொல்வார்கள். கர்க வல்லப ராஜாவுக்குத் தெரியும். தன் செல்வமும் மனித வளமும் ரூப் நாராயணின் கொடை என்று. ராஜாவின் வருமானம் படகுத் துறையில் கிடைக்கும் வரியிலிருந்தும் சந்தை வரியிலிருந்தும் மட்டுமல்ல. மூன்று மாதத்துக்கு ஒருமுறை முண்டகாட்டில் அடிமைச்சந்தை கூடும். அங்கு கீழ்ச்சாதியைச் சேர்ந்த ஆயிரக்கணக்கான ஆண், பெண் அடிமைகள் விற்கப்படுவார்கள். கலையழகு மிக்க செங்கற்களைச் செய்யும் திறமை படைத்த மண் சிற்பிகள் இந்த அடிமைச்சந்தைக்கு மட்டுந்தான் அவ்வப்போது வருவார்கள்.

இந்த ஆயிரத்து ஐந்நூற்றுப் பதினொன்றாம் ஆண்டில் ராஜாக்களுக்கு இத்தகைய செங்கற்களைக்கொண்டு கோவில் கட்டுவதில் தீவிர ஆர்வம். ஆகையால் தேர்ந்த சிற்பிகள் செங்கல்லில் மகிஷாசுரமர்த்தினி, தச மகா வித்யா போன்ற விதவிதமான கடவுளுருவங்களைத் தீட்டிப் பெருமையோடு முழங்குவார்கள், "ராட் வங்காளத்துக் கோவில்களைப் பார்த்துட்டுப் போங்க, கல்லாலான கோவில்களைத் தோக்கடிச்சுடுமாகும்!"

அடிமைச்சந்தை பெயருக்குத்தான் அடிமைச்சந்தை. அதில் மாடு, ஆடு, குதிரை, யானை இப்படி மிருகங்களும் விற்பனைக்கு வரும். மேலும், மண் வினைஞர்களைத் தவிர வேறுவகைச் சிற்பிகளும் வந்து கூடுவார்கள்.

இப்படிப் பல காரணங்களால் ராஜா கர்க வல்லபனின் செல்வம், செழிப்பு, செல்வாக்குக்கு எல்லையில்லை. எனினும் அவருக்குத் திருப்தியில்லை. ஏனென்றால் ஒரு கவியில்லாமல்

தம் புகழை வெகுகாலத்துக்கு நிலைநிறுத்திக்கொள்ள முடியாது என்று அவருக்குத் தோன்றியது.

ஒருநாள் ராஜா, ஹரிஷ் ராயாவோடு தம் அரண்மனையின் சாளரம் ஒன்றுக்கு முன்னால் அமர்ந்திருந்தார். தொலைவில் வெகுதொலைவில் அடர்த்தியாகத் தீட்டப்பட்ட சித்திரம் போல் நிதயாக்காடு. அந்தக் காடு மிகவும் அடர்ந்தது, அது விந்தியமலையின் அடிவாரம் வரை பரவியிருந்தது. அந்தக் காட்டில் மதங்கொண்ட யானைகள் பயமின்றி, சுதந்திரமாகத் திரியும். அவை மனிதனோடு உறவு வைத்துக்கொள்ளவில்லை, ஏனெனில் மனிதன் இப்போது சுதந்திரமானவனவல்ல. அவன் தானாகவே தன் சுதந்திரத்தை இழந்துவிட்டான். அவன் தன் பழக்கங்களுக்கு அடிமை, மூட நம்பிக்கைகளுக்கு அடிமை, தன் இயற்கையுணர்வுகளுக்கு அடிமை. காட்டின், இயற்கையின், பழைமையின் மணம் இப்போது மனிதனிடம் இல்லை.

ஒரு சமயம் இவையெல்லாம் அவனிடம் இருந்தன. அவனுக்குக் கூரிய நகங்கள், பற்கள், திண்ணிய தோள்கள், பிரும்மாண்டமான உடம்பெல்லாம் இருந்தன. யானைகளின் காப்பாளராகக் கருதப்படும் பண்டைக்கால முனிபுத்திரனும் அத்தகைய தோற்றங்கொண்டவராக இருந்திருக்கலாம். இமயமலைக்கும் கடலுக்குமிடையேயுள்ள நிலப்பகுதியில் அவர் யானைகளுடன் வசித்தாராம். யானைகள் அவரைக் கடவுளாகக் கருதித் தங்கள் மொழியில், "ட்டாகுர், எங்களை விட்டுப் போயிடாதே!" என்று சொல்லித் தங்கள் தும்பிக்கைகளால் அவரது உடம்பைத் தடவி வேண்டிக்கொள்ளுமாம். அந்தக் காலத்தில் மனிதனும் யானையும் காதலிக்கும், புணரும், மகவு ஈனும்.

நாளடைவில் மனிதன் நாகரிகம் பெற வேண்டித் தன் நகங்கள், பற்கள், வலுவான கைகள், உடல் ரோமம், சிங்கம் போன்ற தலை இவற்றைத் தியாகம் செய்து அவனுக்கு இப்போதுள்ள தோற்றத்தைப் பெற்றுக்கொண்டான். வன்பாசுலி தேவி அவனுக்கு அவன் வேண்டிய வரத்தைக் கொடுத்துவிட்டுச் சொன்னாள், "ஆனா இனிமேல் ஒனக்கும் மிருகங்களுக்குமிடையே பழைய அன்பு, நட்பு இருக்காது. இனிமேல் அவை ஒன்னைத் தாக்கும், நீ திருப்பித் தாக்குவாய்; நீ தாக்குவாய், அவை திருப்பித் தாக்கும்."

தேவியின் இந்தக் கூற்று மனிதனின் காதில் விழவில்லை. ஏனென்றால் அப்போதுதான் வானத்தில் இடியும் புயலுமாகப் பெரும் ஓசை எழுந்தது, வானமும் காடும் நெஞ்சு பிளக்கக் கதறின. கதறத்தானே செய்யும்! மனிதனும் விலங்கும் பிரிந்து போகின்றார்கள், மனிதன் தன் ஆதிகாலத் தாயான இயற்கையின்

மடியிலிருந்து விலகிப்போகிறான் என்பது பெரும் துக்கமளிக்கும் நிகழ்வுதானே!

அந்தக் கதறலின் ஓசையில் தேவியின் வார்த்தைகளைக் கேட்க இயலவில்லை மனிதனால். அன்றுமுதல் மனிதன் தனியனாகி விட்டான். அவன் கோவணமணிந்து, கையில் வில்லும் அம்பும், தோளில் வலையுமாக விலங்குகளையும் பறவைகளையும் வேட்டையாடத் தொடங்கிவிட்டான். மிருகங்களும் மனிதனைப் பார்த்தால் ஓடத் தொடங்கின.

நிதயாக் காட்டில் மட்டும் மதங்கொண்ட யானைக் கூட்டங்கள் ஆதித்தாயின் காவலர்கள் போல இன்றும் திரிகின்றன. சுயாட் பழங்குடி இனத்தவரைத் தவிர வேறு யாரையும் அவை தமக்கருகில் வர விடுவதில்லை. யானைகளின் ஆதிக்காப்பாளரான அந்த முனிவரின் மகன்தான் சுயாட் இனத்தின் ஆதிமனிதன். அதனால்தான் இந்தப் பீமாதல் ராஜ்யமாகட்டும், மகிஷாதல், நாடியாஜோல் அல்லது வனவிஷ்ணுபூர் ஆகட்டும், எல்லா இடங்களிலும் சுயாட் இனத்தவரைத் தவிர வேறு எவராலும் யானையைப் பிடிக்க முடியாது, யானையின் நோய்களைத் தீர்க்க முடியாது. அவர்களுக்கும் யானைகளுக்குமிடையே நெடுங்காலப் பிணைப்பு. ஆகையால் பீமாதல் ராஜ்யத்தில் ஒரு விதி உண்டு—சுயாட் இனத்தவர் எப்போது வேண்டுமானாலும், எந்த நேரத்திலும் காட்டை விட்டு வந்து ராஜாவிடம் தங்கள் குறைகளைக் கூறலாம். அக்குறைகளைக் களைவது ராஜாவின் கடமை.

இன்னொரு விஷயம்—சுயாட் இனத்தவன் யாராவது தன் இனத்தைத் துறந்து காட்டைவிட்டு நாட்டுக்கு வந்தால் யானைமூலம் அவனது சாவு உறுதி. இந்தச் சத்தியம் பலமுறை நிரூபிக்கப்பட்டிருக்கிறது. காதல் வயப்பட்டோ, பேராசையாலோ, தன் நிலைக்குத் தகாத ஏதோ ஓர் இலட்சிய வெறியாலோ சுயாட் இனத்தான் காட்டைவிட்டு வெளியேறினால் யானையால் ஏதோ ஒருவகையில் அவனுக்குச் சாவு நிச்சயம்.

“சாதியை விட்டு ஓடி வந்தவன் சாவது உறுதி!” என்றான் கோலக்.

“ஏன்?” மாதங்கி கேட்டாள்.

“சுயாட்களுக்கு ஆதரவு அவங்க மட்டுந்தான். அதனாலே அவங்களிலே ஒருத்தன் வெளியே போனா அவங்க சாதி ஒறவுக்காரனை இழந்துடுது, அதோட பலங்குறையுது. அதுக்குத் தண்டனையாத்தான் அவனைக் கொன்னுடுவாங்க.”

இத்தகைய சுயாட் மக்கள், யானைக்கூட்டங்கள் வசிக்கும் நிதயாக் காட்டைப் பார்த்தவாறே கர்க வல்லபன் சொன்னார். "ஒரு கவி வேணும்! அவரில்லாட்டி எனக்கு நிம்மதி இல்லே."

"ஏன்?" ஹரிஷ் ராயா கேட்டார். உத்தரவு போட்டால் கிடைக்கும் பொருளல்லவே கவி! தங்கமாயிருந்தால் பணங்கொடுத்து வாங்கலாம், தானியமாயிருந்தால் விதைத்து அறுவடை செய்யலாம். கவி வேண்டுமென்றால் கிடைத்து விடுவானா?

"கவியில்லாட்டிப் புகழ் நிலைக்காது. ஒரு நாட்டில் பஞ்சமேற்பட்டால் அந்த நாட்டு ஜனங்க வேற நாட்டுக்குப் பிழைக்கப் போறாங்க. ஆர்டா[8]வுக்கு அப்படித்தானே ஒரு கவி வந்தான். இல்லாட்டி அந்த ஊர் ராஜாவுக்கு ஒரு கவி கெடைச்சிருப்பானா?"

"பொகழ் நெலைக்கணும்னா கொளம் தோண்டுங்க, கோவில் கட்டுங்க. இதெல்லாம் செஞ்சாப் பேர் கெடைக்காதா?"

"ஏன் கெடைக்காது? ஆனா எனக்கு ஒரு கவி வேணும்னு ஆசை. கவி ஏட்டிலே எழுதி வச்சா அந்தப் பேருக்கு மதிப்பு அதிகம், அதனாலே மத்த ராஜாக்களுக்கு நம்ம மேலே பொறாமை ஏற்படும், பொறாமையிலே அவங்களோட இடுப்பு முறியும்."

இவ்வாறு ஒரு கவிக்காகக் கர்க வல்லப ராஜா ஏங்கித் தவித்துக்கொண்டிருப்பதை எல்லோரும் அறிந்திருந்த நிலையில், ஒருநாள் இந்த பீமாதல் நகரத்தில் ஓர் இளைஞன் கோலக்கின் கள்ளுக்கடை முன்னால் வந்து நின்றான். "பெரியவரே, சத்திரம் எங்கே இருக்கு?" என்று மட்டுந்தான் அவன் கேட்டான். ஆனால் அவன் கண்களில் வேறு ஏதோ, வேறு ஏதோ இருந்தது. இந்த நகரத்தின் முக்கிய வேசி லகனாவின் இளம் வயதுமகள் அவனைப் பார்த்து உணர்ச்சி வசப்பட்டு விட்டாள். அவள் தன் தாயிடம் சொன்னாள், "அம்மா, அந்த மனிசனை எங்கிட்டே கூட்டிக் கிட்டு வா! ஆகா, என்ன கண்ணு! நாட்டியம் ஆடுது, யாரையும் பாக்கறதில்லே. அவன் கண்ணு எந்தப் பக்கம் பாக்குது அம்மா? அவன் ஏதோ சொப்பனம் பாத்துக்கிட்டே நடந்துபோற மாதிரி இருக்கு? அந்த மனிசன் கெடைக்காட்டி என் நெஞ்சு வெடிச்சுப் போயிடும்!"

மகளைச் சமாதானப்படுத்துவதற்குள் ரொம்பவும் திண்டாடிப் போனாள் லகனா. அந்த வேசிப் பெண் அவரை

---

8. ஆர்டா: மேற்கு வங்கத்தின் பாங்க்கூரா மாவட்டத்திலுள்ள ஓர் ஊர்.

ஒருமுறை பார்த்ததும் அவரிடம், அவரிடம் மட்டுமே, தன் மனதைப் பறிகொடுத்து விட்டாள் என்பது கவிக்குத் தெரியாது.

இவ்வாறுதான் கவி அந்த ராஜ்யத்துக்கு வந்தார்.

கவியின் வருகை ஒரு தெய்வச் செயல் என்று தோன்றியது ராஜா கர்க வல்லபனுக்கு. இல்லாவிட்டால் அபயா தேவிக்கு எப்படித் தெரிந்தது, ராஜா கர்க வல்லபனுக்கு ஒரு கவி தேவையென்று? எப்படித் தெரிந்தது?

அவர் தெளிவற்ற குரலில் ஹரிஷ் ராயாவிடம் சொன்னார். "இதோ பாரு, நாம வருசா வருசம் ஒரு தடவை நிதயாக் காட்டுக்குப் போய் வனபோஜனம் பண்ணிட்டு வரோம். இந்தத் தடவை விந்திய வாசினி கோவிலைப் பழுது பார்க்கணும்."

ஹரிஷ் ராயா இதற்குப் பதில் எதுவும் சொல்லவில்லை. ராஜா கவிக்காக ஏங்கியதையோ, கவி ஒருவர் அவருக்குக் கிடைத்ததையோ அவர் ஒரு பெரிய விஷயமாகக் கருதவில்லை. ராஜாவின் கவி ஆசையை ஒரு குழந்தை விளையாட்டுக்கருவிக்காக ஆசைப்படுவதுபோல் ஓர் அற்ப விஷயமாக நினைத்தார் அவர். கைக்குக் கிடைக்காத வரையில் குழந்தை மண்ணாலான குதிரைப் பொம்மைக்காக அழுது அடம்பிடிக்கும், பொம்மை கிடைத்ததும் அதன் ஆர்வம் தணிந்து விடும். ராஜா ஒரு கவி வேண்டுமென்று ஆசைப்பட்டார். ஆசை நிறைவேறி விட்டது. இந்த மண் குதிரை மேல் அவரது ஆர்வம் எவ்வளவு நாள் நிலைக்கும். ஒரு மாதம், ஒரு வருடம், அஞ்சு வருடம்..?

கவியின் கற்பனைத் திறன், கவிதை புனையும் திறன் இவற்றைப் பற்றி ஹரிஷ் ராயா ஒருபோதும் எவருடனும் விவாதித்ததில்லை. அவருடைய முகபாவத்தில் உணர்ச்சி சிறிதும் இருக்காது. அது கல்லாலான கடவுள் சிலை போலிருக்கும். ஆனால் அவரது பார்வை கூர்மையானது, அதில் சோகத்தின் நிழல் படிந்திருக்கும்.

'நெஞ்சுக்குள் தூக்கி வைத்துக்கொள்வது' என்ற சொலவடைக்கு ஏற்பத்தான் ராஜா கவியை வரவேற்றார். கவி கிடைத்ததில் அவருக்கேற்பட்ட மகிழ்ச்சிக்கு அளவில்லை. இந்த மகிழ்ச்சி அவருக்குக் காமக்களியாட்டத்தில் ஏற்படவில்லை, வேட்டையாடுவதில் தோன்றவில்லை, வெளியூர் வியாபாரிகள் அவரது காலடியில் கூடை கூடையாகப் பொன்னைக்கொட்டும் போதுகூட ஏற்படவில்லை.

வெகு விரைவிலேயே ராஜா தம் வெற்றிலைப் பெட்டியிலிருந்து கவிக்கு வெற்றிலையும் பாக்கும் எடுத்துக்கொடுத்தார். அவருடைய

குதிரைக்குப் பக்கத்தில் கவியின் குதிரை உலா வந்தது. அவர் கவிக்குப் பொருள், கௌரவம், சேவகர்கள் எல்லாம் அள்ளிக் கொடுத்தார்.

கவியின் இந்தத் திடீர் வளர்ச்சியில் மாதவாசாரியருக்கு அவர்மேல் பொறாமை ஏற்பட்டது. அவர் ஹரிஷ் ராயாவைத் தனிமையில் சந்திக்கும்போது, "நீங்க என்ன நெனைக்கறீங்க? அந்த ஆளைப் பத்தி ஏதாவது தெரியுதா?" என்றெல்லாம் அவரைக் கேட்டுத் தொந்தரவு செய்வார்.

இந்தக் கேள்விகளுக்கெல்லாம் ஹரிஷ் ராயா, "எல்லாம் வேளை வரும்போது புரியும்" என்று பதில் சொல்லிவிடுவார். அவர் புத்திசாலியாக இருக்கலாம், தீர்க்கதரிசியாக இருக்கலாம். உண்மை எது, பொய் எது என்பதை விளக்கும் பொறுப்பைக் காலத்தின் கையில் ஒப்படைத்துவிட்டார்.

நாளடைவில் ஒரு புதிய நிகழ்ச்சியின் விளைவாக மாதவாசாரியர் கவியின்மேல் தம் கோபத்தை மறந்துவிட்டார்.

நகரத்தின் சாதாரண மக்கள், பிச்சைக்காரர்கள், கீழ்ச்சாதியினர், கோலக், வேசிகள் இவர்களெல்லோருக்கும் கவியின் மேல் உள்ளூற ரொம்பக் கோபம். கவி எவருடனும் அதிகம் பேசாமலிருப்பதை அவர்கள் அவருடைய அகம்பாவமாகக் கருதினார்கள். அவர் கெட்ட ஆவிகள், பேய்களிடமிருந்து தம் கவித்திறனைப் பெற்றதாக நினைத்தார்கள்.

கவி தாம் அடைந்துவிட்ட உயர்ந்த இடத்திலிருந்து எப்போது கீழே விழுவார் என்று அவர்கள் ஆவலுடன் எதிர்பார்த்திருந்தார்கள். நிச்சயம் ஒருநாள் விழுந்துவிடுவார் என்பதில் அவர்களுக்குச் சந்தேகமே இல்லை. ஒரு சமயம் தங்களைப்போல் சாதாரண நிலையிலிருந்த ஒருவன் இப்படி உயர்ந்தநிலையை எட்டியதை அவர்களால் பொறுத்துக்கொள்ள முடியவில்லை. அவர்கள் எப்போதாவது தெருவில் குணா ஆயியைப் பார்த்தால், "அந்த ஆள் எப்போ கீழே விழுவான்? அவனோட பெருமையைப் பாக்கும்போது நெஞ்சிலே ஈட்டி குத்தறமாதிரி இருக்கு" என்று அவளைக் கேட்பார்கள்.

பீமாதல் வாசிகள் கடவுளால் ஆணையிடப்பட்ட ஒழுங்கில் நம்பிக்கை கொண்டவர்கள். சாதாரணநிலையில் உள்ளவர்கள் எப்போதும் அந்த நிலையில்தான் தொடரவேண்டும் என்பது அவர்களது கருத்து. ராஜாவின் மகன் முரளிசந்திரன் பொன்னாலான பந்தை உதைத்துக்கொண்டு போய் ரூப் நாராயண் ஆற்றுக்குள் தள்ளிவிட்டால் அதுபற்றி அவர்கள்

கவலைப்படுவதில்லை. ஆனால் கவி வன விஷ்ணுபூரில் நெய்த பட்டுவேட்டியை உடுத்திக்கொண்டால் அவர்களுக்கு நெஞ்சு வெடித்துப்போகும்.

ஆனால் இதெல்லாம் கவிக்குத் தெரியாது. இடையிடையே அவர் தெருவில் போகும்போது யாராவது எதிர்பட்டால் மெல்லச் சிரிப்பார். அந்தச் சிரிப்பைப் பார்த்துவிட்டு அவர்கள் தங்களுக்குள், “இரு இரு, இந்தச் சிரிப்பு எவ்வளவு நாள் இருக்கு பாக்கலாம்! இந்த மாதிரி சிரிச்சவங்க எவ்வளவோ பேர் இருக்காங்க. மசானத்துக்குப்போய்ப் பாரு, இப்போ அவங்களோட எலும்பை நரிகள் பந்தாடுது. ஒன் சிரிப்பிலே மயங்கறவங்க இல்லே நாங்க!” என்று கேலியாகப் பேசிக்கொள்வார்கள்.

தம்முடைய ‘அபயா மங்கள்’ காவியம் மூலம் ராஜ்யத்தில் ஓர் இரண்டாவது கைலாசத்தைத் தாம் சமைத்துவிட்டதாக நினைத்தார் கவி. அவர் தம் காவியத்தில் அந்த ராஜ்யத்துக்காடு, ஆறு, மிருகங்கள், பறவைகள், மனிதர்கள் எல்லாவற்றையும் வருணித்து அவற்றை நிலைத்து நிற்கச் செய்துவிட்டதால் தம்மை எல்லா மக்களும் நேசிக்கிறார்கள் என்று நினைத்தார்.

தாம் காவியம் இயற்றிய பிறகு அந்த ராஜ்யத்தில் கோபம், பொறாமை இவையெல்லாம் இருக்காது, எல்லா மக்களும் தாங்களாகவே நல்லவர்களாகி விடுவார்கள் என்று நினைத்தார் கவி. அவர் இவ்வாறு நினைத்ததிலிருந்து மக்கள்பால் அவரது நோக்கு எப்படிப்பட்டது என்று புரியும். மனிதர்களை நல்லவர்களாக்கும் வலிமை ஒரு சிறந்த காவியத்துக்கு உண்டு என்பது அவரது நம்பிக்கை. ஆனால் அவருக்குத் தெரியாது, ராஜ்யத்தில் ஒவ்வொருவரும் ஏதேதோ அவர்களே கற்பனை செய்துகொண்ட காரணங்களுக்காக அவரிடம் கோபங் கொண்டிருக்கிறார்களென்று. தெரியாமலிருந்ததால் தான் அவர் எப்போதும் தம் நினைப்புகளில் மூழ்கியிருந்தார், தெருவில் போகும்போது எல்லோர் மேலேயும் இதமான பார்வையைச் செலுத்திக்கொண்டு சென்றார். இப்போதெல்லாம் கவியின் முகம் தெளிவாக அமைதியாக இருந்தது. லட்சுமியும் அதிருஷ்டமும் ஒருங்கேபெற்ற மனிதனின் முகத்தில் இத்தகைய தெளிவு, அமைதி விளங்குவது இயற்கை.

4

இன்று, பாத்ர மாதத்துத் தேய்பிறை சதுர்த்தியின் புயல்–மழை நள்ளிரவில் பீமாதல் நகர் முழுதும் உறக்கத்தில், அமைதியாக, ஒருவேளை இனிய கனவுகளில்கூட, மூழ்கியிருந்தது. அந்த இனிய கனவுகளை இடையிடையே வெளியிலிருந்து இடியொலிகளும் நிதயாக்காட்டின் யானைகளின் பிளிறல்களும் மரங்கள் மடமடவென்று முறிந்து விழும் ஓசையும் கலைத்துக்கொண்டிருந்தன.

இந்தப் பயங்கர இரவில் கவி வந்த்யகட்டி காயி மட்டும் மாதவாசாரியரின் வீட்டை நோக்கிச் சென்று கொண்டிருந்தார். மாதவாசாரியரின் பெண் ஃபுல்லரா கவியின் மனைவியாகப் போகிறாள். அக்ரஹாயண் (கார்த்திகை) மாதத்தில் திருமணம் நடப்பதாக இருக்கிறது. இந்த இரவில் அவரது உறக்கம் அடிக்கடி கலைந்துப்போகிறது. ஏதேதோ கெட்டகனவுகள் அவரைச் சஞ்சலப்படுத்துகின்றன. என்னவோ தெரியவில்லை, அவருக்கு உடனே ஃபுல்லராவைப் பார்க்க வேண்டுமென்று தோன்றி விட்டது.

ஒரு பிச்சைக்காரன் ஒரு நல்லபாம்பின் தலையிலுள்ள இரத்தினத்தை அடைந்து ராஜாவாகி விட்ட கதைபோல் மாதவாசாரியர் இந்த நகருக்கு வந்ததும் அவர் பெரும்பதவி பெற்றதும் ஓர் ஆச்சரியமான கதைதான்.

அவர் நல்ல பிராமண குலத்தைச் சேர்ந்தவர். அவரது குலப்பெயர் 'காயி'. அவரது சொந்த ஊர் கபிலா ஆற்றின் கரையிலுள்ள மாதங்கி கிராமம்.

கபிலா நீர்வளம் மிக்க ஒரு புண்ணிய நதி. ஆண்டு முழுதும் அதன் இருகரைகளிலுமுள்ள கிராமங்களுக்குத் தண்ணீர் கொடுத்து வருகிறது. அதன் ஒரே பெருமை கபிலேஸ்வர் என்ற பெயர் கொண்ட சிவபெருமானின் கோவில் – ஆற்றங்கரையிலுள்ள ஒரு சிறிய கற்கோவில். எப்போதோ ஒரு துறவி அங்கே அந்த லிங்கத்தைப் பிரதிஷ்டை செய்தாராம். யாராவது ஒரு கிழத்துறவி இப்போதும் தன் உடைந்த குரலில், 'கோவில் கட்டச்சொல்லி உத்தரவு பெற்றேன் கனவில்' என்று அந்தக் கோவில் உருவான கதையைப் பாடுவதைக் கேட்கலாம். 'உன்னை வணங்கினேன், என்னை வளமாக வைத்திரு' என்று வேண்டுதல்கள் தினமும் அரங்கேறும் கபிலேஸ்வரின் சன்னிதியில்.

ஆனால் இந்தக் கொடிய கலிகாலத்தில் கடவுள் வலுவிழந்து விட்டார். ஒருசமயம் பெருமழையில் நாட்டில் மாரிக் காலப் பயிரும் இலையுதிர் காலப் பயிரும் நாசமாகிவிட்டன.

பஞ்சம் வரப்போகிறது என்பது முன்னதாகவே தெரிந்து விட்டது. 'வாஸ்து பூஜா'[9] அன்று மாதங்கி கிராமத்தில் பயங்கரத் தோற்றங்கொண்ட ஒரு கிழவி தென்பட்டாள். பொக்கை வாயிலிருந்து வார்த்தைகள் வரவில்லை, கண்கள் சுழலின் நீர் மாதிரி சுழல்கின்றன. சாலமரம்போல் நெட்டை உருவம்; அவளணிந்திருந்த கந்தைத்துணி கிழக்குக் காற்றில் பறக்கிறது. அவளது பயங்கரத் தோற்றத்தைக் கண்டால் 'ஐயோ, இளமை என்பது இவ்வளவு நிலையற்றதா!' என்று பார்ப்பவர்களுக்குத் தோன்றுவது இயற்கை. அவளுடைய ஒரு கையில் தடி, இன்னொரு கையில் பாம்புக் கூடை. அவள் கோரமாகச் சிரித்துக்கொண்டு, பூசைக்கு வைக்கப்பட்டிருந்த மனஸா தேவிக் குடத்தை உடைத்தெறிந்து கத்தினாள். "வீடு எரிஞ்சு சாம்பலாகட்டும், நான் சாம்பலைத் திங்கறேன்!"

ஊர்ச்சிறுவர்கள் அவளைக் கல்லாலடித்து ஊரைவிட்டு விரட்டினார்கள். எனினும், அவள் மாறுவேடம் புனைந்து வந்த ஒரு தேவதையாக அல்லது மனஸா தேவியாகவே இருக்கலாம் என்று சிலர் சொன்னார்கள்.

சொந்தமான பரம்பரை வீட்டை விட்டுவிட்டு எளிதில் இடம்பெயரத் துணியாத பிராமண இனத்தைச் சேர்ந்தவர் மாதவாசாரியர். ஆனால் தொடர்ந்து பட்டினி கிடக்க நேர்ந்ததால் அவர் இறுதியில் ஓலைச்சுவடிகள் அடங்கிய பிரம்புப் பெட்டியைக் கட்கத்திலும், தாம் பூசிக்கும் சாலிக்கிராமத்தைத்

---

9. வாஸ்து பூஜா: வீட்டு மனைக்குச் செய்யப்படும் பூசை.

தலைமேலும் எடுத்துக்கொண்டு பீமாதல் நகருக்குப்போய்ச் சேர்ந்தார். கூடவே அவருடைய மனைவியின் இடுப்பில் பெண் குழந்தை, தலைமேல் மூட்டை முடிச்சுகளுடன் அவருடைய இரண்டு மகன்கள்.

தெற்கு ராட் பகுதியிலிருந்துகூடப் பஞ்சத்திலடிபட்ட மக்கள் பீமாதலுக்கு வந்தார்கள்; மற்ற ஊர்களைப் பற்றிக் கேட்பானேன்! அவர்கள் உணவு விஷயத்தில் ஆசாரம் பார்க்கவில்லை; காக்கை தின்னி இனத்தாரையும் நாடோடி வேதேக்களையும் போல உடும்பு, காட்டு முயல், முள்ளம்பன்றி என்று எந்த மிருகம் கிடைத்தாலும் அதைச் சுட்டுத் தின்றார்கள். அவர்கள் தாமரைத் தண்டைத் தின்றார்கள், பசிக்கு உணவு கொடுக்க வேண்டுமே என்று இடுப்புக் குழந்தைகளைப் பாதையில் எறிந்துவிட்டு நடந்தார்கள். கணவன் மனைவியை விற்றான், தாய் குழந்தையை விற்றாள். அடிமை வியாபாரம் செய்பவர்கள் ஒரு பிடியரிசி கொடுத்துப் பசியாலழும் குழந்தைகளை வாங்கிக்கொண்டு மாட்டு வண்டிகளில் ஏற்றிக்கொண்டு சென்றார்கள்.

இந்தப் பஞ்சத்தில் ஏராளமான விவசாயிகள் இறந்தனர். பல பிராமணர்கள் தற்கொலை செய்துகொண்டனர். நாற்புறமும் ‘ஐயோ, ஐயோ!’ என்ற ஓலம்.

ஆனால் பீமாதல் நாட்டில் பஞ்சம் இல்லை.

நாள்தோறும் கர்க ராஜாவின் கோடடைக்கு முன்னால் பிச்சைக்காரர்கள் கூடி ‘சோறு கொடுங்க, சோறு கொடுங்க!’ என்று கெஞ்சிக்கொண்டு கோட்டைச் சுவரில் முட்டிக்கொண்டார்கள்.

ஆனால் லட்ச லட்சம் மக்களுக்குக் கெட்டகாலம் வந்தால்தான் விரல்விட்டு எண்ணக்கூடிய ஒரு சிலருக்கு அதிருஷ்ட காலம் வரும். “எண்ணெய்த் தலை மேலே இன்னும் எண்ணெய் ஊத்தத்தான் இந்தப் பஞ்சத்தைக் கொண்டுவந்தியா, லோக நாயகியே?” என்ற பரிதாபக் குரல் கோவில்களில் ஒலித்தது. ஊரில் நிலவரி அதிகாரியும் கணக்குப்பிள்ளையும் இது தங்கள் முன்னேற்றத்துக்கு ஒரு நல்ல வாய்ப்பு என்று கண்டுகொண்டார்கள். அவர்கள் தரிசு நிலங்களைச் ‘சாகுபடி செய்யப்படும் நிலங்கள்’ என்று தங்கள் ஏடுகளில் பதிவு செய்துகொண்டு அந்த ஏடுகளைச் சிவப்புத் துணியில் கட்டி வைத்துக்கொண்டார்கள். பிறகு அவர்கள் காதில் இரும்பு எழுதுகோலும் தலையில் துண்டுமாகக் கள ஆய்வுக்குப்போய், பதினைந்து காட்டா[10] நிலத்தை இருபதாக அளந்தார்கள். பயிரிடத் தகுதியற்ற நிலங்களைச் செழிப்பான விளைநிலங்களாக எழுதிக்கொண்டார்கள். விவசாயிகளின் கெஞ்சல் அவர்களிடம் எடுபடவில்லை.

பஞ்சத்திலடிபட்ட மக்கள் நிலவரி எங்கேயிருந்து கொடுப்பார்கள்? “காசு இல்லையா? அப்படீன்னாப் பாத்திரம் பண்டத்தை வித்துவரிகட்டு!” என்று அதிகாரிகள் அடாவடி செய்தார்கள். அவர்களிடம் அகப்பட்டுக்கொண்ட விவசாயிகள், “வேட்டி வாங்கக் காசு கொடுக்கறோம்” (லஞ்சம் கொடுக்கிறோம்) என்று சொல்லிக் கெஞ்சினால் அவர்கள் லஞ்சத்தை வாங்கிக் கொண்டார்கள், ஆனால் உதவ மறந்துவிட்டார்கள். காசை வேட்டியில் முடிந்துகொண்டு அவர்கள் திரும்பிப் போய்விட்டார்கள்.

விவசாயிகள் பெரிய அரவை இயந்திரத்துக்கு இடையில் அகப்பட்டுக்கொண்டார்கள். அவர்கள் கிராம அதிகாரிகளின் வயிற்றை நிரப்புவதற்காகத் தங்கள் வீட்டுக் கூரையைக்கூட விற்க நேர்ந்தது.

---

10. காட்டா: ஒரு காட்டா என்பது 720 சதுர அடி.

இதன்பிறகு வீடு வாசலைவிட்டு வெளியேறுவதைத் தவிர வேறென்ன வழி? அவர்களில் உடல் வலு உள்ளவர்கள் கொள்ளையடிக்கத் தொடங்கினார்கள். சிலர், “வாங்க, சர்க்கேலை (நிலவரி அதிகாரியை) கொன்னுட்டு நாமளும் சாவோம்!” என்று சொன்னார்கள். ஆனால் இந்த யோசனையைச் செயற்படுத்தும் துணிவு எவருக்கும் வரவில்லை. அதிகாரிகள் ஊரைவிட்டு வெளியேறுபவர்களைப் பார்த்து, “நீங்க போற எடத்துலே யாரு ஒங்களுக்குச் சோறு போடப் போறாங்க? அங்கேயும் எல்லார் வீட்டிலேயும் நெல்லுக்குதிர்லே எலி ஓடிக்கிட்டிருக்கு” என்று சொல்லிச் சிரித்தார்கள்.

மாதவாசாரியர் பீமாதல் நகருக்கு வந்து சேர்வதற்கு முன்னால் வழியில் நடந்து வரும்போதே தம் மனைவியிடம், “ஜபம் தபம் இதெல்லாம் இனிமே உபயோகப்படாது. காலம் மாறிப் போச்சு. இப்போ ஏதாவது தந்திரம் கிந்திரம் பண்ணினாத்தான் பொழைக்க முடியும்” என்று சொன்னார்.

“தந்திரமா?” மனைவி பயந்துபோனாள். பதிலெதுவும் சொல்லத் தெரியவில்லை அவளுக்கு.

“ஆமா, தந்திரந்தான். ஒலகம் என்னைத் தந்திரத்தாலே மோசம் செய்யல்லியா? கணக்குப்பிள்ளை என் நெலத்தைப் பிடுங்கிக் கல்லியா? நானும் தந்திரம் பண்ணியோ, பயமுறுத்தியோ ஒலகத்தை மோசம் செய்யப்போறேன், மறுபடியும் வெங்கலத்தட்டிலே அஞ்சு வெஞ்சனத்தோடே அரிசிச்சோறு சாப்பிடப்போறேன்! என் பேரு மாதவ்!” என்று முழங்கினார் மாதவாசாரியர்.

“அது பிராமணனோட காரியமில்லியே” மெல்லிய குரலில் சொன்னாள் அவருடைய மனைவி. கைக்குழந்தைக்கு முலைப்பால் கொடுத்துக்கொடுத்து அவள் பலவீனமாயிருந்தாள். உரக்கப் பேச முடியவில்லை அவளால்.

“இந்தக் கலிகாலத்திலே பிராமணன் அவனோட தொழிலை மட்டும் செஞ்சுக்கிட்டு இருக்கணுங்கறது அபயாவோட விருப்பமில்லே, நான் நல்லாத் தெரிஞ்சுக்கிட்டேன்.”

உறுதியான முடிவு ஒன்றை எடுத்துக்கொண்ட பீமாதல் நகரத்துக்குள் நுழைந்தார் மாதவாசாரியர்.

கர்க ராஜாவின் நெற்கிடங்கு பொதுமக்களுக்காகத் திறந்து வைக்கப்பட்டிருந்தது. மற்ற பிராமணர்களுக்குக் கிடைத்தாற் போல மாதவாசாரியருக்கும் ஐந்து மரக்கால் நெல் கிடைத்தது.

ஆனால் அவர் அதை வாங்கிக்கொள்ளவில்லை. அவர் வறண்ட குரலில் கம்பீரமாகச் சொன்னார், “இந்த நாட்டிலும்

அழிவு நேரப்போகிறது. ராஜா காளிகாதேவி கோவிலில் இரகசிய பூஜை செய்தால்தான் நாடு பிழைக்கும். அறிகுறிகள் கவலையளிக்கின்றன. வருகிற வழியில் கேள்விப்பட்டேன். பொணந்தூக்கிகள் பாடையை ஒரு மரத்தடியில் வைத்துவிட்டுக் கள் குடிக்கப் புறப்பட்டபோது, அழுகிப்போன அந்தப் பிணம் தலையைத் தூக்கி, 'ஜாக்கிரதை, ஜாக்கிரதை!' என்று எச்சரித்ததாம்!"

அவர் கூறியதைக்கேட்டு எல்லோரும், "ஐயோ!" என்று அலறினார்கள்.

இந்தச் செய்தியைக்கேட்டு ராஜாவும் மந்திரி சுதன்ய தத்தாவும் ஒருவரையொருவர் பார்த்துக்கொண்டார்கள். சுதன்ய தத்தாவின் முரட்டுத்தனத்துக்காக அவரை எல்லோரும் ஹரிஷ்

ராயா என்று அழைத்தார்கள். மயானத்தில் தொழில் புரிந்த அரிச்சந்திரன் சண்டாளன் ஆனதுபோல் சுதன்ய தத்தாவும் மக்கள் நோக்கில் ஹரிஷ் ராயா ஆகிவிட்டார்.

ஹரிஷ் ராயா குற்றவாளியின் கை கால்கள் வெட்டப் படுவதைப் பார்த்துக்கொண்டிருப்பார், திருடனின் தோல்

மகாசுவேதா தேவி

உரிக்கப்படுவதைப் பார்க்கக் கூசமாட்டார். அவர் சொல்வார், "பொம்பளையோட மனசை வச்சுக்கிட்டு ஆட்சி நடத்த முடியாதுப்பா. மனசைக் கல்லாக்கிக்கணும். இல்லாட்டி தருமம் ராஜ்யத்தைவிட்டுப் போயிடும்."

சிரிப்பையே காண முடியாது அவர் முகத்தில். அவருடைய உறுமலைக் கேட்டால் சூலுற்ற பெண்புலியின் வயிற்றிலிருந்து குட்டி வெளியே வந்து விழுந்துவிடும், ராஜாவின் மதங்கொண்ட பட்டத்து யானையும் அடங்கிப் போய்விடும்.

ஹரிஷ் ராயா எந்த உணர்ச்சிச் சுழலில் மூழ்கியிருக்கிறார் என்று யாருக்கும் தெரியாது. அவர் கொடூரமானவர். காரணமில்லாமலே ஒரு குழந்தையைக் கொல்லக்கூடியவர். இத்தனைக்கும் அவர் சிறுபருவத்தில் அன்பே உருவான பெற்றோரிடம் வளர்ந்தவர். அவருடைய தாய் குடை பிடிக்கப்படும் கௌரவம் பெற்றிருந்த ராமசந்திரகானின் பரம்பரையில் வந்தவர். அவருக்குச் சைதன்யரிடம் மிகவும் பக்தி. ராமசந்திரர் ஒரு சிறந்த சைதன்ய பக்தர் என்பதை எல்லோரும் அறிவர்.

இப்படிப்பட்ட பெற்றோருக்குப் பிறந்தும் ஹரிஷ் ராயா ஈவிரக்கமற்றவர், வைணவர்களை வெறுப்பவர். பிராமண மதத்தின் பெருமையைக் காப்பாற்றத் தீவிரமாகப் பாடுபட்டார். அவருக்குப் புலனின்பங்களில் ஆசை இல்லை. சாதாரண மனிதர்களுக்கு எவற்றில் ஆசையுண்டோ அவற்றில் அவருக்கு ஆசையில்லை. உறுதியான குணமுள்ளவரிடம் எல்லோருமே பயப்படுவார்கள்.

ஹரிஷ் ராயா யாரையும் நம்புவதில்லை. இந்த பீமாதல் ராஜ்யத்துக்குப் பல வகை மனிதர்கள், வெவ்வேறு இனத்தார் வருகிறார்கள். அவர்கள் என்ன நினைக்கிறார்கள், என்ன செய்கிறார்கள் என்பதெல்லாம் அவருக்குத் தெரியும்.

மாதவாசாரியரின் யோசனையைக் கேட்டு ஹரிஷ் ராயா அதை ராஜாவின் காதில்போட்டு மெல்லிய குரலில் சொன்னார், "நாட்டிலே இப்போ பஞ்ச காலம். இந்தச் சமயத்திலே ஜனங்களுக்கு முன்னாலே ரொம்ப விமரிசையா பூசை நடத்தினா ஜனங்க பிரமிச்சுப் போவாங்க, ராஜாகிட்டே இன்னும் அதிகமாப் பயப்படுவாங்க."

சைதன்ய மகாப் பிரபுவின் வருகையால் நாட்டில் சில அடிப்படை மாற்றங்கள் ஏற்பட்டுவிட்டன என்பது ஹரிஷ் ராயா ஒருவருக்குத்தான் புரிந்திருக்கும். விரும்பினாலும் விரும்பாவிட்டாலும் ஒரு புதுயுகம் பிறந்துவிட்டது. ஒரே சமயத்தில் ஒரு பக்கம் இஸ்லாம், இன்னொரு பக்கம் சைதன்யரின்

போதனையின் தாக்கத்தால் கீழ்ச்சாதியினருக்குப் புதுமரியாதை கிடைத்திருக்கிறது.

அதனால்தான் ஹரிஷ் ராயா அடிக்கடி சொல்வார், “இப்பல்லாம் ஜனங்க சீக்கிரம் உணர்ச்சி வசப்படறாங்க. சரக திருவிழா[11]விலே எல்லாத் தடியங்களும் எல்லோரையும் கூட்டிக்கிட்டு ரெண்டு கையையும் தூக்கிக்கிட்டுக் குதிக்கறாங்க, பார்க்கல்லியா? அவங்க கும்பிடறது சிவனை, ஆனா பூசை பண்றது சைதன்யர் வழியிலே. இந்தப் புதிய வழக்கம் எல்லா எடத்திலேயும் நுழைஞ்சிடுச்சு. அதனாலேதான் நடுநடுவே பட்டணத்திலே திறந்த வெளியிலே தூக்குத்தண்டனை நடத்தணும். பூசை, உத்சவம் எல்லாம் ஆடம்பரமாச் செய்யணும். இல்லாட்டி ராஜாவோட பெருமை நிலைக்காது. இது சத்தியம்!”

இதற்காகத்தான் மக்களுக்கு ஹரிஷ் ராயாவிடம் ரொம்ப பயம், மாதவாசாரியர் தம் இரகசிய பூசை யோசனையை வெளியிட்டபோது ஹரிஷ் ராயா, “இந்தப் பிராமணன் ரொம்ப கர்வக்காரன் போலே இருக்கு. இவனைக் கவனிச்சுக்கணும்” என்று தனக்குள் சொல்லிக்கொண்டார்.

அவர் மாதவாசாரியரிடம், “நீங்க யாருக்கும் அடிமையில்லே, யாரையும் புகழ்ந்து வசப்படுத்தி வாழவேண்டிய அவசியமில்லே ஒங்களுக்கு. ரகசிய பூசை பண்ணணும்னு ஏன் சொல்றீங்க? அப்படிச் செஞ்சா நாடு அமைதியாயிருக்குமா?” என்று கேட்டார்.

மாதவாசாரியர் தன் வறண்ட உதடுகளை நக்கிவிட்டுச் சொன்னார், “பணங்காசிலே எனக்கு ஆசையில்லே, பெரியவரே. நாங்க வெள்ளத்துலே மெதந்துக்கிட்டு வந்தவங்க. காந்தி (ஓர் ஊர்)யிலே வெள்ளம் வந்து ஊரை அடிச்சுக்கிட்டுப் போச்சு. நாங்க சுருள் புழு மாதிரி சுத்திக்கிட்டுச் சுத்திக்கிட்டு இங்கே வந்து சேர்ந்தோம். இந்தக் காலத்திலே லட்சுமி தனக்கு எங்கே இருக்க எடம் கிடைக்குதோ அங்கே இருப்பா. ஒங்களுக்கு ரகசிய பூஜை செய்ய இஷ்டமில்லேன்னா, நான் வேறே எடத்துக்குப் போய் அங்கே பூஜைக்கு ஏற்பாடு செய்யறேன். எனக்குப் பணங்காசிலே ஆசையில்லே. இந்தக் கலிகாலத்திலே நல்ல பேச்சுக் கேக்காதவனை லட்சுமி மதிக்கமாட்டா. என்னைப் போகவிடுங்க. நான் போயிடறேன்.”

மாதவாசாரியரின் எச்சரிக்கையான கண்களைப் பார்த்த ஹரிஷ் ராயா ராஜாவிடம், “அந்த ஆளு விசப்பாம்பு மாதிரி

11. சரக் திருவிழா: வங்காளி ஆண்டின் கடைசி வாரத்தில் நடைபெறும் சிவபூசைத் திருவிழா.

பலே தந்திரக்காரன், சந்தேகமில்லே. ஆனா இரகசிய பூசை பத்தி அவன் சொல்றது சரிதான்னு தோணுது. ஆடம்பரமாக் காளிக்குப் பூசை செஞ்சா ஜனங்க பயந்துபோய் அடங்கியிருப்பாங்க" என்று சொன்னார்.

"அடேயப்பா, என்னோட வமிசத்திலே சல்வ ராஜாவோட சொப்பனத்திலே தேவி வந்த விசயம் ஒங்களுக்கு ஞாபகம் இல்லியா?" கர்க ராஜா கேட்டார்.

"ஞாபகம் இருக்கே."

"அவர் பன்னெண்டு சண்டாளங்களைப் பலி கொடுத்துக் கோவிலுக்கு அஸ்திவாரம் போட்டாரே!"

"ஆமா, அது எல்லாருக்கும் தெரியுமே!"

"ஆனா இப்பல்லாம் ஜனங்களுக்குக் கடவுள்கிட்டேயும் பிராமணங்கிட்டேயும் பக்தி இல்லே. நீலாசல் பிரதேசத்திலே ராஜா ஆனதிலே லாபம் என்னன்னா, கிருஷ்ண பஜனை பண்ற வைஷ்ணவங்க வீட்டுக்குள்ளே வந்துட்டாங்க. அவங்களை மறந்துவிட்டு எங்கேயும் போக முடியாது. பெரிய பெரிய ஆசிரமம் கட்டிக்கிட்டு கை கூப்பிக்கிட்டு, 'ஜீவன்கள்கிட்டே இரக்கங்காட்டு, ஜீவன்கள்கிட்டே இரக்கங்காட்டு!'ன்னு கத்திக்கிட்டுத் திரியறாங்க."

"ஆமா, இது எல்லாருக்குந் தெரியும்."

"இதிலே என்ன பலன்னா, நரபலியை விட்டுடு, சிங்கி மீனை அறுக்கறதைப் பார்த்துக்கூட ஜனங்க பயத்திலே நடுங்கறாங்க. பிராமணர் சொல்றது சரிதான். அவரை உள்ளே கூட்டிக்கிட்டு வா."

அதன்பிறகு கர்க ராஜா, மாதவாசாரியர், ஹரிஷ் ராயா மூவரும் சேர்ந்துகொண்டு இரகசிய பூஜைக்கு ஏற்பாடு செய்தார்கள்.

பூஜைக்கு வேண்டிய காணிக்கைப் பொருளைச் சேகரிக்க ராஜாவின் பணியாளர்கள் வெவ்வேறு திசைகளுக்குச் சென்றார்கள். காணிக்கைப் பொருள் என்றால் பூ அல்ல, பழம் அல்ல, ஒரே ஒரு கீழ்ச்சாதிப் பையன். ஹரிஷ் ராயா சொன்னார், "தேடிக்கிட்டு அலையணுமா? இந்தப் பஞ்ச காலத்திலே தரும சத்திரத்திலே எவ்வளவு அனாதைப் பசங்க சோத்துக் கஞ்சியிலே வாயை வச்சுக்கிட்டு ஒக்காந்திருக்காங்க! கஞ்சி தரையிலே கொட்டிச்சுன்னா அதையும் நக்கத் தயாராயிருக்காங்க, பரதைப் பசங்க! கொஞ்சங்கூட அருவருப்பு இல்லே. ஒரு பயலை

இழுத்துக்கிட்டு வாங்க. அப்பறம் நான் கையிலே அரிவாளை எடுத்துக்கறேன். பய எங்கே தப்பிச்சுக்கிட்டுப் போவான்!"

நிதயாக்காடு பக்கத்தில்தானிருக்கிறது. அங்கே அரண்ய சபரி தேவியின் பண்டைக்காலக் காவலர்களாக யானைக் கூட்டங்கள் பயமின்றி, சுதந்திரமாகத் திரிகின்றன. பீமாதலிலிருந்து விந்திய மலையின் அடிவாரம் வரையில். பலிக்குத் தேர்ந்தெடுக்கப்பட்ட பையன் அந்தக் காட்டுக்குள் ஓடிவிடுவானோ என்ற பயம் இருந்தது ஹரிஷ் ராயாவுக்கு.

அந்த அடர்ந்த காட்டுக்குள்ளே விந்திய வாசினி கோவில். அந்தக் கோவில் எவருடைய அதிகாரத்துக்கும் உட்பட்டதல்ல. ஏனெனில் அது தேவபூமி. வேதத்தால் பர்ணசபரி என்றும், கவி வந்த்யகட்டியால் அபயா என்றும் அழைக்கப்படும் விந்திய வாசினியின் நேரடிக் கண்காணிப்பில் இருக்கிறது அந்தக் கோவில்.

ஒரு காலத்தில், அதாவது மிகவும் பண்டைய காலத்தில், சுயாட், புலிந்தர், சபர் இனத்தார் சரத் காலத்து இரவில் செய்யும் பூஜையில் தேவி தானே ஒரு வனவாசி யுவதியின் வேடத்தில் தோன்றி அவர்களுடன் நடனமாடுவாள், இலுப்பங் கள்ளைக் குடித்துக் களிப்பாள்.

ஆனால் தேவர்களின் சமூகத்துக்கு இது பிடிக்கவில்லை. அவர்கள் சொன்னார்கள், "சீ, சீ! நீ காட்டுவாசிகளின் கடவுளாயிருந்தபோது அப்படி இருந்தாய். அப்போது அவர்களுடன் சேர்ந்து கள்ளுக் குடித்துவிட்டு ஆடினாய், பாடினாய். ஆனால் இப்போது உனக்கு எங்கள் சமூகத்தில் இடம் கொடுத்திருக்கோம். தவிர, உன்னைப் பரமசிவனுக்குக் கலியாணம் பண்ணிக்கொடுத்திருக்கோம். இப்போ உன்னோட இடம் ரொம்ப மேலே. உன் கௌரவத்தை நீதான் காப்பாத்திக்கணும்!"

அதிலிருந்து தேவி மனித உருவில் தோன்றுவதில்லை. எனினும் நிதயாக்காட்டின் உள்ளே மிகவும் உள்ளே ஏதோ ஓர் ஆழ்ந்த இரகசியம் இப்போதும் எதையோ எதிர்பார்த்துக்கொண்டிருப்பது போன்ற ஒரு மாயை பரவியிருக்கிறது.

அதனால்தான் சில சமயங்களில் யானைக் கூட்டம் திடீரென்று நின்றுகொண்டு காதுகளை விறைப்பாக்கிக்கொண்டு எதையோ உற்றுக்கேட்பதுபோல் மெல்ல மெல்ல அசைகின்றன, எதையோ கேட்கின்றன, மெல்ல அசைகின்றன. பிறகு ஒன்றையொன்று பார்க்கின்றன, என்னவோ சொல்லிக்கொள்கின்றன, பிறகு திடீரென்று பயந்த பாவனையில் மௌனமாகப் போய்விடுகின்றன.

நிதயாக்காட்டின் ஆழத்தில் இப்போதும் ஏதோ ஒரு தேவமாயை இருக்கிறது, இடையிடையே மயக்குகிறது. ஏதோ ஒரு தேவதை இப்போதும் ஓர் அரண்யகன்னிகையின் வேடத்தில் அலைவதாக, பறவைகளுடனும் விலங்குகளுடனும் பேசுவதாகத் தோன்றுகிறது.

மரங்கள் செடிகளைத் தேடிக்கொண்டு காட்டுக்குள் போகும் வேதேக்கள், குறிப்பிட்ட திதிகள் அல்லது நட்சத்திர நாட்களில் 'கால்கடா', 'உல்டா கம்பல்' போன்ற மூலிகைச் செடிகளைத் தேடிச் செல்லும் கீழ்ச்சாதிப் பெண்கள் ஆகியோர் சிலசமயங்களில் தேவியின் இந்த மாயையை உணர்கிறார்கள். அவர்கள் காட்டிலிருந்து திரும்பி வந்ததும், "அடேயப்பா! காட்டுக்குள்ளே போகப் போக ஒரே நிசப்தமா இருக்கு, பயமாயிருக்குப் பயத்திலே நெஞ்சு படபடன்னு அடிச்சுக்குது" என்று சொல்வார்கள்.

இந்த நிசப்தம், மௌனம், அடர்த்தியான அமைதி தேவி அபயாவின் மாயையாக இருக்கலாம்.

ஆனால் ஒரு விஷயம் உண்மை. காட்டின் ஆழத்திலுள்ள அபயாதேவி கோவில் வட்டாரத்துக்குள் நுழைய எந்த ராஜாவுக்கும் உரிமை இல்லை. விந்தியவாசினியின் அந்தக் கோவில் மிகப் புராதனமானது, மிகவும் பயங்கரமானது. "இதை விசுவ கர்மா கட்டினானாக்கும்! பிரும்மாண்டமான உடம்புள்ள அதிசயப் பிராணிகள் இதுக்கு வேண்டிய கல்லைத் தூக்கிக்கிட்டு வந்தாங்களாக்கும்! இல்லாட்டி இவ்வளவு பெரிய ஆச்சரியமான கோவிலைக் கட்ட முடியுமா?" என்று பீமாதல் வாசிகள் சொல்வார்கள். "இந்தக் காலத்திலே ராஜாக்களுக்கு முந்தியிருந்த தைரியம் இல்லே... ஒரு காலத்திலே அவங்க தேவி காலடியிலே எவ்வளவு நரபலி கொடுப்பாங்க, தெரியுமா? ஒருத்தரும் எண்ண முடியாதாக்கும்!"

நரபலிக்காகத் தேர்ந்தெடுக்கப்பட்ட சிறுவர்கள், தூக்கு தண்டனை விதிக்கப்பட்டவர்கள், கொடுமைப்படுத்தப்பட்டு ஓடிப்போன அடிமைகள் இவர்களுக்கெல்லாம் இப்போதும் அடைக்கலமாக விளங்கி வருகிறது அந்தக் கோவில். அந்தக் கோவில் வட்டாரத்துக்குள் போய்விட்ட எவனையும் பிடிக்க எந்த ராஜாவுக்கும் உரிமை இல்லை.

இந்த வட்டாரம் மட்டும் எல்லா ராஜாக்களின் ராஜ்ய எல்லைகளுக்கும் அப்பாற்பட்டது. பேலஞ்சோரின் ராஜாவாகட்டும், பீமாதல் ராஜாவாகட்டும் யாரும் அங்கே நுழைய முடியாது.

“ஏன் நுழைய முடியாது?” இந்தக் கேள்வியைப் பலர் கேட்பார்கள். ஆனால் இதற்கான பதில் சுயாட் இனத்துக் கிழவர்களுக்குத்தான் தெரியும், வேறு யாருக்கும் தெரியாது.

அவர்கள் சொல்வார்கள் “இந்தக் லோகத்தில் உள்ள மிருகம், பறவை, மரம், மண்ணு, கல்லு எல்லாத்தையும் மனிசங்க தங்களுக்குள்ளே பங்கு போட்டுக்கிட்டாங்க. அவங்க பங்கு போட்டுக்காத பொருளே கிடையாது – இந்தக் கோவில் வட்டாரத்தைத் தவிர. இதுக்கு மட்டும் எசமான் யாருமில்லே. யாரும் இதைப் பிடிக்க முடியாது. இதைக் கைப்பத்த முயற்சி பண்ணினவன் தொலைஞ்சுடுவான், இது சத்தியம்!”

“இந்த லோகம் ஒரு முக்கோணம். இதை யானைங்க தங்களோட தந்தத்தாலே தாங்கிக்கிட்டு இருக்கு. எல்லா எடத்தையும் பங்கு போட்டுக்கிட்ட மனிசங்களாலே இந்தக் கோவிலை மட்டும் பங்கு போட்டுக்க முடியாது, ஆமா!” என்று சொல்வார்கள் அவர்கள்.

எனினும் ஒவ்வோராண்டும் ஒருநாள் – ஒருநாள் மட்டும் விஜயதசமியன்று காலையில் பேலஞ்சோர் ராஜா, பீமாதல் ராஜா ஆகிய ராஜாக்கள் அங்கு வந்து ‘எல்லை மீறும்’ சடங்கைக் கடைபிடிப்பார்கள். ஏனெனில் ராஜாக்கள் திக்விஜயம் செய்த காலம் மலையேறிவிட்டது. நவாபுக்கு ஆண்டுதோறும் கொடுக்க வேண்டிய காணிக்கையைக் கொடுப்பதற்குள் ராஜாக்களின் இடுப்பு ஒடிந்துபோகிறது, ராஜாக்கள் போடும் வரியைக் கட்டுவதற்குள் குடிமக்களின் உடம்பில் சொறி பிடித்துவிடுகிறது. உலகம் முழுவதும் உள்ள நிலத்தைப்போல, அதிலுள்ள தங்கம் முதலிய உலோகங்களும் ஏற்கனவே பங்கிடப்பட்டுவிட்டன. ஆகையால் திக்விஜயம் செய்வதற்குத் தேவையான பணத்துக்கு ராஜா எங்கே போவான்?

ஆகையால் ராஜாக்கள் ஆண்டுதோறும் ஒருநாள் தங்கள் தங்கள் ராஜ்யத்தின் ‘எல்லையை மீறி’ இங்கு வந்து வனபோஜனம் செய்து திக்விஜயம் செய்ததாகச் சொல்லிக் கொள்கிறார்கள். வாழை மரங்களால் தயாரிக்கப்பட்ட தோரணவாயிலை வாளால் வெட்டி எதிரியின் தலையை வெட்டியதாகத் திருப்தியடைகிறார்கள்.

இது ஆண்டுக்கு ஒருமுறை நடைபெறும் சடங்கு. மற்ற நாட்களில் யாரும் அந்தப் பக்கம் போவதில்லை.

மாதவாசாரியரின் யோசனைப்படி நரபலிக்கான ஏற்பாடு நடந்தபோது, பலிக்குத் தேர்ந்தெடுக்கப்பட்ட சிறுவன்

விந்தியவாசினி கோவிலுக்கு ஓடிவிடாமலிருக்க வேண்டுமே என்று ஹரிஷ் ராயா கவலைப்பட்டார்.

சுயாட் இனத்தைச் சேர்ந்த அந்தப் பையனை ஒரு தர்மசத்திரத்திலிருந்து கூட்டி வந்தார் அவர். அந்தப் பையன், "என்னைக் கொல்லாதீங்க, நீங்க எனக்கு அப்பா மாதிரி!" என்று அலறினான். அவனுடைய கதறல் ஒலி அந்த அமாவாசை இருளைப் பிளந்துகொண்டு வெகு தொலைவுவரை பரவியது.

"காப்பாத்துங்க, என்னைக் காப்பாத்துங்க!" என்று பரிதாபமாகக் கதறினான் பையன். ஆனால் அந்த ஒலி கேட்டுச் சற்றும் கலங்கவில்லை பீமாதல் வாசிகள். ஒரு பிணம் வாயைத் திறந்து 'ஜாக்கிரதை, ஜாக்கிரதை!' என்று எச்சரித்ததாக மாதவாசாரியர் முன்பு கூறியதைக் கேட்டதிலிருந்தே அவர்கள் பயத்தால் உறைந்து போயிருந்தார்கள்.

இப்போது நரபலி கொடுத்துப் பூசை நடக்கிறது என்று கேள்விப்பட்டு அவர்கள் உற்சாகத்தால் மெய்மறந்தார்கள். மனிதன் தான் எவ்வளவு துன்பத்தில் இருந்தாலும் அவன் நிலை எவ்வளவு பரிதாபமாயிருந்தாலும் பிறர் கொடுமைப்படுத்தப் படுவதைப் பார்த்தால் அவன் தன் துன்பத்தை மறந்துவிடுகிறான். திறந்த வெளியில் குற்றவாளியின் தலை வெட்டப்படுவதைப் பார்க்க எல்லோரும் ஆசைப்படுகிறார்கள். ஆண்டுதோறும் காளி பூசையில் எருமை மாடு பலியிடப்படுவதைப் பார்த்து மக்கள் ஆனந்தக் கூத்தாடுகிறார்கள். ஆகையால் அந்தச் சுயாட் சிறுவனின் ஓலத்தால் எவரும் சஞ்சலமடையவில்லை. மாறாக அவர்கள் உற்சாகத்தோடு, "அடே, பஞ்ச காலத்திலே எவ்வளவு பேர் சோறு இல்லாமே செத்துப் போறாங்க! நீ நேரே சொர்க்கத்துக்குப் போகப்போறே. நீ ஏன் அலர்றே?" என்று கத்தினார்கள்.

இரகசிய பூசை தடையேதுமின்றி நிறைவேறியது. அது முதல் ராஜாவுக்கு மாதவாசாரியர் மேல் நல்ல அபிப்பிராயம் ஏற்பட்டது. அவரும் ராஜாவுக்கு நிரந்தர ஆலோசகராக ஆகிவிட்டார். ரூப் நாராயண் ஆற்றை அமைதிப்படுத்துவதற்காக அவரது ஆலோசனைப்படி ஆற்றங்கரையின் இரு பக்கங்களிலும் கற்கள் பதித்து முண்ட காட் புதுப்பிக்கப்பட்டது. மயானத்திலிருந்து மனித மண்டையோடுகள் கொண்டு வரப்பட்டுப் புதிய துறையில் பதிக்கப்பட்டன.

நகரத்து மக்கள் தங்களுக்குள் சொல்லிக்கொண்டார்கள். "அங்கே மசானத்திலேருந்து கொண்டு வந்த மண்டையோடுகள்

மட்டுந்தானா இருக்கு? அதிலே உசிரோடே பொதைக்கப்பட்ட மனிசங்க இல்லையா? சரக்கு எடுத்துவர ஹரிஷ் ராயாவும் பூசை பண்ண மாதவாசாரியரும் இருக்கறபோது நிச்சயம் அதிலே உசிரோடே பொதைக்கப்பட்ட ஆளுங்களும் இருப்பாங்க! இல்லாட்டி ரூப் நாராயண் ஆறு அமைதியாயிருக்குமா?... இங்கே அங்கே விசாரிச்சுப் பாருங்க. நிச்சயம் ஏழெட்டுப் பசங்க காணாமே போயிருப்பாங்க . . . அவங்க எங்கே போயிருப்பாங்க, சொல்லுங்க!"

இவ்வாறு மாதவாசாரியரின் நிலை உயர்ந்து கொண்டிருந்தது. தொடர்ந்து சில ஆண்டுகள் நல்ல மழை பெய்ததால் நல்ல விளைச்சல். நிலவரி வருமானம் பெருகியது. ராஜாவின் பெருமை வளர்ந்தது. படகுத்துறை உறுதியாக இருந்ததால் நிறையப் படகுகள் வந்தன. வரிகள் கொடுத்த பின்பும் வியாபாரிகளுக்குப் பணம் சேர்ந்ததால் அவர்கள் பெருமளவில் அங்கு வந்து வியாபாரம் செய்தார்கள்.

இவ்வளவு செழிப்புக்கும் காரணம் மாதவாசாரியர்தான் என்று தோன்றத் தொடங்கிவிட்டது ராஜாவுக்கு. அவர் மாதவாசாரியருக்கு நிறைய அதிகாரங்கள் கொடுத்தார். மாதவாசாரியருக்குச் செல்வம், அதிகாரம் இவற்றில் ஆசை அதிகம் என்று ராஜாவுக்குத் தெரியும். ஆகவே ராஜ்யத்தில் தருமத்தைக் காக்கும் பொறுப்பு, பாவத்தைத் தண்டிக்கும் பொறுப்பு இவற்றையெல்லாம் மாதவாசாரியருக்கு வழங்கினார். பஞ்சகாலத்து நாய்கள் சவங்களைத் தின்று கொழுப்பது போல மாதவாசாரியரும் அதிகாரபோதையில் பெருக்கத் தொடங்கினார். நாளாக நாளாக அவரது அகங்காரம் வளர்ந்தது. அவருக்குப் பத்துத் தலைகளும் இருபது கைகளும் முளைக்காதது ஆச்சரியந்தான்!

மாதவாசாரியர் பாவிகளைத் தண்டிப்பதில் ராஜாவையும் ஹரிஷ் நாராயணவையும் விட அதிகம் உற்சாகம் காட்டினார். பீமாதல் ராஜ்யத்தில்தான் மற்ற ராஜ்யங்களைவிட அதிகமாக விதவைகள் உடன்கட்டையேற்றப்பட்டார்கள். ஒரு குளம் வெட்டுவதென்றாலும் ஒரு கோவில் கட்டுவதென்றாலும் அதற்கு மாதவாசாரியரின் அனுமதி தேவைப்பட்டது. அவரது அனுமதியின்றிக் குளம் வெட்டப்பட்டால், "என்கிட்டே நல்ல நட்சத்திரம் எதுன்னு தெரிஞ்சுக்காமே கொளம் வெட்டியிருக்கீங்க. அந்தத் தண்ணியைக் குடிச்சா ஜனங்க செத்துப் போயிடுவாங்க" என்று குரலெழுப்புவார்.

அதனால் மக்கள் அவருக்கு நிறையவே 'வேட்டி', அதாவது லஞ்சம் கொடுப்பார்கள். பணப்பையை அவரிடம் கொடுத்து.

"பாப்பார ஐயா, வேட்டி கட்டிக்கங்க" என்று காலில் விழுந்து வணங்குவார்கள்.

உழவு நிலம், செங்கல் வீடு, மா, பலா நிறைந்த தோப்பு, மாடு, ஆடு, அடிமை எதற்கும் குறையவில்லை மாதவாசாரியரிடம். அவர் ஒரு கையால் மூக்குப்பொடி போட்டுக்கொள்வார், இன்னொரு கையில் தாமிரத்தாலான சிங்க முகம் பதித்த தடியை வைத்துக்கொண்டிருப்பார். அவர் தெருவில் நடந்து போனால் பெரியவர்கள் விழுந்து கும்பிடுவார்கள். சிறுவர்கள் ஓட்டம் பிடிப்பார்கள். அவர் பார்வையிலிருந்து மறைந்ததும் அவர்கள், "இந்த மகாபாவியைச் சாமி ஏன் விட்டு வச்சிருக்கு? இந்தப் பாவி வீட்டிலே லெச்சுமி எப்படி இருக்கா? எல்லாம் கலி, கோரமான கலி!" என்று சொல்லிக்கொள்வார்கள்.

அந்த மாதவாசாரியரின் வீட்டை நோக்கித்தான் கவி இப்போது போய்க்கொண்டிருக்கிறார். புயல் – மழை காரணமாகப் பயம் விளைவிக்கும் இரவில் அவர் கெட்ட கனவு கண்டிருக்கிறார். அவர் மாதவாசாரியரின் வீட்டுக்குப் போவதற்குக் காரணம் அவருக்கு மாதவாசாரியரின் பெண்ணின் மேலிருந்த காதல்தான். கெட்ட கனவு கண்டால், துன்பம் ஏற்பட்டால், மனிதன் தன் காதலியைத் தேடுகிறான். காதலியின் கதகதப்பான தோள் மனிதனுக்குக்கொடுக்கும் ஆறுதல் அவனுக்கு வேறெங்கும் கிடைக்காது.

5

கவி மாதவாசாரியரின் வீட்டுப் பின்புறக் கதவின் சங்கிலியை ஆட்டினார். இதுதான் வழக்கம். சங்கிலியொலி கேட்டு ஃபுல்லரா கதவைத் திறப்பாள்.

இந்த நள்ளிரவில் கதவிடுக்கிலிருந்து வெளிச்சம் வருவதைக்கண்டு வியப்படைந்தார் கவி.

"யாரு?" ஃபுல்லராவின் குரல்

"நான் தான்."

"நீயா?"

"ஆமா."

ஃபுல்லரா சட்டென்று கதவைச் சற்றுத் திறந்தாள். கவியைப் பிடித்து அறைக்குள்ளே இழுத்துக்கொண்டு கதவைச் சாத்திவிட்டாள்.

மெல்லிய செங்கற்களால் கட்டப்பட்ட சிறிய அறை. அதில் ஒரேயொரு சாளரம்.

இந்த அறைக்குள் காற்று அசையாது – முஸ்லிம் பக்கிரியின் சமாதி மாதிரி. அடைபட்ட காற்றில் அகல் விளக்கின் புகைமூட்டம். கவியின் கண்களுக்கு எரிச்சல் ஏற்பட்டது. அவர் ஃபுல்லரா பக்கம் திரும்பிப் பார்த்தார்.

கோவிலொன்றின் செங்கல் சுவரில் செதுக்கப் பட்ட ஒரு கின்னரியின் சிலைபோல் ஃபுல்லரா சுவர்மேல் சாய்ந்தவாறு நின்றுகொண்டிருந்தாள். அவளுடைய கால்களில் மூன்று வட கொலுசு; இளவேனிற் காலம் வருகை தரும்போது சற்றும் கூச்சமின்றிப் பகட்டாகத் தன்னையலங்கரித்துக்

கொண்டு வண்டுகளைப் புணர்ச்சிக்கு அழைக்கும் மலர்ந்த மலர்போல, காமத்தின் உருவகமாக இரத்தச் சிவப்பு நிறச் சேலையணிந்திருந்தாள் அவள். அவளுடலில் பல ஆபரணங்கள் – பவழம், முத்து, மரகதத்தாலானவை. அவற்றின் மேல் ஒரு செம்பரத்தை மலர் மாலை. ஒவ்வொரு அணியிலும் நடுநாயகமாக ஒரு படம் விரித்த நாகம் பதிக்கப்பட்டிருந்தது. அவளைப் பார்த்த கவிக்குத் தோன்றியது – நாக தேவதை மனஸாவே யாரோ ஒரு பக்தனின் தவத்துக்கு மகிழ்ந்து அவனுக்கு முன் தோன்றியிருக்கிறாளென்று.

“ஃபுல்லரா!”

உணர்ச்சிவசப்பட்ட கவி கைகளை நீட்டி அவளைப் பிடித்துக்கொள்ள முயன்றார். அவர் கெட்ட கனவு பார்த்துப் பயந்துபோயிருந்தார். கனவு மனிதனைப் பயத்துக்குள்ளாக்குகிறது. ஏனென்றால் காதல் பிறக்கும் இதயமாகிய தாமரையில்தான் கனவும் பிறக்கிறது. மனிதன் தன்னுள்ளே ஆழத்தில் என்னென்ன இரகசியங்கள் உள்ளன என்பதைக் கனவின் மூலமே தெரிந்து கொள்கிறான். அந்த இரகசியங்கள் நிதயாக்காட்டைவிட இருண்டவை. அதனால்தான் மனிதன் திடுக்கிடுகிறான், முன்னொரு காலத்தில் தெய்வச் சிலையின் காலைத்தொடத் தவித்தாற்போல, இப்போது காதலியின் கதகதப்பான உடலைத் தொடத் துடிக்கிறான்.

இந்தக் காலத்தில் மனிதனுக்குத் தெய்வ நம்பிக்கை இல்லை. அதனால்தான் அவன் காதலியின் உடலை ஸ்பரிசிப்பதன் மூலம் புதிய பலம் பெறுகிறான். இப்போதெல்லாம் மனிதன் கொஞ்சங் கொஞ்சமாக தேவதைகளை, அற்புதங்களை விட்டுவிட்டு மண்ணை நோக்கி ஓடிக்கொண்டிருக்கிறான். ஆகையால்தான் கவி ஃபுல்லராவைத் தொடப்போனார்.

ஆனால் யாரோ ஒருவர் கரகரத்த குரலில் “ஜாக்கிரதை! உடம்பைத் தொடாதே!” என்று எச்சரிப்பதைக் கேட்டுத் திடுக்கிட்டார் கவி.

கனவின் நீண்ட கைகள் மடங்கிக்கொண்டன. அவர் பயந்துவிட்டார். “யார்?” என்று கத்தினார். விளக்கின் சுடர் பளிச்சிட்டது.

இதன் பிறகு கவியின் கண்கள் பயத்தில் விரிந்தன. அறையின் மூலையில், இருட்டில் ஒரு கிழவி – அட்டைக் கருப்பு, நரைத்த முடி. தோலில் சுருக்கங்கள் – உட்கார்ந்திருந்தாள். சுடுகாட்டுப் பெண் பிசாசுபோல் பயங்கரத் தோற்றம்; பிசாசு உலகின் நெருப்புப்போன்ற சிவப்புத் துண்டு ஒன்றை அணிந்திருந்தாள் அவள். காதுகளின் துவாரங்களில் நெட்டித்துண்டுகள்; பொக்கை வாய் நரகத்தின் குழிபோல் ஆவென்று திறந்திருந்தது. அவளுடைய பயங்கரச் சிரிப்பில் கேலி –‘மனிச ஒடம்பை வச்சுக்கிட்டுக் குதிக்கறதிலே ஒரு பிரயோசனமும் இல்லே, கடைசியிலே அது என் ஒடம்பு மாதிரிதான் ஆயிடும்’ என்று சொல்வதுபோல.

“நீ யாரு?”

கவி பயந்து போய்க் கேட்டார்.

இவள் பாவிகளின் ஆத்மாவை அங்குசத்தால் குத்தி நரகத்துக்கு இழுத்துப்போகும் நரகப் பெண் பணியாளர்களில் ஒருத்தியாக இருக்கலாம், அல்லது திரேதா யுகத்தில் இந்திரஜித் போரில் உயிரிழந்த இரவில் இராவணனின் முன்தோன்றி அவனைப் பயமுறுத்திய மிருத்யு தேவதையாக இருக்கலாம், அல்லது துவாபர யுகத்தில் கிருஷ்ணனின் மரணத்துக்குப் பின் அர்ஜுனன் தன் வலிமையை இழந்து நிற்க, அவனுடைய பொறுப்பிலிருந்த யாதவப் பெண்டிரைப் போக்கிரிகள் இழுத்துக்கொண்டு சென்றபோது, ஜன நடமாட்டமற்ற வெட்டவெளியில் நின்றுகொண்டு கைகொட்டி, கலகலவென்று அட்டகாசமாகச் சிரித்தவாறு தென்திசையை நோக்கி ஓடிய ஜரதியாக இருக்கலாம்.

கவிக்கு ஏனோ தோன்றியது—இவள் எல்லா மனிதர்களுடனும் சுற்றிக்கொண்டிருக்கிறாள், இறுதியில் அவர்கள் கண்ணில் படுகிறாள் . . . இவளிடமிருந்து மனிதனுக்கு விடுதலையில்லை என்று.

"நீ யாரு?"

"ஒன்னோட ஆசை நாயகி! நீ என்னோட ஆசை நாயகன்."

கிழவி தன் கோழை நிரம்பிய கரகரக்குரலில் ஒரு வேசியின் பசப்பை வருவித்துக்கொண்டு, "ஆசை நாயகன் என்னைப் பாக்க வந்திருக்கான்! ராத்திரி வந்துடுச்சு, என்னைச் சந்தோசப்படுத்த வந்திருக்கான்!" என்று கொஞ்சினாள்.

யாரோ தம் கன்னத்தில் அறைந்தாற் போலிருந்தது கவிக்கு.

இந்தப் பயங்கரமான புயல் – மழை இரவில், இயற்கைக்கு வெறி பிடித்திருக்கும்போது, ரூப் நாராயண் பிசாசுபோல் கர்ஜிக்கும்போது, கவி தம் இதயத்தில் பொங்கி வழியும் காதலுடன் ஃபுல்லராவிடம் ஓடி வந்திருக்கிறார். அவர் தம் அபயாமங்கள் காவியத்தில் குமார், சுலபா ஆகிய ஒரு காதல் ஜோடியின் காதலை வருணித்திருக்கிறார். ஆனால் அவருடைய இதயத்தில் நூற்றுக்கணக்கான குமார்களின் காதல் பொங்கிப் பெருகிக் கோலாகலம் எய்து கொண்டிருக்கிறது.

ஆனால் இந்தக் கிழவி என்ன சொன்னாள்? வேசித் தெருவின் 'கூட்டி விடுபவள்' போல் இடுப்பைக் குலுக்கிக்கொண்டு இவள் என்ன சொன்னாள்? வாழ்க்கை அசிங்கமானது, ஃபுல்லராவின் பால் தம் காதல் அருவருக்கத்தக்க ஒரு களியாட்டம், வாழ்க்கையில் அழகானது என்று எதுவும் மிச்சமில்லை என்று கவிக்குத் தோன்றும்படி கிழவியின் பேச்சில் என்ன விஷம் இருந்தது? தேவதைப் பதுமையிலிருந்து அலங்கார ஆடையணிகளை, அது

அணிந்திருந்த சந்திர மாலையை யாரோ களைந்து அதை அம்மணமாக்கி விட்டார்களே!

ஒருவேளை அவரே புழுவுக்குப் புழுவோ, நரகத்துக் கிருமியோ? இல்லாவிட்டால் இந்த 'ஜரதி' அவரை ஏன் 'ஆசை நாயகன்' என்று அழைக்கிறாள்?

கவியின் மனதில் இவ்வளவு நினைவுகள் தோன்றின, ஆனால் இதெல்லாம் கிழவிக்குத் தெரியாது.

"மொதல்லே இவன் ஃபுல்லரா பக்கம் திரும்பிக்கூடப் பாக்கல்லே, இவன் வேட்டி கட்டின சன்னாசின்னு தோணிச்சு. ஆனா, இந்தப் பொண்ணு இவன்மேலே ஆசைப்பட்டுத் துடிச்சா, இவன் மனசை மயக்கறதுக்காகப் பொண் நரியோட மண்டைக் கொளுப்பைக் கொண்டுவர வேண்டியதாச்சு. இப்போ ஃபுல்லரா இவன் மூக்கிலே கயத்தைக் கட்டி எருமை மாட்டை இளுக்கற மாதிரி இளுக்கறா!"

கிழவி தன் தொளதொளக் கைகளைத் தூக்கி விரல்களைச் சொடக்கிக்கொண்டாள். அப்போது அவள் இடுப்பைக் குலுக்கியதைப் பார்த்தாலே அவள் ஒரு சந்தை வேசி என்று தெரிந்துவிட்டது. ஒருவகைச் சில்லறை வியாபாரிகள் சந்தைக்குச் சந்தைபோய்த் தங்கள் சரக்குகளை விற்றுக்கொண்டு திரிவார்கள். இவர்களுக்கு ஒரு நிலையான வீடு, குடும்பம் இருக்காது. இத்தகையவர்களிடம் நாலு காசுக்கு உடலை விற்று வயிறு வளர்க்கும் வேசிகள் இப்படித்தான் அசிங்கமாக உடலைக் குலுக்கி, மினுக்கி வாடிக்கைக்காரர்களின் காமவெறியைத் தூண்டு வார்கள்.

இந்தவகை வேசிகளை நிறையவே பார்த்திருக்கிறார் கவி. இவர்கள் காதில் பவழம், கழுத்தில் குன்றிமணிமாலை அணிந்துகொண்டு, ராமேஸ்வரம் – தனுஷ்கோடியில் நெய்யப்படும் பச்சை வர்ணச் சேலை கட்டிக் கொண்டு சந்தைகளிலும் தெருக்களிலும் இடுப்பை ஆட்டிக்கொண்டு திரிவார்கள். இவர்களைப் பார்த்ததும் வேசிப் பேட்டையிலுள்ள அலிகள் கைகொட்டிக் கொண்டு

ஆடு ஆடு, இடுப்பைக் குலுக்கு,
வாசிக்கறேன் வாத்தியம்!
குலுக்கு இடுப்பை,
வாசிக்கறேன் வாத்தியம்!

என்று பாடுவார்கள்.

கவி ஏதோ ஒரு கெட்ட கனவு காண்பவர்போல் கிழவியிடமிருந்து பார்வையைத் திருப்பினார்.

மேகங்கள் சூழ்ந்த அமாவாசை இருளில் யாரோ திடீரென்று அவருடைய கண்களுக்கு முன்னால் ஒரு பிரகாசமான விளக்கைக் காட்டினாற்போல அவருடைய கண்கள் கூசின.

சலங்கை, கங்கணம், தோள்வளை, மூக்குத்தி, குண்டலம் . . . ஃபுல்லராவின் உடலில் இவ்வளவு அணிகள் ஏன்? விஷ்ணுபூர்ப் பட்டு நூலில் சரிகை வேலைப்பாடுகள் செய்த பல வர்ண மார்புக் கச்சை . . .

யாருக்காக இவ்வளவு அலங்காரம்?

கவி ஃபுல்லராவைப் பார்த்தார். "இந்தக் கிழவி யாரு?"

"இவ குணா. பாம்பாட்டி சாதி. நான் இவளை 'ஆயி'ன்னு கூப்பிடுவேன்" மெல்லிய குரலில் கிழவியை அறிமுகம் செய்து வைத்துவிட்டு அவளை வெளியே போகச்சொன்னாள் ஃபுல்லரா.

"ஆமா, என் ஆசை ஆம்பளையே, நா மாதாயியோட குணா."

அசிங்கமாகச் சிரித்துக்கொண்டு கிழவி வெளியேறினாள். ஃபுல்லரா கதவைச் சாத்தினாள்.

"ஃபுல்லரா, இவ யாரு?"

"போறபோது சொல்லிட்டுப் போனாளே, கேக்கல்லியா?"

"ஓ, நெசமாவே ஒன்னோட அப்பாவோட வைப்பாட்டியா? அப்படீன்னா நான் கேள்விப்பட்டது நெசந்தான்."

"இல்லே!" ஃபுல்லரா சற்றுக் கோபத்தோடு சொன்னாள்.

"சீ!" புருவத்தைச் சுளித்துக்கொண்டார் கவி.

இந்தச் சிறிய அறையில் அகல்விளக்கின் புகை மண்டிய வெளிச்சத்தில் அந்தக் கிழவியைப் பார்த்துக் கவிக்குத் தோன்றியது – இந்தக் கிழவி சுடுகாட்டிலிருந்து செய்தி கொணர்ந்திருப்பவள், ஆவியுலகத்தின் வேசித் தெருவில் கூட்டிக்

கொடுப்பவள், அமங்கலமானவள், அசுத்தமானவள் என்று. தவிர, இப்போதும் அவருடைய நெஞ்சுக்குள்ளே தசையும் கொழுப்பும் கடும் கிலியால் சுருங்கிக் கிடந்தன. அவர் கெட்ட கனவு கண்டிருக்கிறார், கெட்ட கனவு கண்டிருக்கிறார் அபயா அவர் மீது கோபித்துக்கொண்டிருப்பதாக.

ஃபுல்லரா கோபத்தோடு பல்லால் உதட்டைக் கடித்துக் கொண்டு கவியைப் பார்த்தாள். மாதவாசாரியர் இந்த நகருக்கு வந்தபோது இருந்த வறுமை நிலையில் இன்றும் இருந்திருந்தால் அவள் அடக்கமுள்ளவளாக, பொறுமையுள்ளவளாக இருந்திருப்பாள்.

ஆனால் பழைய வறுமை அவளுக்கு நினைவில்லை, தந்தையின் செல்வம், செல்வாக்கு, கர்வம் இவற்றைத்தான் அவள் பார்த்திருக்கிறாள். பணமிருப்பதால் அவர் எந்த அக்கிரமமும் செய்யலாம் என்று அவளுக்குத் தெரியும். பணக்காரன் எதுவும் செய்யலாம். அதனால்தான், ஒரு கீழ்ச்சாதிப் பெண்ணை வைப்பாட்டியா வைத்திருப்பதற்காகத் தன் தந்தையைக் கவி தாழ்வாகக் கருதியது அவளுக்குக் கோபமூட்டியது.

ஆனால் இப்போதும் கவியின் கண்களில் கிலி, பரிதாபமான கவலை, அவருடைய கழுத்தெலும்பு படபடவென்று அடித்துக்கொள்கிறது, அவரது தலைமுடியிலும் கண்ணிமை களிலும் மழைத்துளிகள் ... ஃபுல்லராவுக்கு அவர் மேல் அனுதாபம் தோன்றியது. அவள் கவியை மிகவும் நேசிக்கிறாள். "உன் கழுத்திலே மாலை போடுவேன்" என்று பல தடவைகள் பாடியிருக்கிறாள். அவள் தனிமையில் அமர்ந்து கவியைப் பற்றி நினைத்தால் அவளுடலில் சூடு ஏறுகிறது, கண்கள் தாமாக மூடுகின்றன, உடம்பு வியர்க்கிறது.

"ஆயியைப் பாத்து ஒனக்குக் கோவம் வந்துடுச்சா?" அவள் மெல்லிய குரலில் கேட்டாள். கவியின் உடல் மணத்தால் அறையின் காற்றில் செறிவு கூடுவது அவளுக்குப் புரிந்தது. அவளருகில் வந்தால் கவியின் தேகத்திலிருந்து ஒருவகை மணம் வருகிறது. அது என்ன மணம்? வியர்வை வாசமா? காமத்தின் மணமா? அல்லது வெறும் இளமையின் வேகமா? தெளிவாகத் தெரியவில்லை அவளுக்கு, ஆனால் சிலசமயம் தோன்றுகிறது – அந்த மணத்தால் அவளுடைய உடல் முழுதும் அனலாகச் சுடுகிறது என்று.

கவியில்லாமல் அவளால் வாழ இயலாது, கவியே அவளுடைய வாழ்வு, அவர்கள் இணைய வேண்டும் என்பதுதான் கடவுளின் விருப்பம் என்று இன்று அவளுக்குத் தோன்றுகிறது.

அவளுடைய வயதுக்காரப் பெண்களெல்லோரும் கற்கள் தொங்கும் ஷாண்டா ஷஷ்டி[12] மரத்தைப்போல இடுப்பில் ஒரு குழந்தையும் மடியில் ஒரு குழந்தையுமாக உட்கார்ந்திருக்கிறார்கள். அவளுக்குச் சிறு வயதிலேயே திருமணம் நடந்தால் மங்கலமில்லை என்று அவள் ஜாதகத்தில் ஏன் எழுதியிருக்க வேண்டும்? ஜாதகப்படி அவளுக்குக் கலியாண வயது வந்து அவளுடைய தந்தை அவளுக்காக வரன் தேடித் தவித்துக் கொண்டிருந்தபோது அவள் ஏன் கவியை அந்தச் சமயத்தில் பார்க்க வேண்டும்?

மலர்கள் பூத்துச் சொரியும் பருவம் அது. காற்றில் கதகதப்பு. பொன்னிறக்கொன்றை, நெருப்பு நிறப் பலாசம் ஆகிய மலர்களின் இதழ்கள் காற்றில் பறக்கின்றன. ஃபுல்லரா அப்போதுதான் தோழியின் வீட்டிலிருந்து தனியாகத் திரும்பியிருந்தாள். அவள் நீலப்பட்டு உடுத்திருந்தாள், முகத்தில் வியர்வைத் துளிகள், உடலில் கவர்ச்சிகரமான சிறு சிறு அசைவுகள்.

அந்தச் சமயத்தில்தான் அவள் கவியை முதன்முதலாகப் பார்த்தாள். ஆச்சரியமான, வேதனைக்குள்ளான முகத்தோற்றம். அவளைப் பார்த்துத் திடுக்கிட்ட அவருக்கு அவளுக்கு வழிவிடத் தோன்றவில்லை. அவர் அவளுடைய கண்களை நேருக்கு நேர் பார்த்துக்கொண்டு சிறிது நேரம் நின்றார், “சுலபா!” என்று தெளிவற்ற குரலில் சொன்னார். மாதவாசாரியரின் பெண்ணாக இருப்பதால்தான் ஃபுல்லராவால் பீமாதல் நகரத்தில் பயமின்றித் திரிய முடிகிறது என்று அவருக்குத் தெரியாது. தாம் கனவில் காணும் அழகி இந்த வசந்த காலத்தில் அவர்மேல் பரிவு கொண்டு நேரே தரிசனமளிப்பதாக நினைத்தார் அவர்.

இந்தத் தற்செயல் சந்திப்பு, காதல், சேர்க்கை எல்லாமே விதியின் கட்டளையாக இன்று ஃபுல்லராவுக்குத் தோன்றுகிறது. முதல் சந்திப்பு நிகழ்ந்த அன்றுதான் ஃபுல்லரா விரதமிருந்து பூசை செய்துவிட்டு அந்தப் பூக்களைக் குளத்தில் போடப் போகும்போது நீலகண்டப் பறவைகளைப் பார்த்தாள். நீலகண்டப் பறவையைப் பார்ப்பதே ஒரு நல்ல சகுனந்தானே! அது நற்செய்தியைத்தான் கொண்டுவரும் என்று யாருக்குத் தெரியாது? வாழை மரங்கள் சூழ்ந்த குளக்கரையில் தனியே நிற்கும் கன்னிப் பெண்ணுக்கு அந்தப் பறவை தரிசனம் தந்தால் அது மங்கலச் செய்தி கொண்டு வந்திருக்கிறது என்று பொருள். இதை நம்பினாள் ஃபுல்லரா.

---

12. ஷண்டா ஷஷ்டி: ஷஷ்டி தேவி மக்களுக்குக் குழந்தைகளை அருளும் கடவுள். ஷாண்டா ஷஷ்டி என்ற மரம் ஷஷ்டி தேவியின் சக்தியைக்கொண்டதாகக் கருதப்படுகிறது. ஆகையால் குழந்தையில்லாதவர்கள் அந்த மரத்தை வழிபட்டுத் தங்கள் பிரார்த்தனையின் அடையாளமாக அதன் கிளைகளில் சிறு கற்களைக் கட்டி வைப்பார்கள்.

ஆகவேதான் கவியைத் தன் மனதிற்குள் வைத்துக்கொண்டால் மட்டும் போதாது என்று அவளுக்குத் தோன்றுகிறது. பெண் பாம்பாகிக் கவியை அப்படியே விழுங்கித் தனக்குள்ளே வைத்துக்கொள்ள விருப்பம் ஏற்படுகிறது. இடையிடையே அவளுக்குக் கவியின் காலுக்கடியில் தூசாகக் கிடக்கத் தோன்று கிறது. பிரபஞ்சம் அழிந்து நாசமானாலும் கவலையில்லை, அவள் மட்டும் நிலையான, குறையாத ஆயுளைப் பெற்று நூறு பிறவிகளில் கவியின் உடலின் மணத்தை முகர வேண்டும் என்று ஆசை தோன்றுகிறது, கவியை ஒரு பிறவியில் மட்டும் அடைவதில் திருப்தி இல்லை என்று தோன்றுகிறது . . .

இப்போது கவியின் கண்களில் கையாலாகாத்தன்மை, சோகம். அவர் தரையைப் பார்த்தார். தரையில் ஓர் ஆசனப் பலகை, மண்சட்டி, பித்தளைக் கண்ணாடி, சாக்குக் கட்டு, கொஞ்சம் கயிறு, துணி பொம்மை, சிவப்பு பூணூல், வாழைப்பழம், பன்றிப்பல், இன்னும் கவிக்குத் தெரிந்த தெரியாத பல பொருள்கள். பல்லைப் பார்த்ததும் கவியின் தோளின் தசை ஒருமுறை சிலிர்த்துக்கொண்டது. காட்டுவாசிகளான சுயாட்கள் இத்தகைய பல்லை வைத்திருப்பார்கள். இதை வைத்திருக்கும் கிழவனுக்கும் இளமை திரும்பும், இது சத்தியம் என்று அவர்கள் சொல்வார்கள்.

“இது என்ன, ஃபுல்லரா?”

“நீயே சொல்லேன்!” ஃபுல்லரா நாணத்தோடு சிரித்தாள். கவி இயற்றிய அபயா மங்கள் காவியத்தில் ஒரு வரி–‘கன்னிகை அவள் பொன்னாலான பதுமையை நிகர்த்தவள்!” இப்போது ஃபுல்லராவைப் பார்த்தால் அவளும் அத்தகைய பதுமையாகத் தோன்றுகிறாள். அவளது நெற்றியிலும் மூக்கிலும் வியர்வைத் துளிகள். கவிக்குத் தோன்றியது – காலம் என்பது இல்லை, சூரியன் இல்லை, சந்திரன் இல்லை, அகல்விளக்கிலிருந்து கிளம்பும் புகையைத் தாங்கிவரும் காற்றும் இல்லை, அவரும் ஃபுல்லராவும் மட்டும் இருப்பதுதான் சத்தியம் என்று.

ஃபுல்லராவின் உதடுகள் சிறிது சிறிதாக அசைந்தன. அறுந்த முத்து மாலையிலிருந்து முத்துக்கள் சிதறி விழுவதுபோல் மெல்லிய குரலில் வார்த்தைகள் நழுவி விழுந்தன.

“ஆயிக்குப் பல மந்திரங்கள் தெரியுமாக்கும்! அப்பாவுக்கு அவகிட்டேயிருந்து நிறைய ஒதவி கெடைச்சிருக்கு. அப்பாவுக்குக் கெட்ட காலமாயிருந்தபோது, ஹரிஷ் ராயா அவரை விரோதியா நெனைச்சுக்கிட்டிருந்தபோது அவருக்கு வந்த இடையூறையெல்லாம் அவதான் தடுத்தா” நம்பிக்கை நிறைந்த

குரலில் பேசினாள் ஃபுல்லரா. இளம் வாழைத்தண்டுபோல் வழுவழுப்பான அவளது தோள் பட்டையில் வியர்வைத் துளிகள்.

“பெரியண்ணி சொன்னா: ‘நாளைக்கு ராஜசபையிலே அவருக்குக் கௌரவம் கெடைக்கப் போகுது. அவருக்குப் பெருமை வளரும், அவர் வேறு ராஜாகிட்டே போனாலும் போயிடுவார். அப்போ அவருக்கு நம்ம ஞாபகம் இருக்குமா? ஆம்பளைங்களோட மனசுதானே, நாத்திப் பொண்ணே, பூவுக்குப் பூவு தாவும்’ அப்படீன்னு.”

“அதனாலேதான் ஆயியைக் கூப்பிட்டு வசிய மந்திரம் போடச் சொன்னியா?”

“ஆமா, ஆயியோட மந்திரத்துக்கு ரொம்ப சக்தி. முந்தியெல்லாம் பெரியண்ணன் பஞ்சமிகிட்டே மயங்கிக் கிடந்தார், பெரிய அண்ணியைத் திரும்பிக்கூடப் பாக்கறதில்லே. ஆயி மந்திரம் போட்டு பெரியண்ணனை வசியம் பண்ணிட்டா. இப்போ அவர் பெரியண்ணி பின்னாலேயே சுத்திக்கிட்டிருக்கார், ஊசி போற எடத்துக்கெல்லாம் நூலு போற மாதிரி.”

கவி அருவருப்போடு “சீ!” என்று சொன்னார். குணா ஆயியின் தோற்றத்தை நினைத்தாலே ஏனோ அவருக்கு ரொம்ப அருவருப்பு உண்டாகிறது. பங்குனி மாதத்துச் சூட்டுக் காற்றில் மெதுவாக அசையும் பூக்கள் செறிந்த முருங்கை மரத்தின் மென்மையழகு ததும்பும் ஃபுல்லரா, அவருடைய காவிய நாயகி சுலபா, அவள் அந்தக் கிழட்டு வேசியுடன் உட்கார்ந்து கொண்டு அவரை வசியம் பண்ணுவதா? அவர் தாம் ஏற்கனவே தம்மை அவளிடம் முழுமையாக அர்ப்பணித்துக்கொண்டுவிட்டாரே, அவரை வசியம் செய்ய என்ன தேவை? அவர் தமக்காகக் கொஞ்சங்கூட மிச்சம் வைத்துக்கொள்ளவில்லையே! ரூப் நாராயண் பெரிய நதியை நோக்கி ஓய்வின்றி ஓடுவதுபோல அவர் தம் இதயத்தை அவள் பால்தாவிச் செல்ல விட்டிருக்கிறாரே!

“வசியமெல்லாம் எதுக்கு?”

“வைசியப் பெண்டுகள் எங்கிட்டே சொல்றாங்க...” கெஞ்சும் கண்களால் கவியைப் பார்த்துக்கொண்டு ஃபுல்லரா சொன்னாள், “வைசியத் தெருப் பொண்கஎெல்லாரும் யாரை நம்பித் தைரியமா இருக்காங்க தெரியுமா? அவங்களோட புருசங்க வருசம் பூரா வியாபாரம் பண்ணிக்கிட்டு வெளியூர்லே சுத்திக்கிட்டிருக்காங்க. அவங்க படகைவிட்டு எறங்கற எடத்திலேயெல்லாம் கெட்ட பொம்பளைங்க அவங்களை மந்திரம்போட்டு மயக்கிடறாங்க. குணா மாதிரி பாம்பாட்டி இனத்துக்கெழவிங்கதான் மந்திரம்

போட்டு அந்த ஆம்பளைங்களைத் திரும்ப வீட்டுக்குக் கூட்டிக்கிட்டு வந்து சேக்கறாங்க.”

கவிதான் ஃபுல்லராவைத் திருமணம் செய்து கொள்ளப் போகிறார் என்ற செய்தி ஊரில் பரவியதிலிருந்து வைசியத் தெரு பெண்கள் – ஃபுல்லராவின் தோழிகள் – அவரை ஒளிந்திருந்து பார்ப்பார்கள்.

அது ஒரு புரட்டாசி மாதம், பூர்ணிமை திதி. ஒரு காலத்தில் இத்தகைய ஒரு பௌர்ணமி இரவில்தான் ஆரண்யத்தின் மக்கள் தங்கள் நடனம், இசை, மந்திரங்கள் மூலம் பர்ண சபரி தேவியைத் தட்டியெழுப்ப அவளும் தன் மாயையால் அண்ட சாரசரத்தை ஸ்தம்பிக்கச் செய்து ஆரண்ய கன்னிகையாகத் தரிசனமளிப்பாள்.

இப்போதும் பிரபஞ்சம் முழுதும் பரந்த நிலவொளி இரவில் பீமாதல் ஏதோ மயக்கத்தில் ஆழ்ந்தாற்போல இருக்கும். இப்போதும் காட்டில் சுயாட் மக்கள் பாடுவார்கள், அவர்களது பாட்டும் மாதலின் (மாதல் – ஒருவகை மத்தளம்) ‘த்ரிமித்ரிமி’ ஓசையும் நகரில் கேட்கும். இத்தகைய நிலவு மயக்கத்தில் யானைக் கூட்டங்கள் ரூப் நாராயண் ஆற்றில் இறங்கி அதன் நீரைத் தங்கள்மேல் வாரியிறைத்துக்கொண்டு தங்கள் மதச் சூட்டைப் போக்கிக்கொள்ளும்.

இத்தகைய ஓரிரவில் பீமாதல் நகரத்தில் பாசுலி தேவியின் கோவிலில் பூஜை செய்வதற்காக ஃபுல்லராவின் வைசியத் தோழிகள் வந்தனர். கோவிலுக்கு வெளியே நூற்றுக்கணக்கான காட்டுப் பவழமல்லிகை மரங்கள். மலர்ந்த பூக்களின் மணத்தால் காற்று கனத்திருந்தது. ஃபுல்லரா கவியை அங்கே நிறுத்தி வைத்துவிட்டுத் தன் தோழிகளைக் கூப்பிடப் போனாள்.

கவியின் பார்வையில் ஏதோ மயக்கத்தின் போதை. அவர் ஏதாவது குடித்திருந்தாரா அல்லது அது ஃபுல்லராவின் அழகு ஊட்டிய போதைதானா, தெரியாது. அவர் தம் மேலுடம்பில் அங்கவஸ்திரம் அணிந்திருந்தார்; கழுத்தில் தங்க மாலை தொங்கியது. அவருடைய முகத்தோற்றத்தில் ஏதோ ஓர் அசாதாரணக் கவர்ச்சி இருந்தது. அது அவரையும் மயக்கியது, அவரைப் பார்ப்போரையும் மெய்மறக்கச் செய்தது. அவரைப் பார்த்த வைசியப் பெண்களெல்லோரும் தங்கள் தங்கள் கணவன்மாரை நினைத்துத் தங்கள் அதிருஷ்டத்தை நொந்து கொண்டார்கள். அவரைப் பார்த்த பிறகு எந்த ஆண் பிள்ளையையும் தங்களுக்குப் பிடிக்காது என்று நினைத்தார்கள்.

அவர்கள் தங்கள் சலங்கைகளால் அரவமெழுப்பாமல் மெல்ல அடியெடுத்து வைத்து வந்தார்கள். அவர்கள் எப்போதும்

மூலிகைகளை உபயோகித்துத் தங்கள் சருமத்தையும் கூந்தலையும் மென்மையாக, அழகாக வைத்துக்கொள்வார்கள். கிளர்ச்சியூட்டும் மதுவையருந்தித் தங்கள் இளமையை நீட்டித்துக்கொள்வார்கள். அவர்களுடைய உடல் மணத்தால் காற்றின் கனம் கூடியது. அவர்கள் தேவர்களிடமும் இல்லாத அழகு வாய்ந்தவர்கள் என்பதைக் கண்டார் கவி. அவர்கள் பொற்பதுமைகள் அல்லது கிடைத்தற்கரிய, தானாகவே ஒளிவீசும் முத்துக்கள். இத்தகைய முத்துக்களை வைசியர் வீடுகளில் வாசனைத் தைலத்தில் போட்டு இரகசிய அறையில் பாதுகாப்பாக வைத்திருப்பார்கள், எவ்வளவுதான் வறுமை வந்தாலும் அவற்றை விற்கமாட்டார்கள்.

திருமணமாகாத வைசியக் கன்னிகளும் இரும்பு வளையல் அணிவார்கள்,தூய்மையான வெள்ளையுடை அணிந்திருப்பார்கள். அவர்கள் கவியைப் பார்த்துப் பிரமித்துப் போய், கண் கொட்டாமல் ஆர்வத்தோடு அவரைப் பார்த்துக்கொண்டு நின்றார்கள் – இந்திரன் சபையில் அப்சரசுகள் மனிதனைப் பார்த்தாற்போல, அவர்களுடைய கழுத்தில் பொற்கம்பியில் கோத்த சங்கு மாலை, கையில் பவழக் கங்கணம், காதில் முத்து.

இப்போது கவிக்கு அவர்களது நினைவு வந்தது. அவர் ஆச்சரியப்பட்டார். இவ்வளவு அழகிருந்தும் வைசியப் பெண்கள் தங்கள் கணவர்களின் நிலையான அன்பைப் பெறுவதில்லையா? அதை அடைவதற்காக வசிய மந்திரம் தேவைப்படுகிறதா?

ஃபுல்லராவும் தன் வைசியத் தோழிகளைப் பற்றியே நினைத்துக்கொண்டிருந்தாள். அவர்கள் எப்போதும் அவளைப் புகழ்வார்கள், ஒருபோதும் இகழ்ந்ததில்லை. நந்தசாதுவின் பெண் ராதாராணி அவளுடைய சிறுவயதுத் தோழி – மிகச் சிறுவயதிலிருந்து நெருங்கிய தோழி. அப்போதெல்லாம் கயிற்றால் கட்டிக்கொண்டாலொழிய இரண்டு முழச்சேலை அவள் இடுப்பில் நிற்காது; அப்போதுதான் அவளுடைய 'பால் பற்கள்' ஒன்றிரண்டு எலிப்பொந்துக்குள் போய்ச் சேர்ந்திருந்தன.[13]

அவள் களிமண்ணும் புல்லும் இலைகளும் வைத்துக் கொண்டு தான் இந்தத் தோழியுடன் சமையல் செய்து விளையாடி யிருக்கிறாள், ஆம்வாருணி[14] விரதத்தின் பிரசாதம் மாங்காயும் பாதாஸாவும் அவளிடமிருந்து பிடுங்கிச் சாப்பிட்டிருக்கிறாள். அவள் தன் தோழியைக் கலியாணம் செய்து கொள்ளவும்

13. விழும் பற்களை எலிப்பொந்துக்குள் போட்டுவிட்டால் பற்கள் மீண்டும் விரைவில் சீராக முளைக்கும் என்று ஒரு நம்பிக்கை.

14. ஆம்வாருணி: கோடைகாலத்தில் மகளிர் நோற்கும் ஒரு நோன்பு.

ஆசைப்பட்டிருக்கிறாள்! அதைக்கேட்டு அவளுடைய அம்மா, அண்ணி, அத்தை, சித்தி எல்லோரும் சிரித்திருக்கிறார்கள் "ஐயோ, பொண்ணோட புத்தியைப் பாரேன்! ராதி ஒனக்குப் புருசனாவாளா?"

உருக்கின தங்கத்தால் செய்த பதுமைபோன்ற அந்த ராதி பதினாறு வயது ஆவதற்குள்ளே தன் கணவனின் அன்பை இழந்துவிட்டாள். தேய்பிறை துவாதசியின் சந்திரன் போன்ற அவளது சிரிப்பு மலர்வதற்குள் அதை யார் துடைத்தெறிந்து விட்டார்கள்? இப்போது அவள் அறை மூலையில் உட்கார்ந்து கொண்டு மழைத்தூறல்போல் கண்ணீர் விட்டுக்கொண்டிருக்கிறாள். அவள் குளத்து நீரில் பதுமை போன்ற தன் உடலை மிதக்க விட்டுக்கொண்டு மெல்லிய குரலில் ஃபுல்லராவிடம் சொல்லுவாள், "தோழி, வீட்டில் அம்மா இல்லை; யாரோ மந்திரம் போட்டு என் புருசனை வசியம் பண்ணிட்டாங்க. தோழி, ஆம்பளையோட இளமை ஆனி மாசப்பகல், மறையும்போல இருந்தாலும் வெகுநேரம் மறையாது; பொம்பளையோட இளமை கண்கொட்டற நேரத்திலே மறைஞ்சு போயிடும்!"

இன்றுதான் பகலில் அவள் வந்திருந்தாள். ஃபுல்லராவின் மடியில் முகத்தைப் புதைத்துக்கொண்டு எவ்வளவு அழுதாள்! பிறகு சொன்னாள், "தோழி, கவியை ஒன் கைக்குள்ளே வச்சுக்கணும்னா ஆயியைக் கூப்பிட்டு வசியம் பண்ணச் சொல்லு. அவ எருமை மாட்டோட மூக்கணாங்கயிறைக் கையிலே வச்சுக்கிட்டு மந்திரம் சொல்லட்டும், அப்பத்தான் கவி ஒன்கிட்டே மயங்கிக் கிடப்பார். அவரும் எம்புருசன் மாதிரி வேறொருத்தி கிட்டே மயங்கிடாமே பாத்துக்கோ! என் நிலையைப் பாத்துக் கத்துக்கோ!"

அவள் பெருமூச்சு விட்டுவிட்டு மேலும் சொன்னாள், "கவி வெறுங்கையோடே பீமாதலுக்கு வந்தார், வெறுங்கையை வீசிக்கிட்டுப் போயிடுவார். போறபோக்கிலே ஒன் மனசையும் கூட்டிக்கிட்டுப் போயிடுவார்னு நினைச்சா எனக்கு மயிர்க் கூச்சம் ஏற்படுது, தோழி!"

இந்தப் பயம் ஃபுல்லராவுக்கு மட்டும் இல்லையா? இருக்கிறது, எப்போதும் அவள் மனதில் குடிகொண்டிருக்கிறது. விரத பூசையன்று இரவில் கோவில் கருவறையின் இருளில் எரியும் விளக்குச்சுடர்போல இந்தப் பயமும் அவளுடைய உள்ளத்தின் ஆழத்தில் ஒளிர்ந்து கொண்டிருக்கிறது. கவி அவளை உதறிவிட்டுப் போய்விட்டால் அவளது நிலை என்ன ஆகும்? இதை நினைத்தால் அவளது உடல் பனிக்கட்டியாக உறைந்து

விடுகிறது, அவளுடைய இதயத்துக்குள்ளே 'ஹரி, ஹரி' என்று ஒலி எழும்புகிறது.[15] பொன்னாலான பதுமைபோன்ற தன் உடல் உயிரற்ற சவமாகி, வாழைத் தண்டுகளாலான தெப்பத்தின் மேல் வைக்கப்பட்டு ரூப் நாராயண் ஆற்றில் மிதக்கும் காட்சி அவளது மனக்கண்ணில் தோன்றுகிறது. அவள் வைசியர் வீட்டிலிருந்து விஷம் வாங்கிக் குடித்திருக்கிறாள். இப்படி விஷமருந்தி இறந்தவர்களின் உடல்களை ஆற்றில் மிதந்துபோக விட்டுவிடுவதுதான் வழக்கம்.

அவள் தன் வாழ்க்கையில் கவியை அடைய முடியாவிட்டால் சாவில் இப்படித்தான் கவியைத் தேடிக்கொண்டு போவாள்.

கவியை இப்போது தன்னிடம் இழுத்து, இறுகத் தழுவிக் கொண்டு, "உங்களை அடையாவிட்டால் என்னுடைய வாழ்க்கைக்குப் பொருளில்லை, இந்தச் செல்வமும் செல்வாக்கும் மனிதர்களும் எல்லாம் பொய்" என்று சொல்ல விரும்பினாள் ஃபுல்லரா. ரூப் நாராயண் ஆற்றிலிருந்து வரும் காற்று அவள் மேல் படும்போது அவள் அந்தக் காற்று கவியின் உடல்மேலும் படுகிறது என்று நினைத்து மகிழ்கிறாள்; அந்தக் காற்று மிக இனிமையானதாகத் தோன்றுகிறது அவளுக்கு. முற்றத்தில் பாயை விரித்துப் படுத்தவாறு சந்திரனைப் பார்க்கும்போது கவியும் இதே சந்திரனைத்தான் பார்க்கிறார் என்று நினைத்து மகிழ்வாள். அவளுக்குத் தினம் கவியைப் பார்க்க வாய்ப்பதில்லை, ஆனால் அவளுடைய தந்தை அரசவையிலிருந்து திரும்பி வந்ததும் அவர் கைகால் கழுவிக்கொள்ள செம்பில் தண்ணீரும் ஒரு துவாலையும் எடுத்துக்கொண்டு அவரருகில் படபடக்கும் நெஞ்சோடு காத்திருப்பாள், அவர் ஏதாவது கவியைப்பற்றிச் சொல்லமாட்டாரா என்று.

கவிக்கு இது தெரியுமா?

ஹோலி விளையாட்டில் கவியின் அங்கவஸ்திரம் வர்ணச் சாயங்களால் கறைபட்டுப் போனபோது அவர் அதை அவளது வீட்டுக்கருகில் எறிந்துவிட்டு வேறொரு மேல்துண்டை அணிந்து கொண்டார். ஃபுல்லரா அவர் எறிந்த மேல்துண்டை எடுத்து ஒளித்து வைத்திருப்பதும், வேறு யாரும் அருகில் இல்லாதபோது அதை எடுத்துத் தன் நெஞ்சோடு அழுத்திக்கொண்டு மெல்லிய குரலில், "நீ தான் என் உயிருக்கும் மேலான உயிர், வாழ்க்கையிலும் உயர்வு, என் நெஞ்சே நீதான்!" என்றெல்லாம்

15. சவத்தைத் தூக்கிக்கொண்டு மயானம் செல்லும்போது 'ஹரி போல், ஹரி போல்' என்று ஒலியெழுப்புவார்கள்.

சொல்லிப் புலம்புவதும் கவிக்குத் தெரியுமா? கவி அவளுக்கு முன்னாலிருக்கும்போது அவளுக்கு இப்படியெல்லாம் பேச வருவதில்லை.

ஆனால் கவி அவளது முகபாவங்களின் மாற்றங்களைக் கவனிக்கவில்லை. அவர் தெளிவற்ற குரலில், "ஃபுல்லரா ஒரு கெட்ட சொப்பனம்-ரொம்பக் கெட்ட சொப்பனம் பார்த்தேன்" என்று சொன்னார்.

"கெட்ட சொப்பனமா?" புல்லராவுக்குப் புரியவில்லை.

"ஆமா, கெட்ட சொப்பனம்."

வானத்தில் பேரிடி இடித்தது, நிதயாக்காட்டில் புயலால் அலைக்கழிக்கப்பட்ட, பயந்துபோன யானைகள் பலமாகப் பிளிறித் தங்கள் எதிர்ப்பைத் தெரிவித்தன. ஃபுல்லராவின் வலதுகண் துடித்தது. வலது கையின் தசை நடுங்கியது.

கவி கெட்ட கனவைப் பற்றிப் பேச்செடுத்ததும் ஏனிப்படி நேர்கிறது?

6

சில கணங்கள் கழிந்தன.

இப்போது ஃபுல்லரா பரிவுமிக்கவளாக, கவிக்கு ஆறுதல் அளிக்க ஆர்வமாக இருக்கிறாள். அவள் சிறு பெண்தான்; இருந்தாலும் கவியின் பரிதாப நிலையைப் பார்த்து அவள் உருகுகிறாள்.

"சொப்பனமெல்லாம் உண்மையாயிடாது. குணா ஆயிக்குச் சொப்பனத்தைப் பத்தியெல்லாம் தெரியும். கெட்ட சொப்பனம் கண்டா நல்லது நடக்குமாம்."

"நாளைக் காலையிலே..."

"ஆமா, நாளைக்காலையிலே ஒனக்கு ராஜாவோட சபையிலே கௌரவம் கிடைக்கப் போகுது. ஒன் காரணமா எல்லாரும் மகிழ்ச்சியா யிருப்பாங்க. பெரியண்ணி நாளைக்கு ஒனக்காக மானஸ பூஜை செய்யப்போறா..." இவ்வாறு சொல்லிவிட்டு ஃபுல்லரா ஆறுதல் அளிக்கும் குரலில் சொன்னாள், "ஒனக்கு நல்லதுதான் நடக்கும், கவலையே வேணாம்!"

அவளுடைய குரலில், பார்வையில் பனியில் நனைந்த வெண் பொன்னின் எளிமை இருந்தது. கவிக்கு ஆறுதல் அளிக்கும் வலிமை தனக்கில்லை என்று அந்தச் சிறுமி உணர்ந்தாள் போலும்! மனஸா பூஜையைப் பற்றிச் சொல்லி அவள் கவிக்குத் தைரியமூட்ட விரும்பினாள். பெரியண்ணி யாரை முன்னிட்டு அந்தப் பூசையைச் செய்கிறாளோ,

அவருக்கு எத்தகைய துன்பமும் நேராது என்று அவள் தனக்கே ஆறுதல் சொல்லிக்கொள்ள விரும்பியிருக்கலாம்.

“ஃபுல்லரா, நீ என் வாழ்க்கையோட உயிர்” கவி உணர்ச்சிமிக்க குரலில் சொன்னார். “நாளைக்கு ராஜ சபையில் எல்லாருக்கும் இது தெரியவரும்.”

ஃபுல்லரா நாணத்தால் தலை குனிந்தாள். நகர மக்கள் வெகு நாட்களாகவே ஃபுல்லராவுக்குக் ‘கவியின் மானஸி (இதயராணி)’ என்று பெயரிட்டிருந்தார்கள். ‘அபயா மங்கள்’ காவியத்தின் நாயகி சுலபாவைப் பற்றிய வருணனையெல்லாம் உண்மையில் ஃபுல்லராவின் புகழ்ச்சியே என்று அவர்களுக்குத் தெரியும்.

அவளது இதழ்க்கடையில் மச்சம்
பாந்துலி மலர் போல;
காதுகளில் ஒளிரும்
முத்துக்காதணி...

இந்த வருணனையைப் படித்தவர்களுக்கு ஃபுல்லராவை அடையாளங் கண்டுகொள்ள இயலாதா? அவளுடைய உதட்டு மச்சத்தையும் முத்துக் காதணியையும் யார்தான் பார்த்ததில்லை?

அந்த அபூர்வக் கதாநாயகியைப் பார்த்ததுமே கதாநாயகன் குமாருக்கு என்ன தோன்றிற்று?

“இந்தக் கால்களில் சதங்கையாகக் கிண்கிணிக்க வேண்டும்.”

ஃபுல்லராவின் ஒவ்வொரு காலடிக்குக் கீழுமுள்ள மண்ணாகி மடியக் கவி தயார் என்று யாருக்குத்தான் தெரியாது?

இதை எவரும் தவறாகக் கருதவில்லை. பீமாதல் நகரத்தில் மாதவாசாரியரின் பெண் என்பதற்காக ஃபுல்லராவுக்கு எப்போதும் ஒரு சிறப்பிடம் இருநதது. அவளுடைய ஜாதகத்தில் ஏதோ கண்டம் இருந்ததால் அவளுக்கு எளிதில் திருமணம் நடைபெறாது என்பதால் அவள் இளமையை அடையும் வரை திருமணமாகாத கன்னியாக இருப்பதை யாரும் தவறாக எடுத்துக்கொள்ளவில்லை. "இப்படிப்பட்ட பொண்ணுக்குப் பொண் வீட்டோடேயே இருக்கக்கூடிய மாப்பிள்ளை கெடைச்சாத்தான் பிராமணரோட மனசு சமாதானப்படும்" என்று சொல்லிக்கொள்வார்கள் நகரத்துப் பெண்டிர்.

பிறகு ஒருநாள் கவி வந்தார், அவருக்கும் ஃபுல்லராவுக்கு மிடையே காதல் மலர்ந்தது. இந்தக் காதலில் நகர மக்களுக்கு ஒரே உல்லாசம், ஏனென்றால் அவர்கள் காதலைப் பற்றிய பாடல்களைக் கேட்டிருக்கிறார்கள், ஆனால் காதல் நிகழ்வு எதையும் கண்ணால் பார்த்ததில்லை. காரணம், இந்த மனித உலகில் தூய்மையான காதலை எங்குதான் பார்க்க இயலும்? ஆகவே எல்லோரும் கவியிடமும் ஃபுல்லராவிடமும் பரிவு காட்டினார்கள்.

கவி நகரத்துக்கு வந்து வெகு நாட்கள் கழியவில்லை. இன்னும் ஃபுல்லரா மிகுந்த அக்கறையோடு வளர்த்து வந்த பவழமல்லி மரத்தில் இரண்டாந் தடவை பூக்கள் மலரவில்லை. கவி தம் குடிலுக்குப் போட்டிருந்த கூரையின் வைக்கோல் இன்னும் பளபளப்பான மஞ்சளாக, ஏறக்குறையப் பொன்நிறமாக, இருக்கிறது. மழையில் நனைந்து நனைந்து கருத்துப் போகவில்லை.

காதல் புதிது, காதலன் புதியவன்... 'புதுமை' என்ற சொல் நினைவுக்கு வந்தாலே ஃபுல்லராவின் மனதுக்குள் கலியாண மேளம் ஒலிக்கிறது. யார் யாரோ இரண்டு சங்குகளை ஊதுவதாக, ஜால்ரா, மிருதங்கம் இசைப்பதாகத் தோன்றுகிறது. ஆகா, கலியாணத்தைப்போன்ற விழா வேறெதுவுமில்லை, வேறெந்த விழாவிலும் இந்த மாதிரி வாத்தியங்கள் ஒலிப்பதில்லை.

திருமணத்தின் பொருள் புரியாத குழந்தைப் பருவத்தில் ஃபுல்லரா எவ்வளவோ தடவைகள் தந்தையின் முழங்காலைப் பற்றிக்கொண்டு, "அப்பா, என் கலியாணத்திலே வாத்தியம் வாசிப்பாங்களா?" என்று கேட்டிருக்கிறாள். அவரும், "ஒன் கலியாணத்திலே இந்த ஊர்லே வாசிக்கப்போற வாத்தியங்களோட சத்தம் ஆகாசத்திலே இடி இடிக்கற மாதிரி கேக்கும், பாரேன்!" என்று பதிலளிபபார்.

பாவம், அவளுக்கு அப்போது கலியாணம் என்றால் என்ன என்று தெரியாது, அவள் தன் தாயிடம் போய், "அம்மா, எனக்குப்

பின்னிவிடு. நான் கலியாணம் பண்ணிக்கப் போறேன்" என்று சொல்வாள்.

இதைக் கேட்டு அவளுடைய அம்மா பூரித்துப்போய்ப் பெண்ணை முத்தமிடுவாள். "இந்தக் கொழந்தையை இடுப்பிலே வச்சுக்கிட்டு இந்த ஊருக்கு வந்தவேளை நம்ம துன்பமெல்லாம் போயிடுச்சு. என் பொண்ணு நல்ல ராசிக்காரியாக்கும்!" என்று சொல்லி மகிழ்வாள்.

இப்போது ஃபுல்லராவுக்குத் திருமணம் என்றால் என்ன என்று தெரியும். கலியாணம் என்றதும் பல விஷயங்கள் நினைவுக்கு வருகின்றன. அவள் இந்த வீட்டில் கன்னிகைப் பெண். கலியாணத்துக்கு எவ்வளவோ வயதான சுமங்கலிகள், திருமணமான நடுவயதுப் பெண்கள், இளவயதுப் பெண்கள் வருவார்கள். ஹலா மித்ராவின் பெரிய மருமகளுக்குப் பெரிய பதிவிரதை என்று ஊரில் பெயர். சாகவிருந்த தன் கணவனின் உயிரைத் தன் பணிவிடையால் அவள் காப்பாற்றிவிட்டாள். ஒவ்வொரு கலியாணத்திலும் பல்லக்கு அனுப்பி அவளை அழைத்து வருவார்கள். அவள் மணப் பெண்ணின் கையில் மஞ்சள் சரடைக்கட்டிவிட்டால் அப்பெண் தீர்க்கசுமங்கலியாக வாழ்வாள். ஆனால் அந்தப் பெண்மணிக்கு ரொம்ப கர்வம். வருந்தி வருந்தி அழைத்தால்தான் வருவாள்.

மணப்பெண் என்ற முறையில் ஃபுல்லரா ஆசனப் பலகை மேலமர்ந்து சரடும் அருகும் கையில் கட்டிக்கொண்டு கௌரி பூஜை செய்யும்போது எழுந்திருக்கக் கூடாது. அப்படியானால் விழாவுக்கு வந்திருக்கும் சுமங்கலிகளை யார் வரவேற்று உபசரிப்பார்கள்? யார் அவர்களுக்குப் பொரி, வாழைப்பழம், எண்ணெய், வெற்றிலை பாக்கு, சிந்தூரம் இவற்றையெல்லாம் எடுத்துக்கொடுப்பார்கள்? இவ்வாறு சிந்தித்துக்கொண்டே ஃபுல்லரா மூக்கை உறிஞ்சிக்கொண்டாள் – நெய் விளக்கின் புகை கலந்த மணத்தை நுகர்வதுபோல. அவளுடைய கைகளில், உடலில் யாரோ மஞ்சள் பூசிவிட்டாற்போலத் தோன்றுகிறது. வைசிய சாதியினரின் சில திருமணச் சடங்குகள் பிராமணத் திருமணங்களிலும் உண்டு. ஃபுல்லராவின் தோழியின் அண்ணன் மகள் ஃபுல்லராவின் திருமணத்துக்கு நெற் பொரிமாலை கோத்துத் தருவதாகச் சொல்லியிருக்கிறாள். மலர்ந்த மல்லிகை மலர்கள் போல் தூய வெண்மையான நெற்பொரி மாலைகளால் தோரணங் கட்டினால் திருமண அரங்கு எவ்வளவு அழகாயிருக்கும்!...

இந்தச் சமயத்தில் ஃபுல்லராவின் நினைவுகள், இன்பக் கனவுகளைக் கலைத்துக்கொண்டு கவி சொன்னார், "அன்னிக்கு நடந்த நிகழ்ச்சி."

"என்ன?"

"அன்னிக்குத்தான் நடந்தது."

"என்ன?"

"நான் பீமாதலுக்கு வந்த நாளைப் பத்திச் சொல்றேன்."

ஃபுல்லரா அவரைப் பார்த்தாள். கவியுடன் அவளுக்கு அறிமுகம் கிடைத்தது நேற்று நிகழ்ந்த நிகழ்ச்சி மாதிரி தோன்றுகிறது. ஆனால் உண்மையில் பல நாட்களுக்கு முந்தைய நிகழ்ச்சி அது. கவி அந்தக் கதையையெல்லாம் இப்போது அவளுக்குச் சொல்லப் போகிறாரா?

"ரொம்ப நாள் நடையா நடந்து வந்தேன், ஃபுல்லரா. ஒடம்பிலே எண்ணையில்லே, சொறி பிடிச்சிடுச்சு. பீமாதல் எல்லைக்கு வந்து சேர்ந்து ஒரு பாறை க்ஷமேலே படுத்துக்கிட்டேன். அப்பத்தான் என் கனவிலே அபயா காட்சி கொடுத்தா."

"தெரியும்." ஃபுல்லராவின் கண்கள் பளபளத்தன. இந்தக் கதை ஊரில் எல்லோருக்கும் தெரியும் 'அபயா மங்கள்' காவியம் பிறந்த கதை.

அபயா மங்கள் கதை அமுதமாகும்
வந்த்யகட்டி காயி சொல்கிறார், 'கேட்பவர்
புண்ணியவான்!'...

இந்தப் பாட்டு நகர மக்களிடையே பிரபலம்.

"ஒனக்கு ஒண்ணுமே தெரியாது. ஃபுல்லரா, நான் ஒனக்கு எல்லாக் கதையையும் சொல்லல்லே. நான் சொல்ல வேண்டியது இன்னும் நிறைய இருக்கு."

"என்ன இருக்கு?"

கவி ஃபுல்லராவின் முகத்தில், உடலில், சேலையில், பொன்னிற மார்க்கச்சையில், இரத்தின மணிகள் ஒளிரும் தோளில் தம் காவிய நாயகி சுலபாவை ஆர்வத்தோடு தேட முயன்றார். அவர் முன்னால் காண்பது சுலபாவின் உடல்தான், ஆத்மா அல்ல; ஆனால் அவர் தம் காவியத்தில் சுலபாவின் ஆத்மாவை நிலைநிறுத்தி விட்டார். சுலபா எங்கே? இப்போது எல்லோரும் அவளுடைய 'பாரோமாஸ்யா'[16] பாடுகிறார்கள்:

---

16. பாரோமாஸ்யா: இந்தச் சொல்லுக்குப் 'பன்னிரண்டு மாதங்கள்' என்று பொருள். காதலனைப் பிரிந்த காதலி ஆண்டு முழுதும் பிரிவுத் துன்பத்தை அனுபவிப்பதை வருணிக்கும் கவிதை 'பாரோமாஸ்யா' என்று அழைக்கப்படுகிறது.

உன்னை நம்பி, அன்பே, காட்டில் குடியமர்ந்தேன்
நீ போய்விட்டாய் எங்கே என்னைத் துறந்து?
ஆனியில் கொட்டுகிறது பலத்த மழை,
திடீர் இடி மின்னல் திடுக்கிடச் செய்கிறது.
உன்மத்தமாகி நான் அடர் காட்டுக்குள் நுழைந்தேன்.
அங்கே தேவி கிழவேடத்தில் தரிசனம் தந்தாள்.
"எங்கே போகிறாய்? பொறுமை காப்பாய்!"
உரக்கச் சிரித்து அவள் சொன்னதில் பயந்து போனேன்.
ஆடி மாதம் சமுத்திர நீரில் குதித்தேன்.
படகாகமாறி தேவி என்னைக் கரை சேர்த்தாள்...

அந்த சுலபா எங்கே? ஃபுல்லராவின் உடலில் சுலபா இல்லையென்றால் ஃபுல்லராவின் உடலை வைத்துக்கொண்டு கவி என்ன செய்வார்? அவருடைய சுலபாவுக்குக் காதல் தவிர வேறெதுவும் தெரியாது. அவளுக்குச் சிறுவயது முதலே குமாரிடம் அன்பு. ஆனால் அவளுடைய தந்தைக்குப் பெண்ணை ஓர் ஏழைக்குக் கொடுக்க விருப்பமில்லை. "குமார் ஏழை, மார்கழி மாசத்திலே தானியப் பிச்சை வாங்கிப் பிழைக்கறான். அவனுக்கு என் பொண்ணைக்கொடுப்பேனா?" என்கிறார்.

ராஜாவின் ஒரே குழந்தை சுலபா ஏழு அண்ணன்மார் இறந்தபின் பிறந்தவள். ஆகையால் ராஜா அவளை மிகவும் பத்திரமாகப் பாதுகாத்து வருகிறார். காஞ்சன் என்ற பிராமண பிரம்மசாரி அவளைக் காவல்; காக்க நியமிக்கப்பட்டிருக்கிறான். அந்தப்புரத்தில் அவளுக்குப் பலத்த காவல்; கட்கா, பிட்கா என்ற பெயருள்ள இரண்டு சகோதரர்கள் கையில் தடியுடன் அவளைக் காக்கிறார்கள். ஆனால் சுலபா எப்போதும் குமாரின் பெயரையே ஜபித்துக்கொண்டிருக்கிறாள்.

அவளுடைய இந்தக் காதல் பைத்தியம் ராஜாவுக்குப் பிடிக்கவில்லை. அவர் அவளை இருண்ட பாதாள அறையில் சிறை வைக்கிறார். 'பாதாள இருளில் சீதை போல்' அடைபட்டிருக் கிறாள் சுலபா. அங்கே அதயா-நிதயா என்ற இரண்டு சபர் இனக்கிழவிகள் அவளுக்குக் காவல். அவர்களுடைய தலைமுடி சணல் முடிச்சு, ஊர்ந்து ஊர்ந்து நடக்கிறார்கள், உடலிலிருந்து சொறி பறக்கிறது.

அவர்களுடைய கடுமையான காவலை மீறி ஓர் ஈ கூட உள்ளே நுழைய முடியாது.

சுலபா பரிதாபமாக அபயாவைக் கூப்பிடுகிறாள் தனக்கு உதவும்படி "அபயா, ஒரு சமயத்தில் நீ மட்டுமே இருந்தாய், வேறு எவருமே இல்லை. இந்த நாடு உன்னுடையதாயிருந்தது. தாயின் வயிற்றில் குழந்தை பத்திரமாக இருப்பதுபோல் உன் பாதுகாப்பில் மிருகங்கள், பறவைகள், தாவரங்கள், சுயாட் – சபர் – புலிந்தர் ஆகிய பழங்குடி மக்கள் சுகமாக வசித்தனர். நீயே முதன்மையானவள், நீயே தாய்; எல்லோரும், எல்லாமே உன்னிடமிருந்து உதித்தவை.

"அந்தக் கால மனிதர்கள் உன்னை என்ன பெயரில் அழைத்தார்களோ தெரியாது. ஆனால் நீதான் எங்கள் பர்ணசபரி, அரண்ய சண்டிகா, ஆதித்தாய் என்று முனிவர்கள் சொன்னார்கள்.

"அந்தக் காலத்தில் முனிவர்கள் சிவனைப் பூசித்தார்கள், உன்னைப் பூசிப்பதில்லை, அதனால் உனக்கு எவ்வளவு வருத்தம்! நீ காட்டில் அலைந்து திரிந்து கொண்டிருந்தாய். "சிவனும் என் மாதிரிதானே இருந்தான், சுடுகாட்டில் சுற்றினான், மிருகங்களுக்கு அடைக்கலங் கொடுத்தான், அவனுக்குக்கூடப் பூசை கிடைத்தது, எனக்குக் கிடைக்கவில்லையே!" என்று வருந்திக்கொண்டிருந்தாய்.

"பிறகு உனக்கும் பூசை கிடைத்தது. நீ சிவனின் மனைவி ஆனாய். எனக்கு உன்னைத் தவிர யாரையும் தெரியாது. நான் குமாரின் காதலில் பைத்தியமாகிவிட்டேன். அப்பாவுக்கு என் நிலை புரியவில்லை. அவர் என்னைக் கைதியாக்கி வைத்திருக்கிறார். நீதான் என்னைக் காப்பாற்ற வேண்டும்!"

அப்போது அபயா சுலபாவுக்காகப் பரிதாபப்பட்டாள், ஆனால் அவளுக்கு உதவவில்லை. அவளுக்கு மனமிருந்தால் உதவி செய்வாள், ஆனால் செய்யவில்லை. சிவன் கூட அவளை மிகவும் கடிந்துகொண்டார் "நீ சபர்–சுயாட்–புலிந்தர்களின் கடவுளாக இருந்தபோது உனக்கு ஈவிரக்கம் இருந்தது. இப்போது பிராமணனும் க்ஷத்திரியனும் பூஜை செய்யச் செய்ய உன் மனது கல்லாகிவிட்டதா?"

அபயாதேவி உடனே தன் சேலைத் தலைப்பால் விசிறினாள். பெரும் புயல் வந்தது, மழை வந்தது. அவள் 'ஃபூ' என்று ஊதி சூரியன், சந்திரனை அணைத்தாள். எங்கும் இருள் சூழ்ந்தது. பாதாளச் சிறையின் தாழ்ப்பாள் திறந்துகொண்டது. பிறகு அவள் அதயா–நிதயாவின் கண்களில் உறக்கத்தைக்கொண்டு வந்தாள். சாதாரணத் தூக்கமில்லை, மயக்கந்தரும் தூக்கம்.

சுலபா சிறையிலிருந்து வெளியேறிக் குமாரைத் தேடிக்கொண்டு ரூப் நாராயண் கரையோரமாக வடக்கு நோக்கி நடக்கத் தொடங்கினாள்.

இருண்ட இரவு. சுலபா ஒளியால் சமைக்கப்பட்ட பதுமைபோல் தன்னைச்சுற்றி ஒளியைச் சிந்திக்கொண்டு 'குமார்! குமார்! என்று அழைத்துக்கொண்டு நடக்கிறாள்.

கவி சுலபாவின் கதையை எழுதும்போது அவர் மனதில் ஃபுல்லராவின் நினைவு நிறைந்திருந்தது. ஃபுல்லரா அவருக்காக அழுதுகொண்டு அலைவதாகத் தோன்றியது. உண்மையில், இப்போது அவர் 'அபயா மங்கள்' காவியத்தைப் படிக்கும் போதெல்லாம் ஃபுல்லராதான் சுலபா என்று தோன்றுகிறது அவருக்கு. சுலபாவைப்பற்றி அவர் எதையெல்லாம் கற்பனை செய்தாரோ, சுலபாவிடம் எதையெதை விரும்பினாரோ அதெல்லாம் ஃபுல்லராவிடம் இருக்கிறது.

இப்போதெல்லாம் பல நேரங்களில் ஃபுல்லரா இரத்தமும் தசையுமான ஒரு மனுஷியாகவே தோன்றுவதில்லை கவிக்கு. அவள் சுலபாவாகவே இருக்கட்டும், சுலபாவாகயிருந்து கொண்டு தம்மைக் காதலிக்கட்டும் என்று தோன்றுகிறது.

"ஃபுல்லரா, நீ என் காவியத்தைப் படிச்சியா?"

"எனக்குப் படிக்கத் தெரியுமா?"

"நான் ஒனக்குச் சொல்லித் தரேன்."

"ஐயோ, புஸ்தகம் படிச்சாப் பொண்ணுங்க விதவையாயிடு வாங்க, தெரியாதா ஒனக்கு? வைசியத் தெருவிலே என் தோழிக்குப் படிக்கத் தெரியாமே இருந்தவரையிலே அவளோட புருசன் உசிரோடே இருந்தான். வெளியூரிலே வியாபாரம் பண்ணிட்டு வருசத்துக்கு ஒரு தடவை ஊருக்கு வருவான். ஒரு தடவை காஞ்சிக்குப் போயிருந்தபோது அங்கே பொண்ணுங்க புஸ்தகம் படிக்கறதைப் பார்த்துட்டு வந்தான்..."

"அப்பறம் என்ன ஆச்சு?"

"அப்பறம் என்ன, நீயும் புஸ்தகம் படின்னு என் தோழிகிட்டே சொன்னான். அவளும் படிக்கக் கத்துக்கிட்டா. சொன்னா நீ நம்பமாட்டே, அந்த வருசமே புரட்டாசி மாசப் பொயல்லே அவன் படகு முழுகி செத்துப்போயிட்டான்."

"என்ன அசட்டுப் பேச்சு பேசறே!"

"நா சொல்றது சத்தியம்!"

"ஹைமவதி அம்மணி புஸ்தகம் படிக்கிறாங்களே!"

"ஐயே, இது தெரியாதா? அவங்க வைஷ்ணவங்க, சைதன்ய சரிதாம்ருதப் புஸ்கத்தைப் பூஜை பண்றவங்க. அதனாலே அவங்க அந்தப் புஸ்தகத்தைப் படிச்சாகணும். அதைத் தவிர..."

"அதைத் தவிர என்ன?"

நாணத்தால் முகத்தைக் கவிழ்த்துக்கொண்டு ஃபுல்லரா சொன்னாள், "படிக்கற பொண்ணுங்களை ஆம்பளைகளுக்குப் பிடிக்காதாம். அண்ணி சொன்னா..."

"ஆனா நீ சுலபாவாச்சே!"

ஃபுல்லரா சிறிது சிரித்துக்கொண்டு சொன்னாள், "நீ சொல்றது நல்லாயிருக்கு, நீ என்ன எழுதியிருக்கே?"

ஏ காட்டு அன்னமே, என் கடிதம் கொண்டு செல்,
மூக்கில் என் கடிதம் கொண்டு செல், என் கடிதம்
கொண்டு செல்!
இந்த வானம் எனது மெல்லிய காகிதம்; கடிதம் கொண்டு
செல்!
இந்த நாணல் காடு என் எழுதுகோல், கடிதம் கொண்டு
செல்!
இந்த ரூப் நாராயண் என் மைக்கூடு, கடிதம் கொண்டு
செல்!

கவியின் கண்கள் பளபளத்தன. "இந்த வரிகள் ஒனக்குத் தெரியுதே!" என்று சொன்னார்.

"கேட்டுக் கேட்டுத் தெரிஞ்சுக்கிட்டேன்... ஆனா நீ ரொம்பத்தான் கொடுமைக்காரன்! சுலபாவுக்கு எவ்வளவு கஷ்டம் கொடுத்தே! குமார் உசிரோடே இல்லேன்னு அவளுக்குத் தெரியாது. அவன் அவளை விட்டுட்டுப் போயிட்டான்னு அவ நெனைச்சுக்கிட்டிருக்கா.

"காட்டிலே பாழ்வெளியிலே பைத்தியமாய் ஓடுகிறாள்.

கண்கள் குருடாகும் நிலை, வாயில் இல்லை வார்த்தை..."

"மேலே சொல்லு!"

"ஆகா, ஒன் கவிதையையே கேக்கறதுக்கு எவ்வளவு ஆசை!... ஆனா நீ ஹரிஷ் ராயாவைவிடக் கொடுமைக்காரன். சுலபாவோட அப்பாவோட உத்தரவாலே குமாரை சாகவச்சே, அவனோட பொணத்தை ஏழு பனை ஆழமான குழியிலே எறிஞ்சுட்டே... சுலபாவோட அப்பா அந்தக் குழியை மூடி அங்கே ஒரு செங்கடம்பு மரத்தை நட்டுட்டாரு. அம்மா! மனுசன் சுலபாவோட அப்பா மாதிரி கொடூரமா இருப்பானா?"

“ஏன் இருக்கக் கூடாது? ஒரு பேச்சுக்குச் சொல்றேன்... நான் ஒரு பிச்சைக்காரனா இருந்தா ஒன்னோட அப்பா ஒன்னை எனக்குக் கட்டிக்கொடுப்பாரா?”

“யாராவது கட்டிக்கொடுப்பாங்களா? அசட்டுப் பேச்சு வேணாம்!”

“ஏன், பணமில்லாத மனுசனுக்குக் காதல் இருக்கக் கூடாதா?”

“ஊஹும்” என்று சொல்லிச் சிரித்தாள் ஃபுல்லரா.

“என்ன சொன்னே, என்ன சொன்னே நீ?” கவிக்குத் திடீரென்று கோபம் வந்தாற் போலிருந்தது, அல்லது பயமோ?

“ஃபுல்லரா மெல்லச் சிரித்துக்கொண்டு சொன்னாள், “அப்பா கொடுக்கமாட்டார்தான். ஆனா நீ எங்கே கூட்டிக்கிட்டுப் போனாலும் நா ஒன்னோடே வருவேன்.”

“வருவியா?”

“நிச்சயமா! நா என்ன கஷ்டத்துக்குப் பயப்படறவளா?” ஃபுல்லராவால் தான் இப்படிச் சொல்ல முடியும். கஷ்டம் என்றால் என்ன என்றே தெரியாது அவளுக்கு.

மாதவாசாரியருக்கு ஏராளமான சொத்து—அவருடைய ஒரே பெண் ஃபுல்லரா. துன்பமே அணுகாத வாழ்க்கையை அனுபவிக்கிறாள். இஷ்டத்துக்குச் சேலையை உடுத்திக் கிழிக்கிறாள், நகைகளை முரட்டுத்தனமாகக் கையாண்டு உடைக்கிறாள். பிறர் துன்பப்படுவதுகண்டு ஆச்சரியப்படுகிறாள். ‘நான் கவிக்காகக் கஷ்டங்களைப் பொறுத்துக்கொள்வேன். அவர் புல்மேல் படுத்துக்கொண்டிருப்பார், நான் அவருக்கு என் சேலைத் தலைப்பால் விசிறுவேன். அவர் ஓலைக்குடிசை கட்டுவார், நான் மண் சட்டியில் அவருக்காகச் சமைப்பேன்...’ இப்படியெல்லாம் நினைக்கக்கூடப் பிடிக்கிறது அவளுக்கு.

தண்ணீரில் மிதந்துபோகும் மனிதனின் நிலையிலிருந்தார் கவி. காதலில் சிக்கியவனுக்கு நேரும் நிலைதான் இது. “நான் ஒனக்காக எந்தக் கஷ்டத்தையும் பொறுத்துக்குவேன்” என்று சொன்னதுமே அவருடைய உள்ளத்தில் மகிழ்ச்சி திரும்பி வந்தது—முழுக இருந்தவனுக்குப் பிடித்துக்கொள்ள வாழைமரம் கிடைத்தாற்போல, “நீ ஏழையாயிருந்தா நா ஒன்னைக் காதலிச்சிருக்க மாட்டேன்” என்று ஃபுல்லரா சொல்லியிருந்தால் அந்தப் பேச்சு அவருக்கு மரண அடியாக இருந்திருக்கும். அவள், “ஏழையானாலும் நீதான் என் புருசன்” என்று சொன்னதுமே அவருக்கு உயிர் திரும்பி வந்துவிட்டது.

காதலில் இப்படித்தான் நேரும். ஒரு சிறிய வார்த்தையில் வாழ்வும் சாவும் தொங்கும்.

"நீ ரொம்பக்கொடுமைக்காரன்னு என் தோழிகள் சொல்றாங்க. நீ என்னை ரொம்பக் கஷ்டப்படுத்துவியாம்..." என்று ஃபுல்லரா சொன்னாள்.

"ஏன்?"

"சுலபாவுக்கு எவ்வளவு கஷ்டம் கொடுத்தே! அந்தப் பாதாளக் குழியிலே குமாரோட பொணம். அந்த எடத்திலே ஒரு செங்கடம்பு மரம் வளருது. அந்த மரத்தின் நெழல்லே படுத்துக்கிட்டு சுலபா எவ்வளவு அழறா! பாவம், செங்கடம்பு மரத்தோட நெழல் குளிர்ச்சியாயிருக்குமா? அந்த மரம் வெயிலையும் மழையையும் தடுத்து நிறுத்துமா?"

இப்போது ஃபுல்லரா ஒரு தேவகன்னிகை மாதிரி காட்சியளித்தாள். கூடவே அன்பு நிறைந்தவளாகவும் காணப்பட்டாள். எவ்வளவு மென்மையாக, அழகாக இருக்கிறாள்! செல்வச் செழிப்பில் செல்லமாக வளர்ந்தவர்கள் இப்படித்தான் இருப்பார்கள் போலும்!

"நீ என்னோட சுலபா..."

"இது வெறும் ஏட்டுப் பேச்சு..."

"நீ என்னோட சுலபாதான், ஃபுல்லரா!"

"ப்பூ! சுலபா புஸ்தகத்திலே இருக்கற மனுஷியல்லவா!"

"அதே மனுஷிதான் நீ. நான் எழுதின காவியத்திலே நாயகி நீதான். நான் எழுதப்போற பாஞ்சாலிக்கும் நீதான் நாயகி!"

"ஏன் காவியம், காவியம்னு சொல்லிக்கிட்டே இருக்கே? காவியம் எழுதினே, மரியாதை, கௌரவம் அடைஞ்சே... மறுபடியும் எதுக்குக் காவியத்தைப் பத்திப் பேசறே? இதனாலேதான் அப்பா சொல்றார்..."

"என்ன சொல்றார்?" என்று கவி கேட்டாலும் அவரது மனம் எங்கோ இருந்தது. அவர் தாம் இன்னும் எழுதாத, இனி எழுதப் போகிற காவியத்தைப் பற்றி நினைத்துக்கொண்டிருந்தார். இந்த நினைப்பு அவருள்ளத்தை அரித்துக்கொண்டிருந்தது. எழுதப்பட்ட காவியம் என்பது பிரசவிக்கப்பட்ட குழந்தை. அதன் காரணமாக எந்தத் துன்பமுமில்லை. எழுதப்படாத காவியம் தரும் வேதனை ஃபுல்லராவுக்கு எப்படிப் புரியும்?

"நீ குடும்பத்தைக் கவனிக்கமாட்டே, என்னைக் கவனிக்க மாட்டே, எப்போதும் காவியத்தைப் பத்தியே நெனைச்சுக்

கிட்டிருப்பேன்னு அப்பா சொல்றார். அவர் சொல்ற மாதிரி இருந்தா நல்லாயிருக்காது . . . ஒன்னை முழுக் குடும்பஸ்தனா ஆக்கப்போறதா அப்பா சொல்லியிருக்கார். அவர் ஒனக்கு நெலம், மாடு, வேலைக்காரன், வேலைக்காரி எல்லாம் கொடுத்து ஒன்னைக் குடும்ப வாழ்க்கையிலே கட்டி வச்சுடுவார்."

"ஆனா நா இன்னும் எழுதாத காவியத்தைப் பத்திய நெனைப்பு எரியற உமி மாதிரி என்னைப் பொசுக்கிக்கிட்டிருக்கே!"

உண்மையில் அவர் ஃபுல்லராவின் பேச்சைக் கவனிக்கவே யில்லை. அவர் ஃபுல்லராவிடம் வருவதற்குமுன் தாம் கண்ட கெட்ட கனவின் பயத்தால் பெரிதும் பீடிக்கப்பட்டிருந்தார். அந்தப் பயத்திலிருந்து விடுபட்டு நம்பிக்கை பெறுவதற்காகவே அவர் ஃபுல்லராவிடம் ஓடி வந்திருந்தார். ஃபுல்லராவிடம் வந்து சேர்ந்து அவளைப் பார்த்துக்கொண்டிருந்ததில் அவருடைய பயத்தை அவரறியாமலே மறந்து போய்விட்டார்.

பயம் மனிதனை நிலை குலையச் செய்வதுபோல் நம்பிக்கையும் அவனை நிதானமிழக்கச் செய்யும் போலும்! தம்மிடம் எல்லாம் இருக்கிறது என்று நினைத்தார் கவி. ஃபுல்லரா அவரை நேசிக்கிறாள், ராஜா நேசிக்கிறார், நகரத்தில் ஒவ்வொருவரும் அவரை நேசிக்கிறார்கள்.

ராஜா அவருக்கு ராஜகவி என்று பட்டமளிப்பார். நிறைய நிலம், தங்கம், மாடுகள் அளிப்பார். அவரது உடல் முழுவதையும் நகைகளால் அலங்கரிப்பார். இன்பம் கிடைக்கும் என்ற நம்பிக்கை ஒரு மாயாவி. அதன் தாக்கத்தில் கவி ஆடிக் குதிக்கத் துடித்தார்.

அவர் நிறைய எழுதுவார், நிறையக் காவியங்கள் இயற்றுவார். தாமின்யாவாசி முகுந்தராம் அப்படியென்ன பெரிய கவி! கிருஷ்ணதாஸ் கவிராஜின் புகழ் என்ன பிரமாதம்! சண்டிதாஸுக்குக் காதலைப் பற்றி என்ன எழுதத் தெரியும்! இவர்களையெல்லாம் விஞ்சிவிடப் போகிறார் கவி வந்த்யகட்டி காயி!

இதை அவர் ஃபுல்லராவிடம் சொன்னார்.

"எல்லாரையும் விடவா?"

"ஆமா, ஃபுல்லரா ஏன்னு தெரியுமா, ஒரு விதத்திலே அவங்களுக்குக் கிடைக்காத அதிருஷ்டம் எனக்குக் கிடைச்சிருக்கு."

"அது என்ன அதிருஷ்டம்?"

"அவங்க ஒசந்த ஜாதி, பெரிய வம்சம், ஆனா அது மட்டும் போதாது, ஃபுல்லரா!"

“ஏன், நீயுந்தான் ஓசந்த ஜாதி…”

சட்டென்று உதட்டைக் கடித்துக்கொண்டார் கவி. பிறகு, “என் மாதிரி கஷ்டப்படல்லே அவங்க. கஷ்டம் அனுபவிக்கற அதிருஷ்டம் எனக்கு நெறைய. அதைத் தவிர, மனசிலே ஏற்படற இந்த உத்வேகம், இந்த எரிக்கற உணர்ச்சி, காவியம் எழுதணுங்கற வெறி—இதெல்லாம் அவங்க அனுபவிக்கல்லே” என்று சொன்னார்.

“ஆனா சண்டிதாஸை யானையை விட்டு மிதிச்சுக் கொன்னாங்க, கிருஷ்ணதாஸ் கவிராஜை குருடாக்கினாங்களே!”

“ஆனா அதையெல்லாம்விடப் பெரிய துக்கங்கள் இருக்கு, ஃபுல்லரா. வேறுவிதமான துன்பம் இருக்கு, வேறுவிதமான பயம் இருக்கு, அதெல்லாம் ஒனக்கு எப்படிப் புரியும்! பனையோலையிலே முதல் எழுத்து எழுதறது எவ்வளவு பெரிய சுகம் தெரியுமா? அந்த மாதிரி மகிழ்ச்சியை ஒன்னாலேகூடக் கொடுக்க முடியாது…”

“எப்பப் பார்த்தாலும் ஏடு, ஏடு, ஏடு!… அப்படீன்னா நா என்னத்துக்கு?”

கோபம் வந்துவிட்டால் ஃபுல்லரா அடிமைப்பெண்களின் கொச்சை மொழியில் பேசத் தொடங்கி விடுவாள்.

கவி ஏதோ சொல்ல முற்பட்டார். அதற்குள் பேசத் தொடங்கி விட்டாள் ஃபுல்லரா—“ஆமா, நீ நெசமாவே சொப்பனத்திலே அபயாவைப் பார்த்தியா? எனக்கு என்னவோ நம்பிக்கை வரல்லே. மனிசனாலே நெசமாவே தேவதைகளைப் பார்க்க முடியுமா?”

“நான் பார்க்கல்லேன்னு யாரு சொல்றாங்க?”

ஃபுல்லராவின் சாதாரணப் பேச்சில் அப்படி என்ன இருந்ததோ தெரியவில்லை, கவி கோபத்தோடு கர்ஜனை செய்தார். அவருடைய கண்கள் குன்றிமணிபோல் சிவந்துவிட்டன. கூடவே ஒரு பயங்கரமான பயம், எல்லாவற்றையும் அழித்துவிடக் கூடிய பயம், அவரது கண்மணிகளில் பிரதிபலித்தது. கவி கையைப் பிசைந்து கொண்டார், அவரது உடலும் முறுக்கிக் கொண்டது. எவருக்கும் இந்த மாதிரி உடம்பு முறுக்கிக்கொண்டு பார்த்ததில்லை ஃபுல்லரா. பங்கராஜ் பாம்பை நிலத்தோடு சேர்த்து ஈட்டியால் குத்திவிட்டால் அதன் உடல் இப்படித்தான் முறுக்கிக்கொள்ளும்.

“நீ ஏன் இப்படிக் கோவிச்சுக்கறே? நா அப்படியொண்ணும் கெடுதலாச் சொல்லல்லியே!”

"நான் அபயாவை சொப்பனத்திலே பார்த்தேங்கறது எல்லாருக்கும் தெரியும், தெரியாதா, சொல்லு!"

கோபத்தில் கவியின் தசைகள் கிடுகிடுவென்று நடுங்கத் தொடங்கின. ஆண் பிள்ளையின் இடதுபக்கம் இப்படித் துடிப்பது நல்ல சகுனமா? ஃபுல்லராவுக்கு ரொம்பப் பயம் ஏற்பட்டது. ஆண் பிள்ளையின் எந்தப் பக்கம் துடித்தால் நல்லது, எந்தப் பக்கம் துடித்தால் கெடுதல் என்பது இப்போது அவளுக்கு மறந்து போய்விட்டது.

கவிதான் ஏனிப்படி கோபித்துக்கொண்டார்? ஃபுல்லரா இப்போது என்ன செய்ய வேண்டும்? அவள் சஞ்சலப்பட்டாள்—வைகாசி மாதக் கடும் வெயிலில் ஒரு பாறையின் மேல் வெறுங்காலை வைத்தாற் போல,

அவளுடைய கண்களில் நீரைப் பார்த்தால் கவிக்கு உயிர் போனாற் போலிருக்கும். அவளுடைய சிரிப்பைக் கண்டால் உயிர் திரும்பி வந்துவிடும்.

நாளைக் காலையில் ராஜ சபையில் எல்லோருக்கும் அவர் ஃபுல்லராவை மணம் செய்துகொள்ளும் செய்தி அறிவிக்கப்படும். ஃபுல்லராவின் அண்ணியின் தங்கை ஆசனப் பலகை, முறம், கூடை இவற்றில் சித்திரம் வரைவதில் தேர்ந்தவள். அவளைக் கூட்டி வர இன்னும் ஓரிரு நாட்களில் பல்லக்கு அனுப்பப்படும். திருமணத்துக்கு அழைக்கப்படுபவர்களுக்கெல்லாம், சுமங்கலிகளுக்கெல்லாம் தேங்காய், வெற்றிலை, பாக்கு, மஞ்சள், புதுத்துணி இந்த ஐந்து மங்கலப் பொருள்களும் வைக்கப்பட்ட கூடை கொடுக்கப்படும். அந்தக் கூடையும் சாதாரணக் கூடையாக இருக்கக் கூடாது. ஒவ்வொரு கூடை மேலும் அழகான சித்திரங்கள் தீட்டப்பட்டிருக்க வேண்டும். ஃபுல்லராவின் அம்மா இரவில் விளக்கை எரிய விட்டுக்கொண்டு உட்கார்ந்து கூடைகளில் சித்திரம் தீட்டி வருகிறாள். ஃபுல்லராவின் அண்ணி மாமியாரிடம், "என் தங்கைதான் வராளே கலியாணத்துக்கு, அவளை விட்டுச் சித்திரம் தீட்டச் சொல்லலாம். நீங்க எதுக்கு சிரமப்படணும்?" என்று சொல்லியிருக்கிறாள்.

அதற்கு ஃபுல்லராவின் அம்மா மெதுவாகச் சிரித்துக்கொண்டு சொன்னாள், "எனக்கு மட்டும் இதையெல்லாம் செய்ய ஆசையிருக்காதாம்மா? இந்தப் பொண்ணு பொறந்து கொஞ்ச நாளிலே எனக்குப் பட்டுச்சேலை உடுத்திக்கக்கெடைச்சுது. அதுக்கு முன்னாலே எவ்வளவு கஷ்டப்பட்டிருக்கேன்! கந்தல் துணியைக் கட்டிக்கிட்டு ஆனி—ஆடி மாதத்து மழையிலே வீட்டுக்குள்ளேயிருந்து தண்ணியை எறைச்சு வெளியே

கொட்டியிருக்கேன், பச்சரிசியையும் வெல்லத்தையும் கலந்து கஞ்சி காய்ச்சிப் புருசனுக்கும் பிள்ளைகளுக்கும் ஊத்தியிருக்கேன்! இந்தப் பொண்ணு எனக்கு அதிருஷ்டம்மா!"

ஃபுல்லராவின் வீட்டில் இப்போது இரவும் பகலும் கலியாணப் பேச்சுதான்.

இப்படிப்பட்ட நேரத்தில் ஃபுல்லரா ஏதோ சாதாரணமாகப் பேசிய பேச்சில் கவிக்கு ஏனித்தனை கோபம்?

"நான் பீமாதலுக்கு வரணுங்கறதுக்காக எவ்வளவு தொலைவிலேருந்து நடந்து வந்தேன், தெரியுமா? மாதவாசாரியரோட செல்லப் பொண்ணு நீ, நடக்கற கஷ்டம் ஒனக்கென்ன தெரியும்? ரெண்டு காலிலேயும் புண்ணு, யார்கிட்டே போனாலும் ஒரு பிடி சோறு கெடைக்கல்லே. யாரைப் பார்த்தாலும் கேக்கறேன், 'நான் எந்தப் பாதையிலே போகணும்? எங்கே போனா எனக்கு அடைக்கலம் கெடைக்கும்?' எவ்வளவு தூரத்திலேருந்து வந்தேன், தெரியுமா?"

"எனக்கு எப்படித் தெரியும்?" ஃபுல்லராவின் கண்களிலிருந்து நீர் சொட்டத் தொடங்கியது. கவியின் சொந்த ஊர் எது, பூர்வீகக் கிராமம் எது, அந்த ஊர் ராஜா யார், ஒன்றுமே தெரியாது அவளுக்கு.

"இதோ பார், கலியாணம் நடக்கறபோது ஊர் எது, என்ன கோத்திரம், அப்பா பேர் என்ன எல்லாம் சொல்லணுமே!" என்று மாதவாசாரியர் சொன்னபோது, "அப்போ சொல்றேன்" என்று கூறியிருந்தார் கவி.

அப்போது கர்க ராஜா சிரித்துக்கொண்டு, "அப்பா, தாத்தா பேராலே ஒரு பிராமணன் கலியாணம் தடைப்பட்டு நான் பார்த்ததில்லே" என்று சொன்னார்...

இப்போது கவி ஃபுல்லராவிடம் சொன்னார், "நான் நடந்து நடந்து வந்துக்கிட்டேயிருக்கேன், பீமாதலுக்குப் போய்ச் சேர்ந்துடுவேங்கற நம்பிக்கையில்லே, தெரியுமா ஃபுல்லரா?"

"எவ்வளவு தூரத்திலேருந்து வந்துக்கிட்டிருந்தே?"

"ரொம்ப தூரத்திலேருந்து..."

"மகிஷாதல்லேருந்தா?"

"இல்லே, ரொம்ப தூரத்திலேருந்து"

"அப்படீன்னாக் கர்ணகடுக்கு அந்தப் பக்கத்திலேருந்தா?... என் தோழியோட புருசன் கர்ணகடுக்குப் பக்கத்திலே இருக்கான். அது ரொம்ப தூரம்னு கேள்விப்பட்டிருக்கேன்."

“அதைவிட தூரம், ஃபுல்லரா. அது எவ்வளவு தூரம்னு ஒனக்குச் சொல்ல முடியல்லே. நடந்து நடந்து வந்து ஒரு பாறை மேலே படுத்தேன். ஒடனே தூக்கம் வந்துடுச்சு. அப்போ என்ன நடந்தது, தெரியுமா?”

“அபயா வந்தா!” என்று சொல்லிவிட்டு ஃபுல்லரா தன் கைகளைக் கூப்பி நெற்றியில் வைத்துக்கொண்டாள்.

“இந்தக் கதை எல்லாருக்கும் தெரியும்? இல்லியா?”

“எல்லாருக்கும் தெரியும்!” ஆழ்ந்த நம்பிக்கையோடு ஃபுல்லரா சொன்னாள்.

ஆம், பீமாதலிலிருந்து வடக்கு ராட் பகுதி, தெற்கு ராட் பிரதேசத்திலிருந்து கலிங்க நாட்டு எல்லையிலுள்ள பயங்கரக் காடு. எல்லா இடங்களிலுமுள்ள மக்களுக்கு இந்தக் கதை தெரியும். கவி கனவில் அபயாவைத் தரிசித்த அதிசயச் செய்தியைப் பீமாதல்வாசிகள்தான் எங்கும் பரப்பியிருந்தார்கள்.

“தாமின்யாவாசி கவிகங்கண் முகுந்தராமுக்குத்தான் சொப்பனத்திலே தேவி தரிசனம் கெடைக்குமோ? எங்க கவி மட்டும் என்ன குறைச்சல்?” என்று அவர்கள் நெஞ்சை நிமிர்த்திச் சொல்லிக் கொண்டார்கள்.

க்ஷீர் கிராம், சேகாக்காலா ஆகிய ஊர்களிலிருந்து வந்த சங்கு வியாபாரிகள் மட்டும் ஏளனமாக, “ஆகா, பீமாதலிலே கவி ஏது? எங்களுக்குத் தெரியாதாக்கும்!” என்று சொன்னார்கள். “தாமின்யா கிராமத்து முகுந்தராம் ஆர்டா (ஓர் ஊர்)வோட ராஜா பேரை நாலு திக்கிலேயும் பரவச் செஞ்சுட்டார். அதைப் பார்த்துப் பொறாமைப்பட்டுப் பீமாதல் ராஜா எங்கேயிருந்தோ ஒரு கவியைக்கொண்டாந்துட்டார்...”

“என்ன சொல்றீங்க? கவிகங்கண் கவி, எங்க கவி வந்த்யகட்டி கவியில்லியா? நீங்க முட்டாள், சங்கு விக்கறீங்க, முட்டைப் பொரியைத் தின்னுட்டுச் சந்தையிலே படுத்துக்கெடக்கீங்க. ஓங்களுக்குக் கவியைப் பத்தி என்ன தெரியும்?”

இப்படி அவர்கள் சண்டை போட்டுக்கொண்டார்கள். ஆனால் இப்போது இந்தச் சச்சரவெல்லாம் ஓய்ந்துவிட்டது. இப்போது மக்களுக்கு உண்மை நிலவரம் தெரியும். எப்படித் தெரிந்தது? கவி காவியம் எழுதியதும் தெரிந்தது. என்ன காவியம்? அபயா மங்கள் காவியம்.

இந்தக் காவியத்தைப் பற்றி எல்லாருக்கும் எப்படித் தெரிந்தது? பீமாதல் ராஜா நாற்புறத்திலிருந்தும் எழுத்தர்களை

வரவழைத்தார். அவர்களுக்குப் பனையோலை, எழுத்தாணி, நாணல் பேனா, ஹீராகஷ் – ஜியோன் மரங்களிலிருந்து கிடைக்கும் மை இவைகளைத் தாராளமாகக் கொடுத்தார். கவி காவியத்தைப் படிக்கப் படிக்க அவர்கள் அதை எழுதிக்கொண்டார்கள், இவ்வாறு நூற்றுக்கு மேற்பட்ட ஏடுகள் தோன்றின. அவை நாற்புறமும் அனுப்பப்பட்டன.

கர்க ராஜா ஏன் இவ்வாறு ஏடுகளைப் பிரசாரம் செய்தார்?

ஏடுகளோடு அவருடைய பெயரும் பிரசாரமாகும் என்றுதான். அபயா மங்கள் காவியத்தின் தொடக்கத்திலேயே கர்க ராஜாவின் புகழ்ச்சி இடம் பெறுகிறது அது மிகையான, உண்மைக்குப் பொருந்தாத புகழ்ச்சி. 'கர்க ராஜா யுதிஷ்டிரர் போல, ராமர் போல, ஜனகர், அரிச்சந்திரர் போலப் புண்ணியவான். அவருடைய செல்வம், கருணை, வீரம் இவற்றுக்கு எல்லையே இல்லை.'

இதைப் பார்த்து மயங்கிவிட்டார் கர்க ராஜா. கவி இல்லாவிட்டால் அவருடைய புகழை யார் பரப்புவார்கள்? ஆர்டா ராஜாவின் புகழ் கவி கங்கணின் காவியத்தால் பரவிய பிறகு கர்க ராஜா அவர்மீது எவ்வளவு பொறாமைப்பட்டார்!

ஏட்டின் பெருமையால், அதைப் பிரசாரம் செய்ய கர்க ராஜா மேற்கொண்ட முயற்சியால் கவி தேவிதரிசனம் பெற்ற கதை எல்லோருக்கும் தெரியும் . . .

பாறையின்மேல் படுத்துக் கவி தூங்கிக்கொண்டிருந்தார்.

கற்கள் குத்திப் பாதத்திலிருந்து இரத்தம் வழிய, முழங்கை தலையணையாய் உறங்கினார் கவி

இந்தச் சமயத்தில் அவரது கனவின் வானத்தை ஒளி மயமாக்கிக்கொண்டு தோன்றினாள் அபயா. அவளோடு வந்தன பொன் மயமான உடும்பு, குதிரையளவு உயரமான மான், சரபம் (புராணங்களில் வருணிக்கப்படும் ஒரு பயங்கர மிருகம்), புனுகுப் பூனை இன்னும் எண்ணற்ற மிருகங்கள். தேவி ஒரு விசித்திரமான மார்க்கச்சை அணிந்திருந்தாள். நீலகண்டப் பறவை தேவியின் தலைமேல் குடைபோல் இறக்கைகளை விரித்திருந்தது. கூடவே பறந்து வந்திருந்தன பலவகைப் பறவைகள்: ஃபிகீர், நாரக், ஆரக், மைனா, பாரூயி, டாகூ . . . அவற்றை எண்ண இயலாது. தேவியின் கழுத்திலிருந்த பூமாலை ரத்த காஞ்சனா, நாகேஸ்வர் சம்பாவா, நவமல்லிகாவா என்று சொல்ல முடியவில்லை. நாற்புறமும் மணம் – ஆகா என்ன மணம், வருணணைக்கு அப்பாற்பட்ட மணம்!

“தேவி வந்து என் நெற்றியைத் தொட்டாள்” ...

இப்போது கவி தம் நெற்றியைத் தொட்டார். அந்த அபூர்வக் கனவின் நினைவில் அவரது கண்கள் மயங்கின. அந்தக் கனவு தோற்றுவித்த ஆச்சரியம் அவரை இப்போதும் மெய்ம்மறக்கச் செய்கிறது. சுடுகாட்டுப் பறையர்கள் இரவும் பகலும் கள் போதையில் மூழ்கியிருப்பார்களே, அவர்களுடைய போதையைவிட வலிமையானது கவியின் இந்தக் கனவுப் போதை.

“தேவி என்னருகே அமர்ந்தாற் போலிருந்தது. அவள் மெதுவாகச் சொன்னாள், ‘குழந்தாய், காடுகள் உள்ள இடங்களில் நான் அபய சண்டி என்ற பெயரில் போற்றப்படுகிறேன். விந்தியப் பிரதேசத்தில் தண்டகாரணியத்தில் எனக்குப் பதினெட்டுக் கைகள். அங்கே என்னை விந்தியவாசினி என்ற பெயரில் வணங்குகிறார்கள். ஒரு காலத்தில் முனிவர்கள் என்னை அரண்யானி என்ற பெயரில் பூசித்தார்கள். இந்தப் பீமாதல் ராஜ்யத்தில் அடர்ந்த காடு இருக்கிறதே, அதைக் காப்பவர் யார்? . . .”

இதைக் கேட்டு வியப்படைந்தார் கவி. தேவி சொன்னாளாம், “நான் காட்டைக் காக்கிறேன், விலங்குகளைப் பரிபாலிக்கிறேன், ஆற்றில் செல்லும் வைசியர் படகுகளுக்குச் சாதகமான காற்றையளித்து அவர்கள் போகவேண்டிய இடங்களுக்கு அவர்களைப் பத்திரமாகக் கொண்டுபோய்ச் சேர்க்கிறேன் . . . கர்க ராஜாவின் ராஜ்யத்தில் எனக்குப் பூசை இல்லை. நீ பீமாதலுக்குப் போ! . . .”

“அப்பறம்?”

“ஒங்கிட்டே என்ன சொல்வேன். ஃபுல்லரா! காலையிலே தூக்கம் கலைஞ்ச பிறகும் நான் தேவி சொன்னதைப் பத்தியே நெனைச்சுக்கிட்டிருந்தேன். அப்போ திடீர்னு ரொம்ப தூரத்திலே தெரிஞ்சது ஒரு பித்தளைக்கொடி, கோவில் கும்பம், அந்த வழியிலே போனவங்களை விசாரிச்சேன், ‘அது என்ன?’ன்னு. அது பீமாதல் ராஜ்யத்துக் கோவிலோட கும்பம்னு சொன்னாங்க. அப்பவே புரிஞ்சுக்கிட்டேன் நான் பார்த்த சொப்பனம் உண்மைன்னு ... அதுக்கப்பறம் நான் ஒங்கிட்டே வந்தேன்.”

“எங்கிட்டே வந்தியா?”

ஃபுல்லரா முன்னே வந்தாள். திருமணத்துக்கு முன்னால் அவள் தன் வருங்காலக் கணவனைத் தொடக்கூடாது. அவள் இந்தத் தடையை மறந்து கவியின் உடம்பில் கைகயை வைத்தாள்.

“ஃபுல்லரா!”

அவளது உடலின் மணம் கவியின் நாக்கைத் துளைத்தது. அவள் இவ்வளவு அருகில் ஏன்? கவியின் இரத்தத்திலும் தசையிலும் பரவசம் . . .

“இதிலே என்ன குத்தம்? நா ஒன்னுடையவ அப்படீன்னு நீதானே சொல்லியிருக்கே. நாளைக் காலையிலேதான் நம்ம ஒறவு எல்லாருக்கும் தெரியப் போகுதே! . . .”

அவள் சொல்ல விரும்பினாள்:

“நீ என் இதயத்தின் இதயம், உள்ளத்தின் உள்ளம்; நூறு இரத்தினங்களைவிட உயர்ந்த இரத்தினம் நீ!”

இது கவியின் காவியத்தில் இடம்பெறும் வாக்கியம். ஆனால் இது நெஞ்சில் இருந்தும் நினைவுக்கு வரவில்லை.

“ஃபுல்லரா!”

கவி சட்டென்று தம் பிணிகள் யாவற்றுக்கும் மருந்தைத் தம் முன்னால் கண்டார். அவரை நிலைகுலையச் செய்துகொண்டிருந்த பயங்கர பயத்திலிருந்து அவரை விடுவிக்கும் உபாயம் அவருக்கு முன்னால் இருக்கிறது—இந்த ஃபுல்லராவின் உருவில்.

ஃபுல்லராவின் உடல் மணம் ஒரு வகையில் அவருக்கு நம்பிக்கை அளிக்கிறது, பயமில்லை என்று சொல்கிறது. இன்னொரு பக்கம் அவருள் கிளர்ச்சியூட்டுகிறது. ஃபுல்லரா இவ்வளவு அருகில் இருக்கிறாள், அவர் ஏன் அவளுக்கு இன்னும் அருகே போகக் கூடாது? பாவமா? என்ன பாவம்? கவியின் சிந்தனைத் திறன், அறிவு, விவேகம் எல்லாம் தேய்ந்துபோய்விட்டதாகத் தோன்றியது. எவ்வளவு மென்மையான, சிவந்த, உப்பிய உதடுகள்! ஃபுல்லரா தேனையும் மெழுகையும் கலந்து உதட்டில் தடவிக்கொள்கிறாளா?

ஓர் ஆச்சரியமான, இலேசான, மணமடர்ந்த இருள் ஒரு மேகம்போல இப்போது தம்மையும் ஃபுல்லராவையும் சூழ்ந்துவிட்டாற்போல உணர்ந்தார் கவி. அவர்களை முற்றிலும் மறைத்துவிட்ட அந்த இருள் ஒரு சூடான தழுவல்போல இருந்தது. அந்தக் கருத்த இருளுக்குமேலே பாந்துலி மலர்களும் இந்திர புஷ்பங்களும் விழுகின்றன. இந்திர புஷ்பத்தின் நிறம் நெருப்புப் போன்றது. கொஞ்சங்கொஞ்சமாகக் கவியின் உடம்பும் இந்திர புஷ்பத்தின் நிறத்தில் நெருப்பாக மாறத் தொடங்கியது. என்ன சூடு, என்ன ஜுவாலை! இந்திர புஷ்பத்தில் இவ்வளவு வெப்பம் இருக்குமா?

சரியாக இந்தச் சமயத்தில் கதவைத் தட்டும் ஓசை கேட்டது. கவி ஏதோ ஒரு கதவை மூடி அறையை இருட்டாக்கியிருந்தாற்

போலவும் இப்போது அந்தக் கதவு திறந்து கொள்வதுபோலவும் இருந்தது. கவி மெதுவாகத் தம் நிலைக்கு வந்தார்.

குணா ஆயி மெல்லிய குரலில் சொன்னாள், "காதலனை விட்டுடு, ஃபுல்லரா. வீட்டிலே சனங்க எழுந்திருக்கறாங்க. அவங்களுக்குத் தெரிஞ்சா ரொம்ப ஆபத்தாயிடும்."

"என்னை விட்டுடு!" பயந்து விட்ட முயல் குட்டிபோல இருந்தாள் ஃபுல்லரா!

"விட்டுடு! வீட்டுக்குப் போ! அப்பாவுக்குத் தெரிஞ்சா நாம தொலைஞ்சோம்!"

ஃபுல்லரா கவியின் தோளைப் பிடித்து உலுக்கினாள். குணா அருகிலிருப்பது தெரிந்தும் கவி ஃபுல்லராவின் தலையையும் முகத்தையும் தடவிக்கொடுத்து, "சரி, நீயும் தூங்கப்போ!" என்று சொல்லிவிட்டு வெளியேறினார்.

அப்போதும் இரவு மிச்சமிருந்தது.

காற்றின் வேகம் குறைந்திருந்தது. இடையிடையே தெற்கிலிருந்து காட்டுக்காற்று 'உஸ்' என்று ஒலியெழுப்பியது. வானத்தில் இப்போதும் அடர்ந்த மேகங்கள், ஆனால் அவை கொஞ்சங் கொஞ்சமாக விலகிக்கொண்டிருப்பதாகத் தோன்றியது. கர்க ராஜாவின் சபை மண்டபத்தில் புழுதி நிறக் கற்கள் பதித்திருக்கும். அங்கே பாஞ்சாலி பாராயணம் அல்லது நாடக நிகழ்ச்சி நடைபெற்ற பிறகு விஷ்ணுபூரில் தயாரிக்கப்பட்ட பெரிய தரை விரிப்பு மடித்து வைக்கப்படும்போது இப்படித்தான் கொஞ்சங் கொஞ்சமாகத் தரையின் பழுப்பு நிறம் வெளிப்படும். அதுபோல் குவிந்திருந்த மேகங்கள் கொஞ்சங் கொஞ்சமாக விலகவிலக வானத்தின் சுயநிறம் வெளிப்பட்டது.

காற்றில் கடும் குளிர்.

சற்றுத் தொலைவில், திடீர் மின்னலொளியில், ஒரு பெண் புலி ஓடுவதைப் பார்த்துத் திடுக்கிட்டு நின்றார் கவி. புலி மாட்டைத் தேடிக்கொண்டு ஊருக்குள் நுழைந்திருக்கலாம். அவரைப் பார்த்ததும் பயந்து ஓடியிருக்கிறது. கவியின் கையில் கோலக் கொடுத்த தடி மட்டுந்தான் இருந்தது. எனினும் அவருக்கு அச்சமேற்படவில்லை.

சரியாக இதே சமயத்தில் ஒரு தீவிரமான, வேதனையொலி கேட்டது. யானையின் பிளிறல். காட்டில் கடும் புயலில் சிக்கிய யானை ஓடிக்கொண்டே பிளிறுகிறது.

பாலகாப்ய முனிவர்தாம் எல்லா யானைகளுக்கும் தந்தை. அவரது ஆத்மா இப்போதும் யானைகளோடு செல்கிறது. யானைகள் அவரைத்தான் அழைக்கின்றனவோ? கவிக்கு அச்சம் ஏற்பட்டது.

விலங்குக்குப் பயமில்லை, ஆவிகளைப் பற்றியும் பயமில்லை, கவி வந்த்யகட்டியின் உள்ளம் வேறு பல பயங்களால் ஆக்கிரமிக்கப்பட்டிருக்கிறது. இந்தப் பயங்களின் பிறப்பு எல்லையற்ற தனிமையுணர்விலிருந்து. ஃபுல்லராவின் மலர்ந்து பூரித்த இளமையில் கழுத்துவரை மூழ்கிக் குளித்தாலும் இந்தப் பயங்கள் விலகாது. இது கவிக்குத் தெரிவதுபோல் வேறு எவருக்கும் தெரியாது.

“பயத்தை எங்கும் எடுத்து வைக்க முடியாது” மாதவாசாரியரின் கம்பீரமான, பற்றற்ற குரல் நினைவுக்கு வந்தது கவிக்கு. “பயம் உள்ளேயே இருப்பதால்தான் குழந்தை பிறந்த உடனேயே பெருங்குரலில் அழுகிறது. தான் தனியாக இருப்பதையுணர்ந்து அழுகிறது. இடையில் சிறிது காலம் பயத்தை மறந்திருக்கிறது. பிறகு சாகும் காலத்தில் மறுபடி எவ்வளவு பயம்! உடலுக்குள்ளேயே இருக்கிறது பயம்; உடலுள்ளவரை பயம் போகாது. கடைசியிலே நெய்யிலே நனைச்சுப் பாடையிலே போட்டு எரித்து விட்டால் அப்புறம் பயம் இருக்காது, ஹா... ஹா!...”

திடீரென்று அவருக்கு முன்னால், தரையைப் பிளந்து கொண்டு வெளியே வந்தாற்போல் ஒரு சுவர் தோன்றியது. பயந்து போய், ஒரு தெளிவற்ற ஒலியெழுப்பித் திகைத்து நின்றார் கவி. தாம் ஏதேதோ சிந்தனையில் ஆழ்ந்த நிலையில் தம் வீட்டுக்கே வந்து சேர்ந்துவிட்டதை உணர்ந்தார் அவர்.

கதவுச் சங்கிலியை அவிழ்த்து உள்ளே தம் அறையின் அரவமற்ற அடைக்கலத்தை அடைந்த அவர் தாம் தனியாக இல்லை என்று உணர்ந்தார். அவருடைய பயமும் அவரோடு உள்ளே நுழைந்திருந்தது.

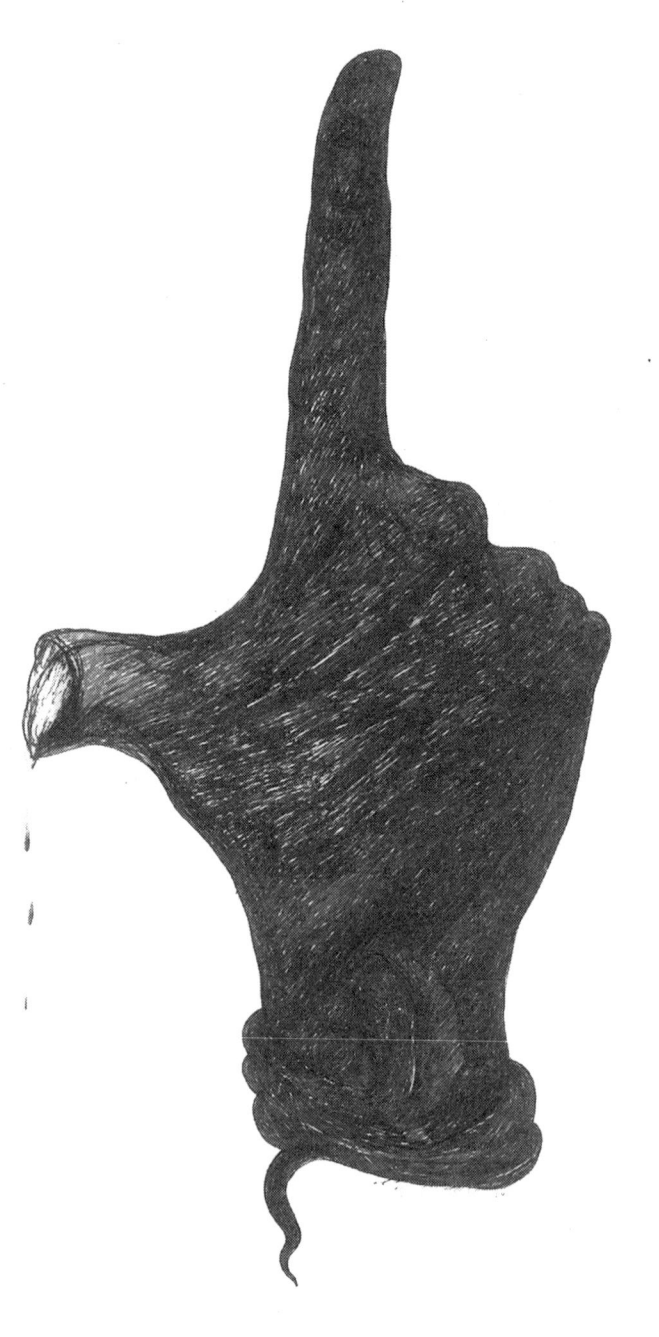

7

பிரகாசமான காலை நேரம்.

மாதவாசாரியரின் வீட்டில் ஒரே பரபரப்பு. ராஜ சபையில் இன்று கவிக்கு சம்மானம் அளிக்கப்படும். கர்க ராஜா எல்லோருக்கும் முன்னால் கவிக்கு விஷ்ணுபூரில் தயாரிக்கப்பட்ட வஸ்திர ஜோடி, பாதுகைகள், பொன்னாலான பூணூல் இவற்றைப் பரிசளித்து அவர் 'ராஜகவி' என்று அறிவிப்பார். அத்துடன் ஃபுல்லராவுடன் அவருடைய திருமணம் நடைபெறும் என்ற செய்தியும் அறிவிக்கப்படும்.

மாதவாசாரியரின் வீட்டில் அவருடைய உறவினர்கள் அழைக்கப்பட்டிருக்கிறார்கள். ஃபுல்லராவின் திருமண நாள் நிச்சயிக்கப்படும். திருமணத்துக்கு முன் பல நோன்புகள், சடங்குகள் நடைபெற வேண்டும். தம்லுக்கிலுள்ள வர்க பீமா தேவி கோவிலுக்குப் பூசைப் பொருள்களை அனுப்ப வேண்டும். ஒரு சமயம் ஃபுல்லரா கடுமையான காய்ச்சலில் கிடந்தபோது வர்க பீமா தேவியின் பிரசாதம் உண்டபின் பிழைத்தெழுந்தாள். அதனால் அந்தக் கடவுளுக்கு நேர்ந்து கொண்டிருந்தார்கள்.

"ஃபுல்லராவோட அம்மா! தம்லுக் ரொம்ப தூரமாச்சே! பூஜை சாமான்களை யாரு எடுத்துக்கிட்டுப் போவாங்க?" வைசியர் வீட்டு இரண்டாவது மருமகள் கேட்டாள்.

"என் பெரிய மருமகளோட சித்தப்பா அங்கேதான் இருக்கார். அவர் பெரிய மனிசர். என் வீட்டுக்காரரை ரொம்ப மதிக்கறவர். அவர்

இன்னிக்கு இங்கே வருவார். அவர்கிட்டேதான் பூஜை சாமானையெல்லாம் கொடுத்தனுப்பணும். நாலுபேர் வந்து கை கொடுக்கல்லேன்னா மங்கள காரியம் நடக்குமா?"

"அப்பறம் என்னென்ன பூஜை பண்ணணும்?"

"காளிக்குப் பூஜை பண்ணணும், வீட்டுக்காரர் நேர்ந்துக் கிட்டிருக்கார். பெரிய மருமகளுக்குக் கொழந்தை செத்துப் பொறந்ததிலேருந்து ஷஷ்டி பூஜை பண்ணணும்னு நெனைச்சுக் கிட்டிருக்கேன். ஆனா பெரிய மருமகளோட அம்மா பிரசவ காலத்திலே செத்துப் போயிட்டா. குணாக் கிழவி சொன்னா, அப்போ பூஜை செஞ்சா சாமி கோவிச்சுக்கும்னு. அது குடும்பத்துக்குக் கெடுதல்னு சொன்னா. கொழந்தை குட்டிகள் உள்ள வீடு, சாமிக்குக் கோவம் வந்தா ஆபத்து. அதனாலே அப்போ பூஜை பண்ணல்லே, இப்போ பண்ணணும்."

"அது சரிதாம்மா" வைசியப் பெண் சொன்னாள். "ஓம் பொண்ணுக்கு வயசு வந்தப்பறம் கலியாணம் பண்றே. அதனாலே ரொம்ப சீக்கிரமே பேரனோட மொகத்தைப் பார்க்கப் போறே. அதனாலே ஷஷ்டி பூஜை பண்ணினா ஃபுல்லராவுக்கும் நல்லதுதான் ... ஆமா, குணா எங்க பாண்ட் செடிப்புதரிலே என்ன தேடிக்கிட்டிருந்தா?"

"அதையேன் கேக்கறே! ... குணா எப்போ பார்த்தாலும் ஏதோ வசிய மந்திரம் போட்டுக்கிட்டிருக்கா, மாப்பிள்ளையோட மனசை ஃபுல்லரா எப்போதும் வசப்படுத்தி வச்சிருக்கணும்னு ... அழகு மட்டும் இருந்தாப் போதுமா, சொல்லு! அழகோடே அதிருஷ்டமும் இருக்கணும்! ஒங்க ராதியையே பாரேன்!"

"அம்மா வைசிய ஜாதிப் பொண்களுக்குப் புருச பாக்கியம் இல்லே. எங்க ஆம்பளைங்க ஊர் ஊராச் சுத்தறாங்க. ஒவ்வொரிடத்திலே ஆட்டக்காரிகள் காமரூப தேசத்து மோகினி மந்திரம் கத்துக்கிட்டிருக்காங்க, சில இடங்களிலே மயக்குக்காரிகள் வசிய மருந்து வச்சிருக்காங்க ... ஆம்பளைங்க மனசு எவ்வளவு நாள் நெலையாயிருக்கும் சொல்லு!"

"ராதியைப் பார்த்தா என் நெஞ்சு வெடிச்சுப் போகுது. எவ்வளவு பொறுமைசாலி! ஏழு அறை அறைஞ்சாக்கூட வாயைத் தெறக்க மாட்டா. அன்னிக்கு எங்க வீட்டுப் படித்துறையிலே புண்ணாக்காலே ஒடம்பு தேய்ச்சுக் குளிச்சிக் கிட்டிருந்தா. அவ அழகிலே துறை முழுக்க வெளிச்சமாயிடுச்சு! அவளைப் பார்த்து ரொம்பக் கஷ்டமாயிருந்தது எனக்கு. அவபுருசனுக்குக் கல் மனசு. அவனுக்குத் தன் பொண்டாட்டி நெனைவு வராதா?"

"என்ன செய்யறது அம்மா! எங்க துக்கம் வருசம் பூராவுந் தான். நீ ஏன் அதை நெனைச்சு வருத்தப்படறே? இது ஒனக்குச் சந்தோசமான நாள். சந்தோசமாயிரு அம்மா!"

இப்படிச் சொல்லிவிட்டு வைசியப் பெண் மெதுவாக அங்கிருந்து நகரும்போது, "நா ... வெத்தலை பாக்கு மடிச்சு வைக்கறேன், அம்மா. விருந்தாளிகளுக்குக் கொடுக்கணுமில்லியா?" என்று சொன்னாள்.

"சரிம்மா, பூஜையைவிட நா கவலைப்படறது இந்த விருந்தைப் பத்தித்தான். வீட்டுக்காரரோட மாமா வீட்டுக்காரங்க எதை எடுத்தாலும் குத்தஞ் சொல்லுவாங்க. எவ்வளவு நல்லாச் சமைச்சாலும் சாப்பாடு நல்லாயிருந்ததுன்னு சொல்ல மாட்டாங்க. அவங்க வாயிலே நல்ல வார்த்தையே வராது."

மாதவாசாரியரின் மனைவி வேறோர் அறைக்குப் போனார். கிழக்கு வாசல் கொட்டகையில் சுமங்கலிகள், கலியாணமாகாத பெண்கள், குழந்தை குட்டிகள், வேலைக்காரிகள் என்று பெண் பிள்ளைக்கூட்டம். இரண்டாம் ஜாமம் முடிவதற்குள் எண்பது பேர் சாப்பிட உட்காருவார்கள். ஆகையால் எல்லோரும் பல வேலைகளில் மும்முரமாக ஈடுபட்டிருந்தார்கள். பெண்கள் கூட்டத்தில் எப்போதும் சத்தம் அதிகமாக இருக்கத்தான் செய்யும். ஹரி ஆசார்யாவின் மனைவியும் இரு மருமகள்களும் சமையல் செய்ய வந்திருந்தார்கள். அவர்களைப் பல்லக்கு அனுப்பி அழைத்து வந்திருக்கிறார்கள். ஹரி ஆசார்யாவின் மனைவி சமையலில் நிபுணி என்று பெயர் பெற்றிருந்தார்.

அவர் முகத்தை 'உம்'மென்று வைத்துக்கொண்டிருப்பார், அதிகம் பேசமாட்டார். எந்தப் பெண் பிள்ளையாவது சரியாக வேலை செய்யவில்லையென்றால் தாட்சணியம் பார்க்காமல் வாயால் கொட்டுவார். ஆகையால் எல்லாரும் பேச்சை நிறுத்திக் கொண்டு சுறுசுறுப்பாக வேலை செய்கிறார்கள். அவர்கள் தலை முடியை நன்றாக முடிந்து கொண்டிருக்கிறார்கள், முகத்திரையால் நெஞ்சு வரை மூடிக்கொண்டிருக்கிறார்கள்.

இதையெல்லாம் பார்த்தார் மாதவாசாரியரின் மனைவி. இப்போது அவர் தம் மருமகள்களை அதட்டாவிட்டால் அவருக்கு மரியாதை இருக்காது. அவர் தம் மருமகள்களிடம் நடுங்குகிறார் என்று ஜனங்கள் கதை கட்டி விடுவார்கள்.

அதனால் அவர் சத்தம் போட்டார், "ஏ ஓதவாக்கரைப் பொண்டுகளே, எழுந்திருச்சு எல்லாருக்கும் வெத்தலை பாக்கு கொடுங்க! . . . ரொம்பப் புண்ணியம் இருந்தாத்தான் இவ்வளவு ஜனங்க நம்ப வீட்டுக்கு வருவாங்க! என் அருமைத் தோழியோட பேத்திக்குப் பசியிலே முகம் ஒலர்ந்து போச்சு. அவளுக்கும் மத்த எல்லாக் கொழந்தைங்களுக்கும் லாடுவும் பொரியும் கொடுங்க!"

"எல்லாம் கொடுத்துட்டாங்களே! ஒன் மருமகளுக லட்சுமி மாதிரி!" ஹரி ஆசார்யாவின் மனைவி சொன்னார்.

"இருந்தாலும் அக்கா, ஒன்னோட மருமகளுகளோட கால் தூசி பொற மாட்டாங்க இவங்க" எல்லாரும் கேட்கும்படி சொன்னார் மாதவாசாரியரின் மனைவி.

"அதெல்லாம் சரிதான், ஃபுல்லராவோட அம்மா. ஆனா அவங்க முந்தியெல்லாம் இப்படி இல்லே, தெரியுமா? கொஞ்சங் கூட நாகரிகமில்லாமே வளவளன்னு பேசிக்கிட்டிருப்பாங்க, சாப்பாடு போட்டப்பறம் பாத்திரத்தை மூடி வைக்க மாட்டாங்க, சந்தியா காலத்திலே தலை வாரிப் பின்னிக்க மாட்டாங்க . . . ஒண்ணுமே கத்துக்கல்லே. பசங்க எங்கிட்டே வந்து, 'அம்மா, நீ இருக்கறபோது நாங்க வந்து பொண்டுகளை அடக்கலாமா?'ன்னு சொல்லுவாங்க. நா என்ன சொல்லுவேன் தெரியுமா?' பொறுங்கப்பா! இதுகளெல்லாம் மாட்டு ஜாதி. எவ்வளவு தூரம் போறாங்கன்னு பார்க்கறதுக்காகக் கயத்தைத் தளர்த்தி விட்டிருக்கேன். சமயம் வர்றபோது இழுத்துப் பிடிப்பேன்..."

"ஒன் புத்தி ரொம்பக் கூர்மை அக்கா!"

"கொஞ்ச நாள் பார்த்தப்பறம் புரிஞ்சுது – நல்ல வார்த்தை சொல்லி இவங்களைச் சரிப்படுத்த முடியாதுன்னு. பிள்ளைங்க,

‘அம்மா, போக்கிரி மாடும் அடங்காப் பொம்பளையும் ஒண்ணுதான். வெரட்டி விட்டாத்தான் தொல்லை தீரும்’னு சொன்னாங்க. ‘பாருங்கப்பா இப்போ! இவ்வளவு நாள் கயத்தைத் தளர்த்தியிருந்தேன். இப்போ இழுத்துப் பிடிக்கறேன், பாருங்க. அதிலேயும் இவங்க திருந்தல்லேன்னா வெளக்குமாத்தாலேஅடிச்சு வெரட்டிடுங்க. நா ஒண்ணும் சொல்லல்லே’ அப்படீன்னு சொன்னேன்.”

“என்ன பண்ணினே, அக்கா?” இதைக் கேட்டவரும் ஒரு மாமியார்தான். அவருக்கு ஒரு பிள்ளை, ஐந்து மருமகள்கள், அவர்களுக்குப் பத்துப் பன்னிரண்டு குழந்தைகள். அவர்கள் வீட்டில் எப்போதும் ரகளை. அந்த ரகளைக்குப் பயந்து அங்கே காக்கை, பருந்துகூட வந்து உட்காராது. மருமகள்களை அடக்கியாளும் வித்தையைக் கற்றுக்கொள்ள ஆவல் அந்த மூதாட்டிக்கு.

“என்ன செஞ்சேன் தெரியுமா? தொடைப்பக் கட்டையாலே அடிச்சேன். தலை பின்னிக்கல்லேன்னா அடிச்சேன், கொழந்தையை அழவிட்டா அடிச்சேன், பாத்திரத்தை நல்லாக் கழுவல்லேன்னா அடிச்சேன் . . . அடிச்சு அடிச்சு வழிக்குக் கொண்டு வந்தேன் சிறுக்கிகளை. இப்போ வந்து பாரு! சமைக்கறாங்க, கொழந்தையைப் பார்த்துக்கறாங்க, நெல்லுக் குத்தறாங்க, வீடு மெழுகறாங்க, வடாம் போடறாங்க, வறட்டி தட்டறாங்க . . . என்ன காரியம் செய்யல்லே, சொல்லு! மூணு பொண்ணுங்க எனக்கு – அவங்களுக்குக் கலியாணம் பண்ணிவச்சேன். என் அதிருஷ்டம், அவங்களைப் புருசங்க கூட்டிக்கிட்டுப் போகல்லே. அவங்க என்னோடேதான் இருக்காங்க. ஆனா அவங்களை வீட்டுலே ஒரு தூசியைத் தட்ட விடமாட்டேன். மருமகளுக இருக்கறபோது மக ஏன் வேலை செய்யணும், சொல்லு!”

இப்படிச் சொல்லிவிட்டுச் சிரித்தார் ஹரி ஆசார்யாவின் மனைவி. பிறகு ஃபுல்லராவின் அம்மாவிடம், "என்னென்ன சமைக்கணும், சொல்லு! என் மருமகளுக மீன் சமையலைப் பார்த்துக்கட்டும், நா சைவச் சமையலைக் கவனிக்கறேன். வயசானவங்களுக்கு என்னோட சமையல் ரொம்பப் பிடிக்கும்."

"நீயே சொல்லு அக்கா, என்னென்ன சமைக்கணும்னு. மீனிலே ரூயி, சோல், சூடி இந்த மூணு வகைதான் கெடைச்சுது. நீ வேறென்ன சமைச்சாலும் சமைக்காட்டியும் மீனை மட்டும் சமைச்சுடு . . . புளிபோட்டு சோல் மீன் சமை, இஞ்சியும் சீரகமும் அரைச்சு விட்டு ரூயியோட 'பேட்டி' (மீன் முட்டைகளடங்கிய வயிற்றுப்பகுதி) சமை. மீன்காரி கய்ராவும் பாச்சாவும் கொண்டு வந்தா நம்ம பொண்டுகள் அதைச் சமைக்கட்டும். சைவச் சமையல்லே நீ ஒன் இஷ்டப்படி சமை, ஆனா பாலைவிட்டு வாழைத்தண்டும், சுரைக்காபோட்டுக் கசப்புக் கூட்டும் பண்ணணும். பருப்பிலே பாசிப்பருப்பு, தொவரம் பருப்பு, பட்டாணி சேர்த்துக்கோ... பாயசத்தோடே ரஸ்புலியும் (ரஸ்புலி – ஓர் இனிப்புப் பண்டபம்) பண்றியா?"

"ரஸ்புலி, பால்புலி, தேங்கா அப்பம் பண்றேனே!"

"இங்கே சமீபத்திலே பிரசவமானவங்க நெறயப் பேர் இருக்காங்க, அக்கா. அவங்களுக்காகப் புளிபோட்டுக் கசகசா சமைச்சுடு. நீ சமைச்ச புளிப்புப் பண்டம் சாப்பிட்டா செத்த மனுசனுக்கும் உசிரு திரும்பிடும்."

"அப்படீன்னா புதுச்சட்டி கொடு. புது மண்சட்டியிலே சமைக்கல்லேன்னா புளியோட பச்சை வாசனை போகாது."

ஃபுல்லராவின் அம்மா வேறு வேலையாகப் போய்விட்டார். மாதவாசாரியர் ராஜசபைக்குப் போகவேண்டும். அதற்குமுன் அவருடைய அனுஷ்டானங்களுக்கு வேண்டிய பொருள்களை எடுத்துக்கொடுக்க வேண்டும். அவர் அனுஷ்டானங்களை முடித்து விட்டுப் பால், பாதாஸா, இனிப்பு, கீர் சாப்பிடுவார். அதன்பிறகு அவருக்கு வெற்றிலை, மேல் துண்டு, குடை, பாதுகை எல்லாம் எடுத்துக்கொடுக்க வேண்டும். அப்படிக் கொடுக்காவிட்டால் அவருக்குக் கோபம் வந்துவிடும். கண்டபடி கத்துவார். திட்டு, இரைச்சல் என்றால் ஃபுல்லராவின் அம்மாவுக்கு ரொம்ப பயம்.

இந்த மகிழ்ச்சிக் களேபரத்தில் ஃபுல்லரா இல்லை. அவள் தன் தோழிகளுடன் உள்ளறையில் உட்கார்ந்து சேலை களைப் பார்த்துக்கொண்டிருந்தாள். வைசியர் வீட்டுப் பெண்கள் அசாதாரண அழகிகள்; அழகைப் பராமரிப்பதில் அவர்களுக்கு இணையில்லை. ஆனால் இன்று ஃபுல்லரா

அவர்களைவிட அழகாகத் தோன்றினாள். பல ஊர்களிலிருந்து பல வர்ணச் சேலைகள் அவளுடைய திருமணத்துக்காகத் தருவிக்கப்பட்டிருந்தன. ஃபுல்லராவின் தோழிகள் அந்தச் சேலைகளைப் பார்த்துக்கொண்டிருந்தார்கள். அவள் தன் கால்களில் ஆல்தா (செம்பஞ்சுக் குழம்பு) தடவிக்கொண்டிருந்தாள்.

இன்று காலைக் காற்றில் என்ன மாயம் இருக்கிறதோ! ஃபுல்லராவின் மலர்ந்த முகத்தைப் பார்த்து நீண்ட பெருமூச்சு விட்டாள் வைசியப் பெண் ராதா. "ஆகா, கலியாணம்னாலே அதிலே ஒரு மந்திர சக்தி இருக்கு; தோழியோட அழகு கண்ணைப் பறிக்குது!" என்று சொன்னாள்.

"பிராமண வீட்டுக் கலியாணம் பார்க்க ரொம்ப ரம்மியம்" என்றாள் இன்னொருத்தி.

"எல்லாச் சாதிக் கலியாணமும் அழகுதான். கலியாணத்தோட அழகு வேறே எந்த விழாவுக்கும் இல்லே."

"மங்களப் பானை, நெல்கொத்து, தயிர்ச்சட்டி, மாவிலைக் கொத்து... எவ்வளவு அலங்காரம்! அப்பறம் தீபம் எரியும், வாத்தியம் வாசிப்பாங்க..."

"சுமங்கலிப் பெண்டுகளோட கையிலே நெல் பொரி, வாழைப்பழம், எண்ணெய், தாம்பூலம், சிந்தூரம் எல்லாம் தருவாங்க..."

"கவியோடே நம்ம தோழி நிக்கிறபோது ராதாகிருஷ்ணர் மாதிரியே இருப்பாங்க!..."

"அந்தக் கிருஷ்ணர் ஒடம்பு நிறைய நகை, நெத்தியிலே சந்தனம், கையிலே நெல் கதிரும் அருகம்புல்லும் கட்டின மஞ்சச்சரடு இதெல்லாம் போட்டாக் கிருஷ்ணர் கௌராங்கராயிடுவார்! கலியாண அலங்காரத்துக்கு ஒரு மோகினி சக்தி இருக்கு, ஒனக்குத் தெரியாதா?"

"குணாக்கெழவி மோகினியைத் தன் இடுப்புத் துணியிலே கட்டி வச்சுக்கிட்டிருக்கா"–இவ்வாறு சொல்லிக்கொண்டே குணா ஆயி அந்த அறைக்குள் நுழைந்தாள். பிறகு அவள் தன் இடுப்புத் துணியின் முடிச்சிலிருந்து ஒரு சிவப்புக் கயிற்றை எடுத்துச் சொன்னாள், "ஒங்களிலே யாருக்குப் புருசனோட அன்பு நெறையக் கிடைச்சிருக்கோ அவ இந்தக் கயித்தை ஃபுல்லராவோட எடது கையிலே கட்டட்டும். இந்தக் கயித்தைக் கட்டிக்கிட்டவகிட்டே அவ புருசன் வசமாகிக்கெடப்பான்."

பெண்கள் சிரித்துக்கொண்டே ஒருவரையொருவர் இடித்துக்கொண்டார்கள். புருசனோட பிரியம் யாருக்கு நிறையக்

கவி வந்த்யகட்டி காயியின் வாழ்வும் சாவும்

கிடைச்சிருக்கு? யாரு தைரியமா ஃபுல்லரா கையிலே கயித்தைக் கட்டுவாங்க?

"நீயே கட்டிக்கோ தோழி!" என்று ஒரு பெண் ஃபுல்லராவிடமே சொன்னாள். "ஒனக்குத்தான் கலியாணம் ஆறதுக்கு முந்தியே புருசன் அன்பு கிடைச்சுடுச்சே!"

❍

தெளிவான காலை நேரம்.

கடந்த இரவில் நேர்ந்த பிரளயத்தின் அறிகுறி கூட இல்லை வானத்தில். ஆனால் நகரச் சாலைகளில் முறிந்து விழுந்த மரக்கிளைகள், இலைகள், செத்த பறவைகள், சேரிக் குடிசைகளின் கூரைகளிலிருந்து பிய்ந்து விழுந்த கிடுகுகள் இறைந்து கிடந்தன. போர்க்களத்தில் குவிந்து கிடக்கும் குப்பை போல. சேரியில் வீடு வாசலிழந்த ஏழை மக்களின் ஓலம் கேட்டது. மீனவர் பள்ளியிலும் இதே ஓலந்தான். முன்தினம் மீன் பிடிக்கக் கடலுக்குச் சென்றவர்களின் படகுகள் திரும்பவில்லை.

இந்த ஓலம் நகரவாசிகளைச் சற்றும் பாதிக்கவில்லை. இன்று நகரத்தில் பெரும் விழா. சேரியில் எப்போது பார்த்தாலும் அழுகை, ஓலந்தான். சேரிவாசிகள் நகர்க்கோடியில் இடைவெளி விடாமல் குடிசைகள் கட்டிக்கொண்டு மிருகங்கள் மாதிரி வசிக்கிறார்கள். பீமாதல் நகரத்து நிலம் சமவெளிப் பிரதேசமல்ல. அது மேடு பள்ளங்கள் நிறைந்தது. சேரி நகரின் தாழ்வான பகுதியில் இருந்தது. மழை பெய்தால் எல்லாத் தண்ணீரும் நகரத் தெருக்களைக் கழுவிக்கொண்டு அங்குதான் போய்ச்சேரும். ஆகையால் சேரியில் தேங்கும் தண்ணீரால் நோய்க்கிருமிகள் வளர்ந்து பரவித் தொற்றுநோய்கள் நேர்வது சாதார்ண நிகழ்ச்சி.

ஆகையால் நகரம் சேரிவாசிகளின் ஓலத்தைப் பற்றிக் கவலைப் படவில்லை. நகர மக்கள் காலையிலிருந்தே திரள் திரளாகக் கர்க ராஜாவின் கோட்டையை நோக்கிப் போய்க்கொண்டிருந்தார்கள். 'ஆற்றங்கரையில் வசித்தால் எப்போதும் சத்துரு வர வாய்ப்பு' என்ற பழமொழிக்கேற்ப கர்க ராஜா எப்போதும் வெளியாரின் படையெடுப்புக்குத் தயாராயிருக்க வேண்டும். மேலும் ரூப் நாராயண் அமைதியற்ற ஆறு; புயல், மழை, வெள்ளம் எது நேர்ந்தாலும் ஆறு தன் நூற்றுக்கணக்கான அலைக் கைகளைத் தூக்கிக்கொண்டு கரையை நோக்கிப் படையெடுக்கும், நகரத்தைத் தண்ணீரில் முழுக்கிவிட்டுப் பெருத்த ஆரவாரத்துடன் பாகீரதி ஆற்றை நோக்கிப் பாயும்.

ஆகையால் கர்க ராஜாவின் கோட்டையும் அரண்மனையும் ஒரு மேட்டு நிலத்தின்மேல் அமைந்திருந்தன. கோட்டை

நூற்றாண்டுகளுக்கு மேல் பழைமையானது. கோட்டைச் சுவர் மண்ணாலானது தான்; ஆனால் அது காலப்போக்கில் நன்றாகச் சுடப்பட்ட செங்கல் போல் இறுகிவிட்டது. கோட்டையையொட்டி அரண்மனை கட்டப் பெற்றிருந்தது. அரண்மனைக்கு வேண்டிய செங்கல் தயாரிக்க மண் வெட்டப்பட்ட இடத்தில் தண்ணீர் சேர்ந்து முக்கோண வடிவத்தில் ஒரு பெரிய ஏரி உருவாகி விட்டது.

கோட்டைக் கோபுரத்தின்மேல் கொடி பறக்கிறது. மக்கள் கூட்டங் கூட்டமாகக் கோட்டையை நோக்கி வருகிறார்கள். இன்று ஒரு பெரிய விழா நாள். இன்று கர்க ராஜா கவிக்குக் கௌரவம் அளிப்பார், கவிக்கும் ஃபுல்லராவுக்கும் திருமணம் நிச்சயிக்கப்பட்டுள்ள செய்தி அறிவிக்கப்படும்.

ஆனி மாதத்தில் முண்டகாட்டில் வெளிநாட்டுப் படகுகள் வந்து சேர்ந்தால் அவற்றைப் பார்க்க இவ்வாறு மக்கள் திரண்டு வருவது வழக்கந்தான். வியாபாரப் படகுகளும் நாடோடிகளின் படகுகளும் நகர மக்களின் ஆவலைக் கிளர்த்தும். "வா, போய்ப் பார்த்துட்டு வருவோம்" என்று சொல்லிக்கொண்டு அவர்கள் படகுத் துறைக்கு விரைவார்கள்.

உண்மையில் இந்த ஊர் மக்களுக்கு ஆரவாரமும் பரபரப்பும் மிகவும் பிடித்தமானவை. படகுத் துறைக்கு வெளியூர்ப் படகுகளின் வருகை, அரண்மனையில் காளி பூசை, குற்றவாளி கழுவிலேற்றப்படும் நிகழ்ச்சி, கைம்பெண் உடன்கட்டையேறுதல் இவையெல்லாம் அவர்களுடைய மகிழ்ச்சிக் கொண்டாட்டத்துக்கு வாய்ப்புகள்.

இன்று அவர்கள் ஒரு புதுமையைக் காணப் போகிறார்கள், இந்த நகரத்தில் பல சாதிகளைச் சேர்ந்த, வெவ்வேறு தொழில்களைச் செய்யும் மக்கள் வசிக்கிறார்கள். அவர்களெல் லோரும் அரண்மனையை நோக்கிப் போகிறார்கள். விழாவுக்கு அழைப்பு கண்ணியமான, உயர் சாதியினருக்குத்தான். இருந்தாலும் இந்த மாதிரி விழாக்களில் சாதாரண மக்கள் அழைப்பை எதிர்பார்க்காமல் தாங்களாகவே வந்து குழுமி விடுவார்கள்.

உயர்குலத்தினர் எளிதில் கோட்டைக்குள் நுழைந்து விடுகிறார்கள். மற்றவர்கள் கோட்டைக்கு வெளியே கூடியிருக்கிறார்கள். பாஞ்சாலிக் காவியத்தைப் பற்றி அவர்களுக்கு அதிகம் தெரியாதுதான். ஆனால் கவி வந்த்யகட்டி காயி தம் அபயா மங்கள் காவியத்தில் பீமாதல் நகரத்தின் படகோட்டிகள் – நெசவாளிகள் – ஈச்ச வெல்லம் தயாரிப்பவர்கள் முதலிய பலவகைத் தொழிலாளர்களை வருணித்து அவர்களை நகரத்தின்

அணிகள் என்று பாராட்டியிருக்கிறார் என்பது அவர்களுக்குத் தெரியும். அதனால்தான் அவர்கள் இவ்வளவு கூட்டமாகக் கூடியிருக்கிறார்கள். இல்லாவிட்டால் ஓர் உயிருள்ள மனிதனைப் பார்க்க அவர்கள் இவ்வளவு ஆர்வம் காட்டுவதில்லை.

இப்படிக் கூட்டம் சேருமிடத்தில் வேசிகள் வராமலிருப்பார் களா? இளமை கடந்த சில வேசிகள் சற்றுத் தொலைவில் ஓர் இலவ மரத்துக்குக் கீழே ஒரு கையைத் தலையிலும் ஒரு கையை இடுப்பிலும் வைத்துக்கொண்டு, "என்னோட ஆசை நாயகன் அழகானவன், சீனி கலந்த தண்ணி மாதிரி..." என்று அபஸ்வரமாகப் பாடிக்கொண்டு ஆடுகிறார்கள்.

தலைமுடியில் சீப்பைச் செருகிக்கொண்டு கையில் கங்கணம் அணிந்திருந்த சில இளைஞர்கள் அந்த வேசிகளைப் பார்த்து, "ஆகா, என்ன நாட்டியம் ஆடறாங்க பொம்பளைங்க!" என்று 'சூ' கொட்டுகிறார்கள், ஆள்காட்டி விரலை உயரே தூக்கி, "மகிஷாதலுக்குப் போய்ப்பாருங்க, அங்கே இந்த மாதிரி நாட்டியக்காரிங்க இல்லே" என்று ஆடுகிறார்கள்.

வேடிக்கைப் பிரியர்களான சில இளைஞர்கள், "ரொம்பக் குலுக்காதீங்க இடுப்பை, சித்திகளா! சித்தப்பாவும் இல்லே, இடுப்பு வலிச்சா யாரு மாலிஷ் பண்ணி விடுவாங்க?" என்று சிரிக்கிறார்கள்.

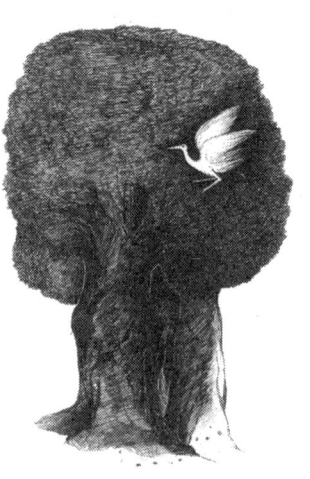

கோட்டைக்குள்ளே, அரண்மனையில் தெற்கு நோக்கிய வாசலைக்கொண்ட சபையரங்கு மிகவும் அழகாக அலங்கரிக்கப்பட்டிருந்தது. வாசலிலிருந்து அரியணை வரையில் நீளமாக ஒரு சிவப்புக் கம்பளம் விரிக்கப்பட்டிருந்தது. அதன் மேல் கால் வைத்தால் கால் அழுந்தும். பாங்க்கூராவிலுள்ள விஷ்ணுபூரைத் தவிர வேறெங்கும் இத்தகைய கம்பளங்களைத் தயாரிக்க இயலாது.

அரங்கு இலைகளாலும் மலர்களாலும் அலங்கரிக்கப் பட்டிருந்தது; பூ – சந்தனம் – ஊதுபத்தி – கஸ்தூரி மணம் பரவியிருந்தது எங்கும். அரங்கின் இருமருங்கிலும் அவையோர் அவரவர் பதவி கௌரவத்துக்கேற்ப வரிசையாக அமர்ந்திருந்தனர். கர்க ராஜாவின் அருகில் ஹரிஷ் ராயா, மாதவாசாரியர். கர்க

ராஜா நடுவயதைத் தாண்டி முதுமையின் முதல் பருவத்தை எட்டிக் கொண்டிருந்தார். இருந்தாலும் உடம்பு திடமாக இருந்தது. ஈட்டியில் செருகி வதக்கப்பட்ட ஒரு முழு மான் குட்டியை அவர் ஒருவரே சாப்பிட வல்லவர் என்று பெயர் பெற்றிருந்தார் அவர்.

அவருடைய மோவாயும் தாடைகளும் சதுர வடிவாக இருக்கும். கொடூரத்துக்குச் சற்றும் தயங்காத குணம்.

தமிழ்நாட்டின் காஞ்சீபுரத்திலிருந்து விலைக்கு வந்திருந்த அடிமைச் சிறுவர்களை ஹரிஷ் ராயா முண்டகாட்டில் வாங்கியிருந்தார். அவர்கள் அவையோருக்குப் பூமாலை, வெற்றிலை பாக்கு, ஒருதுண்டு சிவப்புக் கம்பளம் இவற்றைக் கொடுத்து மரியாதை செய்த பின்னர் அவர்களுக்கு மெதுவாக விசிறினார்கள்.

ராஜாவுக்கு அருகில் கவி வந்த்யகட்டி காயியும் அமர்ந்திருந்தார். எல்லோர் பார்வையும் அவர்மேல் பதிந்திருந்தது. அவர் பட்டு வேட்டியும் பொன்னிற விஷ்ணுபூர் அங்கவஸ்திரமும் அணிந்திருந்தார். காதில் முத்து, கையில் தோள்வளை, கழுத்தில் நவரத்தின மாலை – அந்த மாலை ராஜா அவருக்களித்த பரிசு.

மாதவாசாரியரின் பெண்ணுடன் கவியின் திருமணம் ஆகவிருக்கும் செய்தி அவையில் அறிவிக்கப்பட்டது. கவியின் புகழ், அவருடைய காவியத்தால் பீமாதலுக்குக் கிடைத்த புகழ் இவையெல்லாம் வருணிக்கப்பட்டன. ‘அபயா மங்கள் எழுதினதாலே இனிமே நான் வேட்டை கீட்டை ஆடக் கூடாதா? சக்தி வாய்ந்த தேவி அபயா வில்லோடேகூட என் கையையும் வெட்டிடுவாளா?” என்று கேட்டுக் கீரிப்பிள்ளை மாதிரி உரக்கச் சிரித்தார் கர்க ராஜா. கூடவே அவையோரெல்லோரும், “ஆகா, ஆகா, நம்ம ராஜா எப்பேர்ப்பட்ட நகைச்சுவை மன்னர்!” என்று புகழ்ந்து சிரித்தார்கள்.

கவியின் பார்வை நிலத்தைப் பார்த்தவாறு இருந்தது. ஆனால் உண்மையில் அவருடைய நெஞ்சு கர்வத்தால் விம்மி, வெடிக்கும் போலிருந்தது. ஒரு மனிதன் எதெதற்கு ஆசைப்படுவானோ அதெல்லாம் இப்போது அவர் வசம். அவருடைய எழுதுகோலிலும் மையிலும் சரஸ்வதி குடியிருக்கிறாள், லட்சுமி வரப்போகிறாள். தன் அதிருஷ்டத்தை நினைத்து மெய்ம்மறந்திருந்தார் கவி.

ஹரிஷ் ராயா கர்க ராஜாவால் அளிக்கப்பட்ட பாராட்டுப் பத்திரத்தைப் படிக்கத் தொடங்கினார். பரந்த நிலத்துக்குப் பட்டா அளிக்கப்படும் செய்தி அதில் எழுதப்பட்டிருந்தது. கவி அந்த நிலத்துக்கு வரி செலுத்த வேண்டியதில்லை. அந்தப்

பாராட்டுப் பத்திரம் துணிபோல் மெல்லியதாயிருந்தாலும் உறுதியான தாமிரத் தகட்டில் பொறிக்கப்பட்டிருந்தது.

“நில வரியற்ற நிலத்தின் பட்டா ...” என்று ஹரிஷ் ராயா படிக்கத் தொடங்கியதும் அவையோர் ஆர்வத்தோடு கேட்க முற்பட்டனர். கர்க ராஜா ஒரு வெளியூர் ஆசாமிக்கு என்ன பரிசு கொடுக்கப் போகிறார் என்றறிய எல்லோருக்கும் ஆவல். பொறாமை கலந்த ஆர்வம் கறையான் மாதிரி அவர்களை உள்ளூற அரிக்கத் தொடங்கியது.

திடீரென்று வெளியே ஏதோ ஆரவாரம் . . .

இப்போது அரண்மனையின் வெளிக்கும் உள்ளுக்கும் வேற்றுமையில்லை. உள்ளேயிருப்பவர்கள் வெளியேயும் வெளியே இருப்பவர்கள் உள்ளேயும் போக முண்டுகிறார்கள். வெள்ளத்தில் அலைகள் ஒன்றோடொன்று மோதுவதுபோல் மக்கள் மோதிக் கொள்கிறார்கள். ஒரு பெரிய போர் ஏற்பட்டாலோ அல்லது பெரும் வெள்ளத்தால் நகரே அழியும்போதோ ஓசையலைகள் இப்படித்தான் மோதும். பயங்கரமான, மிகவும் பயங்கரமான, உறுதியோடு பித்தளை முரசுகள் முழங்குகின்றன. பல குரல்கள் ‘நில்லு, நில்லு!’ என்று கூவிக்கொண்டே நெருங்குகின்றன.

“ஜாக்கிரதை! எல்லோரும் அவங்கவங்க எடத்திலே போய் ஒக்காருங்க!” ஹரிஷ் ராயா கத்தினார்.

திடீரென்று, ஏதோ ஓர் இயற்கை உற்பாதம் நேர்ந்தாற் போல இமை நொடியில், மக்கள் அரசவைக்குள் நுழைந்தார்கள். இந்த ‘நில்லு, நில்லு, நில்லு!’ ஒலி அவர்களிடமிருந்துதான் வந்திருக்க வேண்டும். அவர்கள், “நாங்க சுயாட் சாதி . . . ஒசந்த சாதிக்காரங்க தள்ளிப்போங்க!” என்று சொல்லிக்கொண்டே ராஜாவை நெருங்கினார்கள். முன்வரிசையிலிருந்தவன் ஒருவனின் கையில் ஈட்டி. அவன் அவையே இரண்டாகப் பிளக்கும்படியாகக் கத்தினான் – “நாங்க எங்க ராசாவைக் கேட்டுக் கூட்டிக்கிட்டுப் போக வந்திருக்கோம்!”

இவ்வாறு கத்திவிட்டு அவன் மௌனமாக நின்றான். அவையோரனைவரின் பார்வையும் அவன்மேல் பதிந்திருந்தது. பண்டைக்காலத் திருவிழாக்களில் சுயாட் இனத்தார் தங்கள் வில் வித்தையையும் விளையாட்டுத் திறனையும் அரங்கேற்றத் தொடங்குமுன் தங்கள் உடம்பை ஆட்டி, குதித்து, நடனமாடி, முன்னும் பின்னும் கால் வைப்பதுபோல அந்த ஈட்டிக்காரனும் முன்னும் பின்னும் போய்வந்தான், பிறகு கேட்டான்.

“பயந்துக்கிட்டு சொல்லட்டுமா, அல்லது பயமில்லாமேயா?”

“பயமில்லாமே!” என்று ராஜாவே சொல்லிவிட்டு, மணியடித்து அவையோரை அமைதியாக இருக்கச் சொன்னார்.

இப்போது காட்டின் மிகத் தொன்மையான, காட்டுமிராண்டித்தனமான ஒரு மணம் அவையெங்கும் பரவி அவையோரின் மூக்கைச் சுளிக்கச் செய்தது.

ராஜாவுக்கும் சுயாட்களுக்குமிடையே ஒரு தனிப்பட்ட உறவு இருந்தது. இந்த உறவு தலைமுறை தலைமுறையாகத் தொடர்வது, ராஜ வம்சத்தின் ஆபத்துக் காலங்களிலும், ராஜா போரில் ஈடுபடும் போதுந்தான் சுயாட்கள் வருவார்கள். வரும்போது அவர்கள் தங்களுக்கு எதிரில் வரும் எதையும் தயக்கமின்றி மிதித்துக்கொண்டு முன்னேறுவார்கள். இது அவர்களது காட்டு வழக்கம். அவர்கள் வரும்போது எந்தத் தடையையும் மதிக்க மாட்டார்கள், இடையில் நிற்க மாட்டார்கள். கங்காசாகர் திருவிழா[17]விலும் கும்பமேளாவிலும் நாக சன்னியாசிகள் கூட்டமாக நீராடச் செல்லும்போது எதிர்ப்படுவோரை மிதித்துக்கொண்டு செல்வார்களே அதுபோலத்தான் சுயாட்களும் செல்வார்கள்.

இந்தச் சுயாட்கள் ஏகலைவனின் இனத்தார், தலைமுறை தலைமுறையாக வில்லாளிகள். அவர்களது ஒரே ஆயுதம் வில்தான். இப்போதும் அவர்களது தலைவன் அவர்களது வலது கைக் கட்டை விரலை நறுக்கி விடுவான். அப்படி நறுக்கிக்கொள்ளாதவர்களும் அம்பு விடும்போது தங்கள் மற்ற நான்கு விரல்களைத்தான் பயன்படுத்துவார்கள்.

அவர்கள் ஒப்பற்ற வில்லாளிகள். சுயாட் சிறுவர்கள் கூட அம்பெறிந்து மரத்தின் உச்சியிலிருக்கும் காயை வீழ்த்த வல்லவர்கள். பீமாதல் ராஜாவுக்குச் சுயாட்களின் உதவி தேவைப்பட்டால் கோட்டை மேலிருந்து முரசுகள் ஒலிக்கப்படும், கோட்டை மேலே பித்தளைக்கொடி ஏற்றப்படும். அந்த ஒலியைக் கேட்டு, அந்தக்கொடியைத் தொலைவிலிருந்து பார்த்துவிட்டுச் சுயாட்கள் நகரத்துக்குள் வந்து கூடுவார்கள்.

கவி தம் அபயா மங்கள் காவியத்தில் பல வகைச் சாதியினரைப் பற்றி, பலவகைத் தொழில்வினைஞரைப் பற்றி எழுதியிருக்கிறார். ஆனால் சுயாட்களைப் பற்றி எதுவும் எழுதவில்லை. மக்களிடையே இது பற்றிப் பேச்சு எழுந்தபோது ஹரிஷ் ராயா எரிச்சலடைந்து, “நம்ம ஊர் சனங்களுக்கு எப்போதும் எதையாவது குத்தஞ் சொல்றதுதான் வேலை!

17. கங்காசாகர் திருவிழா: வங்காளத்தில் கங்கை நதி கடலோடு கலக்குமிடத்தில் மகர சங்கராந்தியன்று நடைபெறும் திருவிழா.

கவி சுயாட்களைப் பத்தி எழுதல்லேன்னா என்ன வந்தது?... சுயாட் சனங்க ஏடு படிப்பாங்களா? அவங்களைப் பத்தி எழுதல்லேன்னா அவங்களுக்குக் கோவம் வந்துடுமா?" என்று கேட்டார்.

காட்டுவாசிகளான சுயாட்களின் காவலர்கள் யானைகள். ஏனென்றால் சுயாட்களின் முன்னோன் ஒருவன் யானைகளின் ஆதி ரட்சகரான பால காப்ய முனிவருக்குப் பழமும் தண்ணீரும் கொடுத்து அவரைக் காப்பாற்றினானாம்.

இந்த நிகழ்ச்சி எந்த ஏட்டிலும் வருணிக்கப்படவில்லை. எந்தக் காவியத்திலும் பாடப்படவில்லை. ஆனால் சுயாட்களில் எழுதப் படிக்கத் தெரிந்தவன் யாராவது இருந்திருந்தால் அவன் எழுதியிருப்பான். அவர்களிடையே இப்படிப்பட்டவன் எவரும் இல்லை. சுயாட்கள் தங்கள் சாதித் தொழிலைத் தவிர வேறெந்தத் தொழிலையும் செய்ய மிகவும் அஞ்சுபவர்கள். அவர்களுடைய முன்னோனான ஏகலைவன் தன் சாதிக்கு அப்பாற்பட்ட செயல் ஒன்றைச் செய்யத் துணிந்ததால்தான் தன் வலதுகைக் கட்டை விரலை இழ்ந்து விட்டான்.

ஆகையால்தான், யாராவது சுயாட் இளைஞன் வழக்கத்துக்கு மாறாக ஏதாவது செய்ய முற்பட்டால், உலகத்தைச் சுற்றிப் பார்த்துவிட்டு வருகிறேன் என்று கிளம்பினால் குழுத் தலைவன் அவனைக் கூப்பிட்டு, "இதோ பாரு, நீ சுயாடாப் பொறந்திருக்கே, அதனாலே நீ சுயாடாத்தான் வாழ்க்கையைக் கழிக்கணும்னு ஒன் தலையிலே எழுதியிருக்கு. ரொம்ப மொரண்டா ஒன் கட்டை வெரலை நறுக்கிடுவேன்! சுயாட் பையன் இந்த மாதிரியெல்லாம் அலையக் கூடாது!" என்று எச்சரிப்பான்.

பாலகாப்ய முனிவரின் கதை ஓர் ஆச்சரியமான கதை.

தொடக்கத்தில் யானைகள் அவரை அருகே நெருங்கவிடா, அவை மனிதர்களின் வாசனையை அஞ்சுபவை, வெறுப்பவை,

பாலகாப்ய முனிவர் தம் உடலெங்கும் யானை லத்தியை அப்பிக்கொண்டிருப்பார். ஆகையால் அவரது உடல் மணம் யானைகளின் உடல் மணத்தோடு ஒன்றாகிவிட்டது. பிறகு அவை அவரைத் தங்களை நெருங்க அனுமதித்தன, தங்கள் வாழ்க்கை முழுவதையும் தங்கள் குட்டிகளின் பிறப்பு, தங்கள் புணர்ச்சி, போர், சாவு எல்லாவற்றையும் பார்க்க அனுமதித்தன. பல சந்திர ஆண்டுகள் பாலகாப்ய முனிவர் யானைகளோடு வாழ்ந்தார். அந்தக் காலத்து வங்காளம் ஒருபுறம் இமயமலை, இன்னொருபுறம் லௌகித்ய (பிரம்ம புத்திரா) ஆறு, வேறொரு பக்கம் கடல் இவற்றால் சூழப்பட்டிருந்தது. இவற்றுக்கிடையில் ஒரு

விசாலமான காடு. அந்தக் காட்டில் எவ்வளவு காலம் பாலகாப்ய முனிவர் யானைகளோடு வாழ்ந்தார். யானைகளிடமிருந்து யானை சாத்திரத்தை எப்படிக் கற்றார் என்பது எவருக்கும் தெரியாது.

காட்டிலுள்ள யானைகளைப் பற்றி ஒருநாள் வெளியே இருப்பவர்களுக்குத் தெரிந்துவிட்டது. ஒரு பேராசைக்கார அரசன் எல்லா யானைகளையும் விரட்டிக் கூட்டிக்கொண்டு போய்விட்டான். பாலகாப்யர் தன்னந்தனியே காட்டில் அலைந்து திரிந்தார், பசி தாகத்தால், சோகத்தால் வருந்தினார்.

அப்போது ஒரு சுயாட் பெண்மணி, "தண்ணி கெடைக்கறபோது கெடைக்கட்டும். இப்போ இவரோட தொண்டை காஞ்சு போச்சு. செத்துப் போயிடுவார்போலே இருக்கு!" என்று சொல்லி அவரைக் கைகூப்பி வணங்கி, அவரிடம் தான் செய்யும் பாவத்துக்காக மன்னிப்புக்கேட்டுவிட்டு அவருக்குத் தன் முலைப்பாலைக் கொடுத்தாள்.

இந்த மகாபாவமான நிகழ்ச்சி சொல்லத் தக்கதல்ல. சாகப்போன மனிதனின் உயிரைக் காப்பாற்ற சுயாட் ஒருத்தி அவனுக்குத் தன் முலைப்பாலைக் கொடுத்தது பெரும்பாவ மல்லவா?

பிறகு பாலகாப்ய முனிவர் யானைகளை விடுவித்துக் காட்டுக்குக் கூட்டி வந்துவிட்டு அந்தப் பெண்மணியைத் தேடினார். "என்னோட அம்மா மாதிரி எனக்குப் பால் கொடுத்து என்னைக் காப்பாத்தின அம்மணி எங்கே?" என்று சுயாட்களைக் கேட்டார்.

சுயாட் தலைவன் சொன்னான், "அவ இல்லே."

"ஏன்?"

"இவங்க அவளைக் கொன்னுட்டாங்க."

"ஏன்?"

"அவ ஏன் பிராமணனுக்குப் பாலூட்டினா?"

"யாருக்கு?"

"ஒனக்கு."

"ஐயோ, அதிருஷ்டங் கெட்டவளே!" என்று கத்திவிட்டு யானையின் முதுகிலேயே குப்புறப் படுத்துக்கிடந்தார் பாலகாப்ய முனிவர். சுயாட் சாதி மக்களும் அந்த ஆயிரம் ஆயிரம் யானைகளைப்போல் ஸ்தம்பித்து நின்றார்கள்.

கவி வந்த்யகட்டி காயியின் வாழ்வும் சாவும்

யானைகளைக் கூட்டிக்கொண்டு வேகமாக ஓடிவந்ததால் பாலகாப்ய முனியின் இரத்தம் சூடாகியிருந்தது, உடலும் சஞ்சலமடைந்திருந்தது.

அவர் ராஜாவைப் பார்த்திருக்கிறார். ராஜ சபையையும் பார்த்திருக்கிறார். யானைகளைப் பிடித்துக்கொண்டு சென்ற ராஜா யானைகளின் நோய்கள், அவற்றின் அறிகுறிகள், அவற்றைத் தீர்ப்பதற்கான மருந்துகள் இவையெல்லாவற்றையும் முனிவரிடமிருந்து அறிந்துகொண்டு அவற்றைப் பதிவு செய்து கொள்ளும்வரை அவரை விடுதலை செய்யவில்லை.

ராஜாவின் ஆட்கள் அவரைக் கேலி செய்தனர், அவர் கூறியதை நம்ப மறுத்தனர்.

“நீ காப்ய கோத்திரத்திலே பொறந்ததாச் சொல்றே, ஆனா ‘கோத்திரப்பிரவர்’ சாத்திரத்திலே, ஆரியர்களோட கோத்திரப் பட்டியல்லே ஒங்கோத்திரத்துப் பேரையே காணோமே!”

“நீ சொல்றே, சாமகாயன் முனி ஒன்னோட அப்பா, யானைதான் ஒன்னோட அம்மான்னு. இதைக் கேக்க எங்களுக்கு ஆச்சரியமா இருக்கே!”

இப்படிச் சொல்லிவிட்டுத் தசரதனின் மருமகன் லோமபாத ராஜா தோள்பட்டை குலுங்கச் சிரித்தார்.

காட்டுக்குள் நுழைந்த பின்பும் பாலகாப்ய முனிவரின் உடம்பில் அந்தப் பரிகாசச் சிரிப்பின் எரிச்சல் இருந்தது. லௌகித்ய நதியின் நீரில் ஸ்நானம் செய்யாவிட்டால், யானை லத்தியை உடலெங்கும் பூசிக்கொள்ளாவிட்டால், பெண் யானையின் பருத்த முலைகளில் தம் முகத்தைப் புதைத்துக் கொள்ளாவிட்டால் தம் உடம்பு மறுபடி தூய்மையாகி, தன்னிலைக்கு வராது என்று தோன்றியது அவருக்கு.

“ஒங்களுக்கு வீடு இல்லையா?” அவர் சுயாட்களைக் கேட்டார்.

“இருந்தது. அதை அவங்க இடிச்சுட்டாங்க.”

“யாரு?”

“அவங்க” சுயாட் தலைவன் உயர் சாதியினரின் குடியிருப்புகள் இருக்கும் திசையைச் சுட்டிக் காட்டினான்.

“ஏன்?”

“எங்க சாதிப்பையன் ஒனக்குப் பழம் கொடுத்துப் பெரிய பாவம் பண்ணிட்டான்னு...”

இதைக் கேட்டு முனிவர் யானையின் முதுகில் முகத்தைத் தேய்த்துக்கொண்டு தம் அடிவயிற்றிலிருந்து தொப்புளின் வேரிலிருந்து ஒரு பயங்கர ஒலியெழுப்பினார். போரில் மடியவிருக்கும் யானைகள் இந்த மாதிரிதான் ஓலமிடும்.

அந்த ஒலியைக் கேட்டு ஆயிரமாயிரம் லட்ச லட்சம் யானைகள் கிழக்குத் திசையில் தும்பிக்கையையுயர்த்தி உரக்கப் பிளிறின.

"காங், காங், காங், காங்!"

"ஐயோ... ஓ... ஓ... ஓ... ஓ..!" முனிவரின் கண்களிலிருந்து நீர் பெருகியது.

"பிராமணா, ஏன் அழறே?" சுயாட் தலைவன் கேட்டான்.

"மனிசனோட மூடத்தனத்தைப் பார்த்து அழறேன்..."

"என்ன மூடத்தனம்?"

"ஒங்க அழுகை, சிரிப்பு, ஆட்டம், பாட்டு எல்லாந்தான். ராஜாக்களோட அகம்பாவமும் ஆடம்பரமுந்தான்..."

"எல்லாமே மூடத்தனமா?"

"ஆமா... அப்படீன்னா நீங்க ஏன் என்னோடே காட்டுக்கு வந்துடக் கூடாது? நீங்க என் உசிரைக் காப்பாத்தினீங்க. யானைங்க ஒங்களைக் காப்பாத்தும். நீங்க எவ்வளவு காலம் அவங்களுக்கு அடங்கி நடக்கறீங்களோ அவ்வளவு காலம் இதுங்க ஒங்களைக் காப்பாத்தும். நீங்க இதுங்களை விட்டுட்டுப் போனா இதுங்க ஒங்களைக் காலாலே மிதிச்சு அழிச்சிடும்."

"அப்படியா?"

"ஆமா... இன்னொரு விசயம்... நீங்க மூணு நேரத்திலே இதுகளை நெருங்கக் கூடாது. ஆணும் பொண்ணும் சேர்ந்திருக்கிற போது, குட்டி போடற சமயத்திலே, சாகிறபோது..."

"அது சரி, நாங்க அந்தச் சமயத்திலே என்னத்துக்குப் போறோம்! அது பெரிய பாவம்னா?"

"அப்படீன்னா என்னோடே வாங்க! நாம காட்டுக்குள்ளே போயிடுவோம்! எம் பேரு பாலகாப்ய முனி. என் அப்பா பேரு சாமகாயன். நான் யானையோட பாலைக் குடிச்சு வளர்ந்தவன். அந்த ராஜாக்களோட பாட்டன் முப்பாட்டங்க ஒலகத்திலே பொறக்கறதுக்கு முன்னாலேருந்து ஆயிரம் சந்திர காலமா நான் வாழ்ந்துக்கிட்டிருக்கேன்... நீங்க என்னோடே வந்துடுங்க!"

பாலகாப்ய முனிவருடன் இவ்வாறு காட்டுக்குள் போனவர்கள் நாளாவட்டத்தில் எண்ணிக்கையில் குறைந்து இப்போது பீமா தலையொட்டிய நிதயாக்காட்டில் மட்டும் எஞ்சியிருக்கிறார்கள்.

இந்த ஆச்சரிய நிகழ்ச்சி எந்தப் பாஞ்சாலியிலும் எந்தச் சாத்திரத்திலும் இல்லை. இந்தச் சுயாட் இனத்தவர் இப்போதும் காட்டில் யானைகளுடன் நெருங்கி வசிக்கிறார்கள். பீமாதல் ராஜா போர்க்காலத்தில் மட்டும் அவர்களை நினைக்கிறான், அவர்களது உதவியை நாடுகிறான். அப்போது கோட்டையில் முரசு ஒலிக்கும், கோட்டை முகட்டில் பித்தளைக்கொடி பறக்கும். அப்போது சுயாட் மக்கள் காட்டைவிட்டுத் தோளில் வில்லேந்தி வெளியே வருவார்கள். அவர்களைப் பார்த்ததும் நகர மக்கள் பயந்துபோய் அவர்களுக்கு வழி விடுவார்கள். அவர்கள் ராஜாவின் சார்பில் போரிட்டுவிட்டுப் பிறகு முன்போல் காட்டுக்குத் திரும்பிப் போய்விடுவார்கள். தங்கள் இனத்துக்கு ஏதேனும் பேராபத்து நேர்ந்தாலொழிய அவர்கள் ராஜாவை அணுகுவதில்லை. அவர்கள் ராஜாவை அணுகும்போது அவர்களது பிரச்சினையை நல்லமுறையில் தீர்த்து வைப்பது ராஜாவின் கடமை.

ஈட்டியை வைத்துக்கொண்டிருந்த சுயாட் கவி வந்த்யகட்டி காயியைச் சுட்டிக்காட்டி, “இவன் எங்க ராஜா” என்று சொன்னான்.

இதைக் கேட்டதும் பலிக்கட்டையில் கட்டப்படும் நேரத்தில் எருமை மாட்டிடமிருந்து எழும் பரிதாப ஓலம் போன்ற ஒலி கவியிடமிருந்து எழுந்தது. ஆனால் இதற்குள் ‘ராஜா’ என்ற சொல்லைக் கேட்ட சுயாட் மக்கள் மகிழ்ச்சி வெறியில் ஆரவாரம் செய்தார்கள்.

ஈட்டிக்காரனின் இந்த அடக்கமற்ற பேச்சைக்கேட்டு ஹரிஷ் ராயா கோபத்தில் மயானத்துச் சண்டாளனாகிக் கடுமையாக அதட்டினார், “சுயாட், ஒரு பிராமணனைப் பத்தி இப்படிச் சொல்லியிருக்கே, ஒன் நாக்கையறுத்து இன்னிக்கே ஒரு பெண் நரிக்குப் போடப்போறேன்!”

“இவன் பிராமணனில்லே, சுயாட் சமூகத்தைவிட்டு ஓடிவந்த சுயாட்! இவனுக்குப் பிராமணன் ஆகணுமின்னு ஆசை!... எங்க ராஜா செத்துப் போயிட்டான் – எங்க சமூகத்திலே இவன் மாதிரி ஆம்பிளைங்க இல்லே. இவனைக்கொடுங்க, நாங்க இவனை ராஜாவாக்கணும்!”

“ராஜா! எங்க ராஜாவைக்கொடு!” சுயாட் மக்கள் குரலெழுப்பினர்.

“இவன் ராஜாவா இருக்க சம்மதிச்சா சரி, இல்லாட்டி இவனை யானை காலிலே போட்டுக் கொன்னுடுவோம்! எங்க பாலகாப்ய முனி சொல்லியிருக்காரு – சுயாட் யானையோட அடைக்கலத்தைத் தொறந்துட்டு வெளியேபோனா அவன் யானை காலாலே மிதிபட்டுச் சாகணுமின்னு!”

இதைக் கேட்டு ராஜா, ‘பிராமணனில்லாதவன் யாராவது பிராமண வேசம் போட்டா நாங்களும் அவனை யானை காலிலே போட்டுக்கொன்னுடுவோம்!” என்று சொன்னார்.

“நீங்கள் ஏன் கொல்லணும்? இவன் எங்களோடே தானாக வரல்லேன்னா நாங்க இவனை இழுத்துக்கிட்டுப் போய்க்கொன்னுடறோம்.”

“பேசாதே!”

“சுயாடைச் சுயாட்தான் தண்டிக்கணும், இப்படித்தான் எங்க சாத்திரத்திலே சொல்லியிருக்கு” என்று சொல்லி மௌனமானான் ஈட்டிக்காரன்.

இப்போது எல்லோர் பார்வையும் கவியின்பால் திரும்பின. ஒருபக்கம் சுயாட்கள், மறுபக்கம் கர்க ராஜா, ஹரிஷ் ராயா, மாதவாசாரியர், கவியின் உலர்ந்த உதடுகள் ஏதோ சொல்லத் துடித்தன. அவர் எழுந்து கர்க ராஜாவிடம் போக முற்பட்டார். ஆனால் அதற்குள் அவர் ஓடப் பார்க்கிறார் என்று நினைத்த ஹரிஷ் ராயா, “எங்கே போறே?” என்று கத்திக்கொண்டே பாய்ந்து அவருடைய மணிக்கட்டைப் பிடித்துக்கொண்டார்.

“ஃபுல்லரா!” என்று மட்டும் சொல்லிவிட்டு மௌனமானார் கவி.

கர்க ராஜா இவ்வளவு நேரம் திகைத்துப்போய் அமர்ந்திருந்தார் தாம் பார்ப்பது என்ன, கேட்பது என்ன என்று புரியாதவர் போல். இப்போது அவர் பயங்கரமாகக் கோபித்துக்கொண்டு கர்ஜனை செய்தார் – “அப்படீன்னா சுயாட் சொல்றது உண்மைதான்!”

இதைக் கேட்டதும் சபையில் வாதங்களும் எதிர்வாதங்களும் நிகழ்ந்து பெருங்குழப்பம் ஏற்பட்டது.

“உண்மையாயிருந்தா, நான் இவனோட ஒடம்பைக் கிடுக்கியாலே கொதறியெடுத்து நாய்க்குப் போடுவேன்!” மாதவாசாரியர் தன் உண்மை சுபாவத்தைக் காட்டினார்.

“சுயாடா? இந்த நாட்டிலே கங்கை இல்லே; நான் இவன் ரத்தத்தைக் குடிக்கப் போறேன், இது நிச்சயம்!”

அவருடைய வீட்டுக்கு அவரது உறவினர் குழு வந்திருக்கிறது. பூசை நடக்கிறது . . . இனிமேல் அவரால் பீமாதல் நகரத்தில் இருக்க முடியாது! . . . ஐயோ, கடவுளே! இதற்காகத்தான் – மேலிருந்து கீழே தள்ளுவதற்காகத்தான் – நீ அவரை இவ்வளவு மேல் நிலைக்கு உயர்த்தினாயா?

“மாதவ் ட்டாகுர்! உமி நெருப்பிலே வேகற மாதிரி இருக்கா? இருக்கத்தான் இருக்கும் . . . ஒரு சுயாட் மாப்பிள்ளை கெடைச்சிருக்கானே!” ஈவிரக்கமின்றிப் பரிகாசம் செய்தனர் சபையோர்.

“கட்டுமஸ்தான வாலிபன், பருவ வயசிலே பொண்ணு – மாதவ் வீட்டிலே பிருந்தாவனந்தான்!”

“கவின்னு நினைச்சுப் பேராசைப்பட்டார், இப்போ சுயாட்னு தெரிஞ்சு பயத்திலே சாகறார்!”

“பிராமணப் பொண்ணுக்கு ஒரு சுயாட் மேலே ஆசை! . . . நா இனிமே இந்த ஊரிலே இருக்கமாட்டேன்!”

“ஏ கர்க ராஜா! நீ நாய்க்குச் செல்லங்குடுத்து அதை ஒசத்தி வச்சே. இப்போ அது ஒந்தலை மேலேயே ஏறிடுச்சு!”

“ரொம்பத்தான் இறுக்கினா முடிச்சு அவுந்து போயிடும். நீ வாணியன், தின்பண்டம் பண்ணி விக்கறவன். இவங்க எல்லாரும் படிக்கக் கூடாதுன்னு சொல்லிக்கிட்டுப் பாடசாலையைக் கண்காணிச்சே, இல்லியா?”

“ஆனா சுயாட் ஒருத்தன் வந்தான், அவன் கழுத்தைக் கட்டிக்கிட்டு சிநேகம் கொண்டாடினே, அவன் ராஜகவி ஆனான் . . . எல்லாம் விதியோட வெளயாட்டு!”

“வைஷ்ணவங்களாலே சாதிக்கட்டுப்பாடு குலையுதுன்னு அவங்களை வெறுத்தே, புத்தரைப் பூசிக்கற பர்மாக்கார மொட்டத் தலையங்களை ஒரு வருசங்கூட உசிரோடேவிட்டு வைக்கல்லே . . . இப்போ ஒன் சாதி கர்வத்துக்குத் தொடப்பத்தாலே அடி விளுந்திடுச்சா?”

உத்சவ் மிஸ்ரா பிராமணர் – ஒரிஸ்ஸாவிலுள்ள ஜாஜ்பூர் அவருடைய சொந்த ஊர். அவர் உள்ளூர சைதன்ய பக்தர். ராஜா வைஷ்ணவர்களை ஆதரிக்கவில்லை என்பது அவரது மனக்குறை.

சாதி வேற்றுமைகளில் அவருக்கு நம்பிக்கையில்லை. எல்லாச் சாதிகளையும் சமமாக ஏற்றுக்கொள்ள வேண்டும் என்பது அவரது கருத்து. ஆனால் சுயாட் சாதியினர் வேட்டையாடுகிறார்கள், மாமிசம் விற்கிறார்கள், மாமிசம் சாப்பிடுகிறார்கள், அவர்களைச் சமமாக ஏற்றுக்கொள்ளலாமா என்ற சந்தேகமிருந்தது அவருக்கு எனினும் சாதி கர்வம் பிடித்த, சைதன்ய விரோதியான ராஜாவின் கர்வம் அதிர்ச்சிக்குள்ளானதில் அவருக்கு உள்ளூர மகிழ்ச்சிதான்.

ராஜா சிக்கிக்கொண்டதில் மகிழ்ச்சியடைந்த அவர் உடனேயே உணர்ந்து கொண்டார் – அவர்கள் எல்லோருடைய சாதித் தூய்மையும் ஊறுபட்டுவிட்டது என்று. அவருட்பட எல்லோரும் கவியுடன் ஒரே பாத்திரத்திலிருந்து வெற்றிலை பாக்கு எடுத்துக்கொண்டிருக்கிறார்கள், பூசைப் பிரசாதம் பெற்றுக்கொண்டிருக்கிறார்கள்.

"ஐயோ ராஜாவே! பிராமணர்களாகிய எங்களைக் காப்பதாகச் சொல்லிக்கொண்டு எங்கள் சாதியைக் கெடுத்துட்டியே!" என்று கத்திக்கொண்டு அவர் பூணூல் முடிச்சுக்குக் கீழே தம் வயிற்றில் அடித்துக்கொண்டார்.

மழைக்காலத்தில் காட்டுத்தீ பற்றிக்கொண்டால் சாலமரம் எரிவதுபோல் ராஜா புகைந்து புகைந்து எரிந்துகொண்டிருந்தார். ஏனெனில் ஒரே நொடியில் அவர் விதியின் பயங்கர சக்தியைத் தரிசித்தார். விதி கவி என்ற பெயரில் ஒரு கத்தியை அவருக்கு அனுப்பியிருக்கிறது. இல்லாவிடில் அவர் ஏன் கவியை இவ்வளவு நேசித்திருக்க வேண்டும், வாலிபக் கவிக்கு அவரது இதயம் ஏன் ஒரு குழந்தைக்குக் காட்டும் பரிவையும், நண்பனுக்கு அளிக்கும் அன்பையும் வழங்கியிருக்க வேண்டும்? அந்தக் கவிமூலமே இவ்வளவு பெரிய அழிவும் இழிவும் அவருக்கு ஏற்பட்டிருக்க வேண்டும்?

கவி உண்மையில் ஒரு சுயாட்! ராஜாவின் அரண்மனையில் பூசிக்கப்படும் தேவதையின் தலைமேல் ஒரு நாய் மூத்திரம் பெய்துவிட்டது! இந்த அநியாயத்துக்குப் பிராயச்சித்தம் இல்லை!

தவிர, உயர்ந்த சாதியினரிடமே காணப்பட வேண்டிய உறுதி, ஒழுக்கம் ஆகிய நற்குணங்களெல்லாம் ஒரு தாழ்ந்த சாதிக்காரனிடம் எப்படி இடம் பெற்றன? இது ஒரு பயங்கர மோசடி!

இது கலியுகத்தின் பாவந்தான். இல்லாவிட்டால் ஒரு ராஜாவின் பிள்ளைகளுக்குரிய அழகும் குணமும் ஒரு சுயாட்டுக்கு எப்படி வந்திருக்க முடியும்?

நாளை முதலே இந்த நிகழ்ச்சி பற்றிய செய்தி எல்லா இடங்களிலும் பரவிவிடும். மகிஷாதல், தம்லுக், ராய் பாசந்தி, உலாகட், கர்ண கட் எல்லா ஊர்களிலுமுள்ள மக்கள் சிரிக்கப் போகிறார்கள்.

தம்மைப் பரிகாசம் செய்வார்கள் என்ற நினைப்பே அவருக்குப் பயங்கர எரிச்சலூட்டியது.

"கவி சுயாட் சாதிக்காரங்கறது உண்மையானால் நான் இந்தப் பாவிக்குக் கடுமையான தண்டனை கொடுப்பேன். கொடுக்காவிட்டால் பசுவோட ரத்தத்தைக் குடிச்ச பாவம் வரும் எனக்கு!"

அவர் கவியைப் பார்த்துக் கத்தினார், "இது உண்மையா?"

கவியின் உடலில் இன்னும் பட்டு வேட்டி துலங்குகிறது, தோளில் பொன்னிற அங்கவஸ்திரம்... அவரது ஆழ்ந்த பார்வையில் வேதனை நிறைந்திருந்தது.

"இது உண்மையா?"

"இந்தச் சுயாட் சொல்றது."

"என்ன சொல்றான்?"

கவியின் குரலில் கம்பீரம், வேதனை – வேதனையில் சமுத்திரத்தின் கம்பீரம். அவரைப் பார்க்கப் பரிதாபமாயிருந்தது. ஆனால் இந்தப் பரிதாபம் குற்றவாளிக்குரிய பரிதாபமல்ல. அவரது பொன்னிற உடை காவி நிறமாகத் தோற்றமளித்தது. ராஜாவின் மனதில் திடீரென்று ஒரு சந்தேகம்: இந்தக் கவி ஒரு சைதன்ய பக்தனோ? அப்படியானால் பெரும் அழிவுதான்! கடவுளே, இது என்ன சோதனை! ஹே காளி!

இந்தப் பகுதிகளில் சைதன்யரின் தாக்கத்தால் தாழ்ந்த சாதிகளிடையே ஒரு புதிய தன்னம்பிக்கை பிறந்துவிட்டது. சமூகத்தில் அலட்சியப்படுத்தப்படுபவர்கள், சமூகத்தில் இடம் மறுக்கப்பட்டவர்கள் வைஷ்ணவர்களானால் பிழைத்துக்கொள்ளலாம் என்று அவர்கள் பேசிக்கொள்கிறார்கள்.

சபர் – புலிந்தர் – தீவர் (வேட்டைத்தொழில் செய்பவர்கள்) ஆகிய கீழ்ச்சாதிக்காரர்களிடம் இந்தத் தன்னம்பிக்கையைப் பார்த்திருக்கிறார் ராஜா. அவர்கள் அகம்பாவிகளாக, அடங்காதவர்களாக இருக்கிறார்கள். வைஷ்ணவர்கள் பணிவு மிக்கவர்கள், பொறுமைசாலிகள் என்று சொல்பவர்களுக்கு இந்தப் பணிவில் எவ்வளவு அகம்பாவம் மறைந்திருக்கிறது

என்று தெரியாது. வைஷ்ணவனாகிவிட்ட ஒரு தீவர் சாதி இளைஞனை "ஹரி நாமம் சொல்றதை நிறுத்து!" என்று சொல்லிப் பிரம்பாலடித்து அவனைத் தரையில் வீழ்த்திய பிறகும் அவன் சற்றும் கலங்காமல் கைகளைக் கூப்பிக்கொண்டு "ஹரி ஓம், ஹரி ஓம்!" என்று சொல்லிக்கொண்டிருந்தான். அப்போது எவ்வளவு அகம்பாவக்காரனாகத் தோன்றினான் அவன்!

கர்க ராஜாவுக்கு உள்ளூர இந்த வைஷ்ணவ பயம் இருந்தது. அவருடைய ராஜ்யம் கலிங்க நாட்டுக்குப் போகும் வழியிலேயே இருந்தது என்று சொல்லவேண்டும். சைதன்யர் நீலாசலத்தில் வசிக்கத் தொடங்கிய நாளிலிருந்தே கர்க ராஜா பயப்படத் தொடங்கிவிட்டார். இனி பிரளயந்தான் ஏற்படப் போகிறது! பிராமணனின், உயர்ந்த சாதிக்காரனின் பெருமை இனி நிலைக்காது. கீழ்ச்சாதிக்காரர்களிடையே என்ன உற்சாகம்! வெறும் நாம ஜபம் செய்தாலே வாழ்க்கையில் உயர்ந்துவிடலாம் என்று யாராவது கேட்டிருக்கிறார்களா? புரோகிதன் வேண்டாம், கோவிலுக்குப்போகத் தேவையில்லை, வெறும் நாமத்தை ஜபம் செய்தாலே போதும், உயர்ந்த கதி கிடைத்துவிடும் என்கிறது வைஷ்ணவ மதம்.

இன்னும் என்னென்னவோ உபதேசங்கள் காதில் விழுகின்றன.

> சங்கீர்த்தனத்தை (கடவுள் பஜனையை) பரப்பவே என் அவதாரம்
> தாழ்ந்த சாதி யாவற்றையும் உயர்த்தி விடுவேன்
> என் கொள்கைகளை ஏற்காதோரும்
> என் குணத்தைப் பார்த்து உணர்ச்சி வசப்படுவர்
> உலகில் உள்ள தீண்டத்தகாதோர், சண்டாளர்,
> பெண்கள், குழந்தைகள் எல்லோருக்கும்
> முனிவர், சித்தர் வேண்டி நிற்கும்
> பக்தி யோகத்தை நான் அளிப்பேன்!

சைதன்யர் அளித்த இந்தச் செய்தியின் ஒவ்வொரு எழுத்தும் ராஜாவுக்குக் கிலியூட்டியது. அவர் நாட்டிலுள்ள வைஷ்ணவர்களைப் பிடித்து அடித்துத் துன்புறுத்தி நாட்டை விட்டுத் துரத்தினார். ஆனால் அவர்களோ சற்றும் கலங்காமல் தங்கள் நெற்றியில் வழியும் இரத்தத்தைத் துடைத்துக்கொண்டு, "ஏ ராஜாவே! ஓங்க யுகம் முடிஞ்சு போச்சு, புதுயுகம் பொறந்துடுச்சு. இனிமே மனிசனுக்கும் மனிசனுக்கும் வித்தியாசம் கிடையாது, ராஜா! இந்தச் செய்தி சமுத்திரத்தோட வெள்ளம்மாதிரி இரைச்சலாக் கேக்குது. நீ காதைப் பொத்திக்கிட்டு இருந்தாப் பிரயோசனமில்லை" என்று முழங்கினார்கள்.

இந்தச் சமுத்திர வெள்ளத்துக்குத்தான் பயந்தார் கர்க ராஜா. அதனால்தான் கவி ஒரு பிராமணர் என்று நினைத்து அவருக்கு இவ்வளவு கௌரவங்கள் அளித்தார். ஆனால் கவி இப்போது ராஜாவைப் புழுதியில் தள்ளிவிட்டாரே! இப்போது பெரும் அழிவு நிச்சயம். கவி வந்த்யகட்டி காயி உண்மையில் ஒரு தாழ்ந்த சாதிக்காரன் – ஒரு சுயாட் என்று தெரிந்தால் சேரிவாசிகள் மகிழ்ச்சியால் ஆரவாரம் செய்வார்களே!

“இனிமே கவலையில்லே! நம்ம சாதியிலேருந்து ஒரு கவி பொறப்பட்டிருக்கான்! நம்மளாலேயும் உயர முடியும்! முயற்சி செஞ்சா முடியும்!” இப்படி அவர்கள் சொன்னால்?

“பிராமணங்க மாதிரி, சமூகத்துப் பெருசுங்க மாதிரி நாமும் ஆக முடியும்!” என்று ஆனந்தக் கூத்தாடினால்?

இப்போது அவர்கள் கவியைக் கூப்பிட்டு, “ஏ கவி! இப்போ எங்களைப் பத்தி ஒரு பாஞ்சாலி எழுது!” என்று சொன்னால்?

அப்படியானால் பேரழிவு நிச்சயம்! எல்லாம் அழிந்துவிடும். தாழ்ந்த சாதிப் போக்கிரிகள் திக்கெட்டும் இந்தச் செய்தியைப் பரப்பிவிடுவார்கள், அதைப் பாராட்ட விழாக்கொண்டாடத் தொடங்கி விடுவார்கள்...

அரசவையில் ஒரே குழப்பம், இரைச்சல் . . .

கவி கையைத் தூக்கினார்.

சபை அமைதியாயிற்று.

கவி சுயாட் கிழவன் பக்கம் திரும்பினார். அவன் ஒரு குட்டைத் துண்டு அணிந்திருந்தான். மேலுடம்பு திறந்திருந்தது, கழுத்தில் பாசிமணி மாலை. கவியின் உடம்பு கம்பீரமாக, அழகாக, ஒரு ராஜ குமாரனின் தோற்றங்கொண்டிருந்தது.

சுயாட் கிழவனின் பேச்சில் சந்தேகம் தோன்றியது ராஜாவுக்கு – அவனும் கவியும் ஒரே இனத்தைச் சேர்ந்தவர்களாக இருக்க முடியுமா?

“நீ என்ன சொல்றே?” கவி அவனைக் கேட்டார்.

இப்போது கர்க ராஜாவின் மனதில் ஒரு நம்பிக்கை – அது சாத்தியமில்லாததுதான் எனினும் – இறக்கையடித்துப் பறந்தது. சுயாட் கிழவனின் கூற்று தவறாகத்தானிருக்க வேண்டும். இல்லாவிட்டால் கவி இவ்வளவு தன்னம்பிக்கையோடு பேசுவாரா? அப்படியிருந்தால் சுயாட் கிழவனைக் கழுவிலேற்ற வேண்டும்.

கிழவனின் பார்வை நிலையாக, அமைதியாக ஒரு பழைய ஏரியின் ஆழமான நீர்ப்பரப்புபோல இருந்தது. அவனது முகத்தில் இரக்கம், பரிவு.

"நீ எங்க கல்ஹண !"

சபையில் அமைதி.

"நீ எங்க கல்ஹண்! நிச்சயம் கல்ஹண்தான்! சின்ன வயசிலேருந்தே நீ சொல்லிக்கிட்டிருந்தே, ஒலகத்துலே ஒன்னோட எடத்தைத் தேடிக்கிட்டுப் போகப் போறேன்னு ..."

"அப்பறம்?" ஹரிஷ் ராயா கேட்டார். அவருள்ளத்தில் ஏன் இத்தனை வேதனை? கவிக்காக அவர் நெஞ்சு ஏன் உடைகிறது? இதற்குத்தான் அன்பு, பரிவு என்று பெயரா?

"இவன் பெரியவனா வளர்ந்தபோது, சாலமரத்துத் துளிர் மாதிரி வளரத் தொடங்கினபோது 'நா வெளியே போகப் போறேன்'னு துடிச்சான். நாங்க இவன் மனசை மாத்தறதுக்காக இவனுக்குக் கலியாணம் பண்ணி வைக்க முடிவு செஞ்சோம். அந்தப் பொண்ணு நல்ல பொண்ணு, ஆகாசின்னு பேரு. ஆனா இவனுக்கு இஸ்டமில்லே, காட்டு நெருப்பு மாதிரி குதிச்சான். நாங்க இவனைச் சங்கிலியாலே கட்டி வைச்சோம் ..."

"அப்பறம்?"

கவி சொல்லியிருந்தார், தாம் பீமாதல் வந்து சேர்வதற்காக வெகுதூரம் நடந்து வந்ததாக. வெகுதூரம், பல நாட்கள் பயணம். சுயாடாகப் பிறந்துவிட்டுக் கவியாக மறுபிறப்பெடுப்பதற்கு மேற்கொள்ளவேண்டிய பயணம் மிகவும் நீண்டது, மிகவும் கடினமானது என்று தோன்றியது ஹரிஷ் ராயாவுக்கு. அவர் கவியல்லவே! அவருக்கு எப்படித் தெரியும்? ஆனால் இது என்ன பலவீனம்! ஒரு பாவிக்காக அவர் நெஞ்சு பிளக்கிறதே, ஏன்?

சுயாட் கிழவன் என்ன சொல்கிறான்?

"அந்த நாளிலேயும் ஒன் மாதிரி ஆள் நம்ம சமூகத்திலே இல்லே, இப்பவும் இல்லே. எங்களுக்கு ராஜா இல்லே, ஒன்னை ராஜாவாக்கக் கூட்டிக்கிட்டுப் போக வந்திருக்கோம்."

இப்போது அவையில் ஓர் உரத்த எதிர்ப்பொலி விழுந்தது. எல்லோரும் ஒரே சமயத்தில் கத்தினார்கள்.

கவி மறுபடி கையை உயரே தூக்கிக்கொண்டு சொன்னார்:

"ஆமா! நான் ஒரு காலத்திலே இவங்களோட கல்ஹணா யிருந்தேன். ஒலகத்திலே என்னோட எடத்தைத் தேடிக்கிட்டு

வெளியே பொறப்பட்டேன். மனிசனோட சமூகத்திலே நான் செஞ்ச குத்தம் என்ன, சொல்லுங்க, மகாராஜா!"

"மோசக்காரா! நீயே ஒங்குத்தத்தை ஒத்துக்கிட்டே! நீ பிராமணன்னு சொல்லிக்கிட்டது ஒரு பெரிய பாவம்னு தெரியாதா ஒனக்கு?"

"நான் பிராமணன்னு சொன்னேனா?"

"ஆமா."

"நான் சொல்லல்லே. இது என்னோட புனைபெயர். நான் பாஞ்சாலி எழுதறதுக்காக வச்சுக்கிட்ட பேரு."

"அப்படியா? ஆமா, அப்படித்தான் சொன்னே."

"நீங்க என்னோட பேரை, ஊரை, என் அப்பன் – பாட்டன் முப்பாட்டன் பேரைக் கேட்டபோதெல்லாம் நான் என்ன சொன்னேன்? இந்தப் பேரிலே நான் அபயாவைப் பத்திப் பாஞ்சாலி எழுதணும்னு தானே சொன்னேன்?"

"ஆமா, சொன்னே,"

"பாஞ்சாலி தொடக்கத்திலே நான் ஒன்னைப் புகழ்ந்து பாடினேன், மகாராஜா! நீ அதைக் கேட்டு ஒன் அங்கவஸ்திரத்தை என்மேலே போட்டே, இல்லையா?"

"ஆமா . . . இந்தச் சபையிலே இருக்கற எல்லாருக்கும் அது தெரியும். நீ கன்னம் வச்சு என் நெஞ்சுக்குள்ளே நுழைஞ்சுட்டே. என்னோட புள்ளே, பேரன்கிட்டே எனக்கு ஏற்படாத பிரியம் ஒன் மொகத்தைப் பார்த்து ஒன்மேலே எனக்குப் பீறிட்டு வந்தது."

"ஒன்னோட அந்தப் பிரியத்தாலே நாடே எரியப் போகுது, ராஜாவே! நீதான் இதுக்கு ஒரு வழி செய்யணும்!" சபையில் எவரோ சொன்னார்.

"சபையோரே, பேசாமலிருங்க! எம்பேரு கர்க ராஜா. பாவத்தைத் தண்டிக்கறதிலே எனக்கு இணை இல்லேங்கறதை மறக்காதீங்க!"

கர்க ராஜாவுக்கு இப்போதும் தோன்றியது, இந்தச் சபையிலுள்ள எல்லோரையும்விட இந்தக் கவிதான் உயர்ந்தவன், மனிதன் என்று சொல்லத்தக்கவன் என்று. ஆனால் கவியைக் கடுமையாகத் தண்டித்துத்தானாக வேண்டும். வேறு வழி இல்லை. ஹே காளி! அபயா மங்கள் காவியத்தை எவ்வளவோ பேர் பிரதி செய்து கொண்டுவிட்டார்கள். இதை இப்போது கடைத்தெருக்களில், சந்தைகளில், மக்கள் கூடுமிடங்களில்

படிக்கிறார்கள். பலர் இப்போதும் சொல்கிறார்கள், "கவிகங்கண் ரொம்ப நல்ல காவியம் எழுதியிருக்கார்தான், இந்தக் கவியோட காவியமும் நல்லாத்தான் இருக்கு. அவரோட காவியத்தைப் பார்த்து இவருக்கும் உணர்ச்சி பீறிட்டு வந்துதுன்னு புரியுது. அதனாலேதான் இந்தப் பாஞ்சாலியை எழுதியிருக்கார். இந்தப் பாஞ்சாலியும் நல்லாத்தான் இருக்கு."

இப்போது காவியத்தின் எல்லாப் பிரதிகளையும் எரிக்க வேண்டும்; எவ்வளவு பிரதிகள் உண்டோ அவ்வளவையும் எரிக்க வேண்டும். இதைத் தவிர, கவியின் பெயரை உலகத்திலிருந்தே அழித்துவிட வேண்டும். அதுமட்டுமல்ல, 'உலகத்துலே என்னோட எடத்தைத் தேடிக்கிட்டுப் போறேன்' என்ற எண்ணம் கீழ்ச் சாதியிலே எவனுக்கும் தோன்றத் துணிவு ஏற்படாதபடி கவிக்குக் கடுமையான தண்டனை விதிக்க வேண்டும்.

அவர் ஹரிஷ் ராயா பக்கம் திரும்பிப் பார்த்தார். அவர் வெகு காலமாக ஹரிஷ் ராயா, மாதவாசாரியர் இவ்விரண்டு பேரின் உதவியோடு நாட்டை ஆண்டு வருகிறார். இப்போது ஏற்பட்டுள்ள இக்கட்டில் அவர்கள் முகத்தைத் திருப்பிக் கொள்வார்களா?

"ஹரிஷ் ராயா! என்ன செய்யறது சொல்லு."

"நீங்க இருக்கறபோது நான் ஏதாவது சொல்லலாமா?"

"நம்ம சபைக்கே அவமானம் இது."

"ஆமா, மகாராஜா!"

"இதுக்கு நீ தகுந்த பரிகாரம் செய்யணும்!"

"சரி, மகாராஜா!"

"இனிமே கீழ்ச்சாதிக்காரங்க நம்ம தலைமேலே ஏறி ஒக்காந்துக்குவாங்க. 'தாழ்ந்த சாதிக்காரங்களான எங்களிலே ஒருத்தன் பாஞ்சாலி எழுதினான்னா நீங்க எங்களைவிட எந்த விதத்திலே ஒசத்தி?'ன்னு கேப்பாங்க. இது அழிவுக்கு ஆரம்பம். இனிமே எல்லாரும் ராஜாவாக ஆசைப்படுவாங்க. தீவர், கேவுட் இவங்கஎெல்லாரும் வியாபாரம் பண்ணக்கெளம்புவாங்க. கள் விக்கறவன், சக்கிலி இவங்க பாஞ்சாலி எழுதுவாங்க, சமூகம் அழிஞ்சு போயிடும்!"

"நீங்க சொல்றது சரிதான், மகாராஜா. ஆனா அதுக்காக நான் கவலைப்படல்லே. அஞ்சு பேர் பத்துப் பேரைக் கழுவிலே ஏத்துவேன், ஹரி நாமம் ஜபிக்கிறவனைப் பிடிச்சு இழுத்துக்கிட்டு வந்து அம்மணமாக்கி ஊரைவிட்டு

வெரட்டிடுவேன். புண்ணியாகத்தன்று[18] கட்டாய வேலைக்கு வர மறுக்கறவங்களோட வீட்டை எரிப்பேன். கழுவிலேத்தினாத் தடியங்க பன்னி மாதிரி அலறிக்கிட்டு சாவாங்க, அவங்களைப் பார்த்து மத்தவங்க மனசிலே பயம் ஏற்படும். அதைப் பத்தி நீங்க கவலைப்படாதீங்க!"

இப்படிச் சொல்லிக்கொண்டிருக்கும்போதே ஹரிஷ் ராயாவின் நெஞ்சில் வேதனை குறுகுறுத்தது. அவர் இந்தத் தண்டனைகளையெல்லாம் சிரித்த முகத்தோடு நிறைவேற்றக்கூடியவர்தான், ஆனால் இன்று கவிக்காக அவரது நெஞ்சு ஏனோ வலித்தது. இந்தக் கவி ஓடிப் போயிருக்கக் கூடாதா? ஓடிப் போயிருந்தால் உயிரைக் காப்பாற்றிக்கொண்டிருக்கலாமே! இதுதான் சுயாட் புத்தியோ?

ராஜா இப்போது கவியின் பக்கம் திரும்பினார்.

"நீ பிராமணன் பேரை வச்சுக்கிட்டே, காவியம் எழுதினே... தேவி சொப்பனத்திலே வந்தது, இந்த ஊருக்கு வரச் சொன்னது... இதெல்லாம் பொய்! இன்னிக்கு யார் ஒன்னைக் காப்பாத்த முடியும்?"

"பொய்யின்னு யார் சொல்றாங்க?" கம்பீரமாக ஒலித்தது கவியின் குரல். ஒரு விசாலமான, ஆனால் மூடியிருந்த, கோயிலுக்குள்ளிருந்து ஒலிக்கும் மணியோசை போல. கவி இதே கம்பீரமான குரலில் தான் அரசவையில் தம் பாஞ்சாலியை அரங்கேற்றியிருந்தார். இது கர்க ராஜாவுக்கு இப்போதும் ஞாபகமிருந்தது. அவருக்கு நெஞ்சு வெடிக்கும் போலிருந்தது. கவி ஏன் இப்படி அவரிடம் கடுமையாக இருக்கிறான்? கவியைத் தண்டிப்பதில் அவருக்கல்லவா கஷ்டமாயிருக்கிறது! பாவியைத் தண்டிக்கும்போது அவர் ஒருபோதும் இப்போதுபோல் வேதனையடைந்ததில்லை.

"ராஜா, நான் பொய் சொல்லல்லே. நான் பிராமணன் இல்லேங்கறதுக்காகத் தேவி என் சொப்பனத்திலே வந்து உத்தரவு கொடுத்தது பொய்யாயிடுமா? என்னோட அபயா மங்கள் பொய்யா? தேவி பேராலே பொய் சொல்ல யாருக்குத் துணிவு வரும்?"

தாம் பிராமணனல்ல என்று கவி சொல்லியது ஒரு பயங்கரமான ஒப்புதல்.

---

18. புண்ணியாகம்: ஆண்டு பிறந்தபின் குடிமக்களிடமிருந்து நில வரிவசூல் தொடங்கப்படும் நாள்.

“நீ ஒன் வாயாலேயே ஒத்துக்கிட்டியே நீ பிராமணன் இல்லேன்னு!” என்று சொல்லி ராஜா கையால் முகத்திலடித்துக் கொண்டார். அவரது உடம்பின் ஒவ்வொரு மயிர்க்காலிலும் வலி தெறித்தது. ஒவ்வோர் இரத்தத் துளியும் குதித்தது. இப்போது கவியைக் கடுமையாகத் தண்டிக்கத்தான் வேண்டும். இல்லாவிட்டால் அவர் ஒரு பெரும்பாவி என்று மக்கள் பேசத் தொடங்கி விடுவார்கள்.

ஹரிஷ் ராயா சொன்னார், “வேறே நாடுகளிலே என்ன நடந்தாலும் சரி. இந்த ராஜ்யத்திலே சூத்திரனுக்குச் சாமியோட பூசாரியா இருக்க ராஜாவோட அனுமதி இல்லே, இது தெரியாதா ஒனக்கு?”

“ஆமா, பாஞ்சாலி எழுதினது ஒன்னோட பெரிய குத்தம்!” மாதவாசாரியர் தம்மைக் கட்டுப்படுத்திக்கொண்டு சொன்னார். தம் பெண்ணோடுகூடத் தாமும் நரகத்தில் விழ இருந்தார் என்பது இப்போதுதான் அவருக்குப் புரியத் தொடங்கியிருந்தது.

அவர் இவ்வளவு காலமாக எத்தனையோ பேரைத் தண்டித்திருக்கிறார், எமலோகத்துக்கு அனுப்பியிருக்கிறார். ஒரு சுயாட் இளைஞன் அவருடைய பெண்ணோடு கொஞ்சிக் குலாவியிருக்கிறான் என்ற விஷயத்தை மறைத்து வைக்க இயலாது. தேவைப்பட்டால் பெண்ணைத் துறக்கத் தீர்மானித்தார் மாதவாசாரியர். இந்த விஷயத்தில் அன்பு, பாசத்துக்கு இடமில்லை. இது மானம், கௌரவம் பற்றிய பிரச்சினை. அவர் பெண்ணைத் துறந்துவிட்டால் ஒருவேளை பீமாதல் மக்கள் முன்போலவே அவரை மதிக்கலாம்.

“நான் ஒங்களைக் கேக்கறேன் பிறப்பு சேத்துலே ஏற்பட்டதுக்காக மனிசன் சேத்துலேயே கெடக்கணுமா?”

கவி ஆள்காட்டி விரலைத் தூக்கி, மேலும் தொடர்ந்தார். கடல் போல் கம்பீரமாக ஒலித்தது அவரது குரல் “மாதவாசாரியரே, பிறப்பிலேயே ஒருத்தன் பிராமணன் ஆயிடுவான்னா, நீ ஏன் ஒன்னோட பேரனுக்கு இவ்வளவு ஆடம்பரமா உபநயனம் பண்ணி வச்சே?”

“பிராமணனோட பழக்க வழக்கமெல்லாம் ஒனக்கென்ன தெரியும்? நீ காட்டிலே இருக்கே, மனஸாவைக் கும்பிடறே!”

“நான் கேட்ட கேள்விக்குப் பதில் சொல்லலியே, மாதவாசாரியரே! சுயாடைச் சுயாட்னு சொன்னா அவமானமில்லே. மனஸாதான் ஒன்னோட வாஸ்து. சுயாட் சாதிக்காரங்க வாஸ்துவை ஒரு பேரிலே கும்பிடறாங்க; வியாபாரிகளைக் கேட்டுப் பாரு, தெற்கே காஞ்சிங்கற நாட்டிலே

வாஸ்துங்கற பேரிலே நாகத்தை வழிபடறாங்க. வாஸ்துவை யார்தான் கும்பிடல்லே?"

"ஓங்கிட்ட ஞான உபதேசம் யாருக்குக் கேக்கணும்?"

இப்போது ராஜாவின் பக்கமோ மாதவாசாரியரின் பக்கமோ பார்க்காமல் சபையோரை நோக்கிச் சொன்னார் கவி.

"பூணூல் போட்டுக்கிட்டா ரெண்டாவது பிறப்பு ஏற்படுது, அவன் 'த்விஜன்' ஆகிறான். ரெண்டாவது பிறப்புப் பெத்தவன்தான் த்விஜன். நீங்களெல்லாரும் பறவைகள் – பாம்புகள் எல்லாம் முதல்லே முட்டையாப் பொறக்குதுன்னு ஏசறீங்க, இல்லையா? முத்தைக் கேளுங்களேன், ஏன் முதல்லே சிப்பியாப் பொறந்தேன்னு! நான் சுயாட் இல்லே, நான் கவி வந்த்யகட்டி காயி, அபயாவோட தொண்டன், இந்த அறிமுகத்திலேதான் எனக்கு ரெண்டாவது பிறப்பு, அந்தப் பிறப்பை ஓங்களாலே பிடுங்கிக்க முடியுமா? . . ." இறுதி வார்த்தைகள் பேசும்போது கவியின் குரல் சற்று நடுங்கியது.

"முடியுமா முடியாதாங்கறதைச் சீக்கிரமே பார்ப்பேடா திமிர் பிடிச்சவனே!" என்று மாதவாசாரியர் சொல்லவும், ராஜா புருவத்தைச் சுளுக்கிக்கொண்டு, "நான் இருக்கறபோது நீ எதுக்குப் பேசறே?" என்று சொன்னார்.

"என்னோட தனித்துவத்தை யாராலும் பிடுங்கிக்க முடியாது!" இவ்வாறு சொல்லிவிட்டுக் கவி தம் அங்கவஸ்திரத்தைக் கீழே எறிந்தார். இப்போது அவரது பரந்த மார்பும் முதுகும் வெளிப்பட்டன. அந்த அவையில் அவர்போல் அழகன் வேறு எவருமில்லை. மார்பின் சுருண்ட முடிகள், நளினமான ஆனால் அதே சமயம் கம்பீரமான நெற்றி, மோவாய், கழுத்து இவற்றைப் பார்த்து மாதவாசாரியரின் மனதில் கண நேரத்துக்கு இரக்க உணர்வு நிழலாடி மறைந்தது, இப்படிப்பட்ட உடலைக் கொலையாளி துண்டு துண்டாகச்சிதைக்கப் போகிறானே என்று. கவி செய்த குற்றத்துக்கு ஒரு பயங்கர தண்டனை காத்திருக்கிறதே!

கர்க ராஜாவின் மனதில் ஒரே சமயத்தில் கோபமும் சோகமும் தோன்றி மறைந்தன. மீண்டும் மீண்டும் தோன்றின, மறைந்தன. அவர் வேதனை ததும்பும் குரலில் கேட்டார், "சூத்திரனாகப் பொறந்துட்டுக் காவியம் எழுத ஆசைப்பட்ட நீ வைஷ்ணவனாகியிருக்கலாமே? அவங்க சமூகத்திலேதான் சாதி பேதம் இல்லையே!"

ராஜாவின் குரலில் தோய்ந்திருந்த வருத்தத்தை உணர்ந்து கொண்டார் கவி. தம் குற்றத்துக்கு மன்னிப்பு இல்லை என்று அவருக்குத் தெரிந்தது.

“யார் வேணும்னாலும் அம்மாவை வணங்கலாம். தேவியோட தொண்டர்களிலே வேற்றுமை இல்லை.” கவி இவ்வாறு சொன்ன போது அவரது மனக்கண்ணில் ஃபுல்லராவின் முகம் தோன்றியது. நேற்று ஃபுல்லராவை மனைவியாகப் பெறும் வாய்ப்பு இருந்தது. இன்றோ அவளைப் பற்றி நினைப்பதும் பெரும் பாவம். இப்போது அவருக்குப் புரிந்தது ஃபுல்லராதான் சுலபா என்று. அவரைச் சிறையில் தள்ளிவிட்டால் ஃபுல்லரா உலக வாழ்வைத் துறந்து நாடோடியாக அலைவாள்; “நீ என்னை விட்டுட்டு எங்கே போயிட்டே?” என்று பரிதாபமாக ஓலமிடுவாள்.

காதல் அவருக்கு ஓர் அசாதாரணத் துணிவையளித்தது. காதல் தவிர வேறெதுவும் இத்தகைய துணிவைத் தர முடியாது. தேவியின் அனுக்கிரகம்கூட இம்மாதிரி துணிவைத் தராது.

“என் கதை ஒன்றும் புதிதல்ல. புது ஜன்மம் பெறணும்னு எனக்கு ரொம்ப நாளா ஆசை. ஏ ராஜா! நான் ரொம்பக் கஷ்டப்பட்டு எழுதப் படிக்கக் கத்துக்கிட்டேன். மத்தவங்க கத்துக்க ஒரு வருசம் எடுத்துக்கற கல்வியை நான் ஒரு நாழிகையிலே, ஒரு நொடியிலே கத்துக்கிட்டேன்.”

இப்போது சுயாட் கிழவன் தலையையாட்டிச் சொன்னான், “ஆமா, கல்ஹண், ஒம்மாதிரி ஒருத்தருமே இல்லே . . . ஆனா இந்தச் சமூகத்திலே ஒனக்கென்ன வேலை? நீ நம்ம சமூகத்துக்கு வந்துடு, ராஜாவா இரு! அதைத் தவிர, பாலகாப்ய முனி சரித்திரத்தை நீ எழுதணும். அந்தக் கதையை ஒன்னைத் தவிர வேறே யாராலே எழுத முடியும்?”

“ஓங்க சமூகமா?”

“ஒன்னோட சமூகமுந்தான், கல்ஹண்!”

“யானையோட நெழல்லே வாசம்!”

“அதுதான் நம்ம தலையிலே எழுதியிருக்கு.”

“எனக்குப் பயமாயிருக்கு.”

“என்ன பயம்?”

“எனக்குப் பயமாயிருக்கு.”

“பயப்பட வேணாம், கல்ஹண்! ராஜாகிட்டே மன்னிப்புக் கேளு. அவங்க சமூகத்துத் துணி, சால்வையை எறிஞ்சுடு. நாங்க ஒனக்குத் துணி கொண்டு வந்திருக்கோம்.”

ஒரு தூய வெண்மை நிற இடுப்புத்துணி.

“ஒன்னோட வில்லையும் கொண்டு வந்துருக்கோம். அதை எடுத்துத் தோளிலே மாட்டிக்க. நாம காட்டுக்குப் போயிடலாம்.”

இப்போது சிறிது சிரித்தான் சுயாட் கிழவன்; சொன்னான், "சந்திரனைப் பார்க்கல்லியா, கல்ஹண்? இன்னிக்கு அதோட புதுப்பிறை தொடங்கும். மூணாம் பிறைக்குள்ளே ஒன்னை சிங்காசனத்திலே ஒக்காத்தி வச்சுடுவோம்."

"மாதங் பெரியவரே, ஒங்களோட அந்தச் சமூகத்துக்கு நான் திரும்பிப் போக முடியுமா?" கவியின் குரல் அழுகையில் பிளந்தது. "நான் அந்தச் சமூகத்தைத் துறந்துட்டு வந்துட்டேனே, மாதங் பெரியவரே!"

"துறக்கிறேன்னு சொன்னாலே சாதியைத் துறந்துட முடியுமா?"

"முடியும்?"

"அப்படீன்னா நீ யானை காலிலே மிதிபட்டுச் சாக வேண்டியதுதான், கல்ஹண். இதுதான் நம்ம சமூகத்துச் சட்டம். இது ஒனக்குத் தெரியும்."

இதைச் சொல்லிவிட்டு அந்தக் கிழவன் தன் கூட்டாளிகளிடம் திரும்பிச் சொன்னான், "இவன் நம்ம சமூகத்தைத் துறந்துட்டான். இவனாலே இனி நமக்குப் பிரயோசனமில்லே."

"துறந்துட்டானா? பிறப்பைத் துறக்க முடியுமா?"

"மகாபாவியாலே முடியும்."

"ஏன் துறந்தான்?"

"அவனையே கேளுங்க."

"கல்ஹண், நீ எங்களை ஏன் துறந்தே? நீ அம்பு போட்டுக் காட்டுப் பன்னியைக்கொல்லுவே, புலியோட நெஞ்சைத் தொளைப்பே, மஹுவா கள்ளைக் குடிச்சுட்டு நடனமாடுவே. இதெல்லாத்தையும் ஏன் விட்டுட்டு வந்தே?"

"இந்தக் கேள்விக்கு எங்கிட்டே பதிலில்லே."

"பணம், மனிசங்க இதெல்லாம் கிடைக்கும்னா? இவங்க ஒனக்குப் பணம், ஆள் பட்டாளம் கொடுப்பாங்களா?"

அவர்கள் கவிக்கு முதுகைக் காட்டிக்கொண்டு திரும்பி நின்றார்கள். இனி அவர்களுக்கு அவர் தேவையில்லை. அவர்களைப் பொறுத்தவரையில் அவர்களைத் துறக்கத் துணிந்தவன் வெறுக்கத் தக்கவன், தீண்டத்தகாதவன், பெருநோய் பீடித்த கைபோல. பெருவியாதி பீடித்த கையை வெட்டியெறிந்தால் வருந்துவார்களா?

கவியின் மனதை ஒரு பயங்கர வேதனை நிறைத்தது. அவர் சுயாட் சமூகத்தைவிட்டு வெளியேறியபோது துக்கப்படவில்லை. ஆனால் இப்போது அவர்கள் அவரைத் துறப்பதைக் கண்டு அவருக்கு வருத்தமேற்பட்டது. இந்த வருத்தத்தில் அவருடைய நாடி நரம்புகளும் வலித்தன.

இந்த வருத்தம் நாடி நரம்புகளில், இரத்தத்தில் வசிக்கிறது.

"நான் பணம், ஜனம் இதுகளுக்காக ஆசைப்படல்லே. இன்னொரு பிறப்புக்குப் போவோம், வேறே மாதிரி ஆவோம் என்கிற ஆசையிலே பீமாதலுக்கு வந்தேன். ஹே ராஜா, நான் சொல்றதைப் புரிஞ்சுக்க! நான் வேட்டையாடுவேன், அம்பு போட்டுப் புலியைக்கொல்லுவேன், அப்பறம் அப்படியே காட்டுக்குள்ளே உள்ளேபோய் ஒக்காந்திருப்பேன். யானைகள் கூட்ட்ங் கூட்டமா வெளையாடும், குதிக்கும், ஒண்ணு மேலே ஒண்ணு தண்ணியை எறைச்சுக்கும். அதையெல்லாம் பார்த்து எனக்குப் பாஞ்சாலி எழுதற கற்பனை வந்தது. பாஞ்சாலி இட்டுக் கட்டணும், பாஞ்சாலி எழுதணுங்கற நெனைப்பு என் ஒடம்பை வலியாக் குத்திச்சு. அந்த வலியோட எரிச்சல் ஒனக்குத் தெரியாது."

"ஒனக்குத் தெரியுமா?"

தெரியும், மாதவாசாரியரே, தெரியும். இந்த வலியோட எரிச்சல், சூடு தாங்காமே நான் பைத்தியம் பிடிச்சவன் மாதிரி ஓடிப்போய்க் கொஞ்சம் மஹுவாக் கள்ளு குடிப்பேன், கொஞ்ச நேரம் மறுபடி வேட்டையாடுவேன், இல்லாட்டிக் கோடாலியை எடுத்துக்கிட்டு மரத்தை வெட்டுவேன், கட்டையைப் பிளப்பேன். ஆனா என் வலி போகல்லே. சுயாட் ஜனங்க என்னைச் சங்கிலி போட்டுக் கட்டி வச்சாங்க. ஆனா எனக்குத் தெரியும், சாமி என்னை அவங்களோட படியாலே அளந்து படைக்கல்லேன்னு."

கவி வேதனைக் குரலை உயர்த்தித் தொடர்ந்து பேசினார். "சாமி என்னைச் சுயாட்களோட படியாலேயும் அளந்து படைக்கல்லே, ஒங்க படியாலேயும் அளந்து படைக்கல்லே. அப்பத்தான் என் மனசுக்குத் தோணிச்சு, ஹே ராஜா, என் மாதிரி மனிசங்க இந்தச் சமயத்திலே வருவாங்கன்னு. 'மனிசன்தான்[19] எல்லாத்தையும்விட உண்மை' இந்த வாக்கியத்தை நீ கேட்டதில்லையா? இந்தச் சமயத்திலே மனிசன் பல அதிசயமான காரியங்களைச் செய்வான், இது தேவியோட விருப்பம்."

---

19. சண்டிதாஸ் என்ற வைஷ்ணவ கவி இயற்றிய பாடலொன்றில் வெளியிட்ட கருத்து இது. நாள்.

"ஐயோ காளி! இது இன்னொரு மகாபாவியின் பேச்சாச்சே! பாவி சண்டிதாஸ்! ராட் வங்காளத்துக்கவி! நவாப் அவனை யானைக்காலிலே போட்டு மிதிக்கச் சொன்னார்."

"கவிகள்தான் சத்தியத்தைப் பேசறாங்க, ராஜாவே! நெனைச்சுப் பாரு, சில வருசங்களுக்கு முன்னாலே மகாப்பிரபு (சைதன்யர்) எல்லா ஜாதிகளையும் கட்டித் தழுவிக்கிட்டார். ஜாதி என்ன பண்ணிச்சு? பிறப்பு என்ன பண்ணிச்சு?"

கவி எல்லோரையும் பார்த்தார். மதம் பிடித்த பிராமணர் மாதவாசாரியர் கோபங்கொண்ட யானைபோல் உணர்ச்சிகள் பொங்கப் பொங்க முகத்தைத் திருப்பிக்கொண்டார்.

கர்க ராஜாவின் முகத்திலே வேதனை, அதே சமயத்தில் கடூரம். சுயாட் கிழவனின் முகம் உணர்ச்சியற்றிருந்தது. அவன் ராஜாவிடம், "சந்திரனோட மூணாம் பிறைக்குள்ளே நாங்க ஒரு ராஜாவை ஏற்பாடு செய்யணும்" என்று சொன்னான்.

உலகத்தில் எவரும் தங்கள் விஷயத்தைத் தவிர வேறெந்த விஷயத்தையும் புரிந்துகொள்வதில்லை என்று கவிக்குத் தெரிந்தது.

அவர் உயிரோடு இருக்கிறாரா இல்லையா என்பது பற்றி இந்தக் கிழவனுக்குக் கவலை இல்லை. தனக்கு ஒரு ராஜா வேண்டும் என்பதுதான் அவனுக்குத் தெரியும். ராஜா வேண்டும், புதிய ராஜாவைச் சந்திரனின் மூன்றாம் பிறைக்குள் சிங்காசனத்தில் அமர்த்த வேண்டும்.

கர்க ராஜா, மாதவாசாரியர், ஹரிஷ் ராயா இவர்களெல்லோரும் ஒரே விஷயத்தில் பிடிவாதமாக இருக்கிறார்கள். ஒரு சுயாட் இளைஞன் பிராமணனின் பெயரைப் போட்டுக் கொண்டதால் பிராமணர்களுக்கு அவமானம் நேர்ந்துவிட்டது. அதனால் கவியைத் தண்டிக்க வேண்டும். கவியின் காதல், ஃபுல்லராவின் காதல், பாஞ்சாலி இயற்றிய கவியின் கௌரவம் இவையெல்லாம் அவர்களுக்குப் புரியாது.

சபையிலிருந்தவர்கள் எல்லோரும் புரிந்துகொள்ளும் திறனற்றவர்கள், ஜடபுத்தியுள்ளவர்கள் என்பதைக் கவி கண்டார். சூத்திரனுக்குத் தண்டனையளித்து அவனுடைய திமிரையடக்க வேண்டும். இதுதான் அவர்களுக்குப் புரியும். கவியின் காவியம், காதலனின் காதல் இவையெல்லாம் ஒரு பொருட்டேயில்லை இவர்களுக்கு. இவற்றிலிருந்து வெறும் வேடிக்கையை மட்டும் இவர்கள் தேர்ந்தெடுத்துக்கொண்டு ரசிப்பார்கள்.

கவி காவியம் எழுதும்போதும் இவர்கள் மகிழ்ச்சியடைந் தார்கள். கவிக்கு மரண தண்டனை வழங்கப்பட்டால் அதிலும்

இவர்கள் மகிழ்ச்சியடைவார்கள். இவர்கள் கவி–ஃபுல்லராவின் காதலிலும் மகிழ்ச்சி அனுபவித்தார்கள். அந்தக் காதல் புழுதியில் புரளும்போதும் மகிழ்வார்கள்.

இந்த மாதிரி மனிதர்களையா அவர் தம் காவியத்தில் இறவாப் புகழுடையவர்களாக, அமரர்களாக ஆக்கினார்! இந்த அறிவிலி, அநாகரிக, அசட்டு ஜீவன்களையா? இவர்கள் கையிலா அவர் தம் அமர காவியத்தை, அவருடைய மானச கன்னிகை சுலபாவை ஒப்படைத்திருக்கிறார்?

பெரும் வேதனையில் அவருடைய உடலின் நாடி நரம்புகள், சிரைகள், சுவாசக் குழல் வழியே மயானத்துக் காற்று குபு குபுவென நுழைந்து ஓலமிடத் தொடங்கியது. "இதைவிட நான் என் காவியத்தை ரூப் நாராயண் ஆத்திலே எறிஞ்சிருக்கலாமே! நான் முட்டாள்! நான் அறிவிலி! நான் மிருகம்!... நான் அப்படிச் செய்திருந்தால் பெரியவர்களின் வழியில் சென்றதாக இருந்திருக்கும்."

கவியின் இந்த ஓலத்தின் பொருளை ஒரு சிலர் புரிந்துகொண்டார்கள், சிலர் புரிந்துகொள்ளவில்லை. மகாப்பிரபு தம் ஏட்டைக் கங்கையில் எறிந்த வரலாறு இங்கு எவ்வளவு பேருக்குத் தெரிந்திருக்கும்?

எல்லோருடைய முகமும் வெறுப்பால் சுருங்கியிருப்பதைக் கவி பார்த்தார். சிலர் கேலியாகச் சிரித்தார்கள், சிலர் மகிழ்ந்தார்கள்.

"எவ்வளவு நீண்ட பாதை!" தெளிவற்ற குரலில் சொன்னார் கவி.

. வெகு நீண்ட பாதைதான் என்று அவருக்குத் தோன்றியது. நீண்ட பாதையைக் கடந்துதான் அவர் பீமாதலுக்கு வந்தார். அது எவ்வளவு நீண்ட பாதை, எவ்வளவு கடினமான பாதை என்பது வேறு யாருக்குத் தெரியும்? முதல் நாளிரவில்தானே அவர் இந்த நீண்ட கடினமான பாதையைக் கடக்க வேண்டியிருந்தது!

சுயாட் ராஜாவின் தம்பி மகன் கல்ஹண் எவ்வளவு நடந்தான், எவ்வளவு கோணல்மாணலான, வழுக்கலான பாதையைக் கடந்து வந்தான் என்பது எவ்வளவு பேருக்குத் தெரியும்? முப்பத்திரண்டு நாடிகளின் பிணைப்பை அவிழ்த்துக்கொண்டு வெளிவருவது எவ்வளவு கடினம்! நாடிப்பிணைப்பு எளிதில் அவிழ்ந்து விடுமா? எவ்வளவு கஷ்டப்பட்டு, எவ்வளவு இன்னல்களை எதிர்கொண்டு கவி வந்த்யகட்டி காயியாக ஆகியிருக்கிறார் அவர்!

"ஹரிஷ் ராயா, கொலையாளி பிரகலாதைக் கூப்பிடு!" ராஜா சொன்னார்.

ஹரிஷ் ராயா கொலையாளியைக் கூப்பிட எழுந்து செல்வதைப் பார்த்த கவி "ஃபுல்லரா?" என்று சொல்லி மாதவாசாரியர் பக்கம் திரும்பிப் பார்த்தார்.

"அவ பேரு இருக்கட்டும்" தணிந்த குரலில் சொன்னார் ஹரிஷ் ராயா.

"மாதவ்! ஃபுல்லராவுக்கு என்ன ஆகும்?" ஒன்றுமறியாச் சிறுவன் போல மறுபடியும் கேட்டார் கவி. ஃபுல்லராதான் சுலபா, சுலபாதான் ஃபுல்லரா. முந்தைய இரவில்தான் ஃபுல்லரா அவருக்காக மோகினி வேடம் பூண்டிருந்தாள்: இரத்தச் சிவப்புச் சேலை, விதவிதமான நகைகள், கலை வெளிப்பாடு மிக்க மார்க்கச்சு!

முந்தைய நாள்தான் புயலும் மழையுமாயிருந்த இரவில் ஃபுல்லரா குணா ஆயியுடன் சேர்ந்து கொண்டு அவரை வசியம் செய்யச் சடங்குகளில் ஈடுபட்டிருந்தாள். எவ்வளவு ஆச்சரியமான, மாயபோதை நிறைந்த, புணர்ச்சி மணங்கமிழும் இருட்டாக இருந்தது நேற்று! பற்றியெரியும் மோகத்தைவிட வர்ணமயமான எண்ணற்ற இந்திர புஷ்பங்கள் எப்படி அந்த அடர்ந்த போதை இருளின் மேலே சொரிந்தன! ஃபுல்லரா! நீதான் சுலபா அல்லவென்றால் நான் ஏன் உன்னை இந்த மாதிரி காதலித்தேன்? ஆனால் பார், இப்போது நேரமில்லை. எரிந்து கொண்டிருந்த அகல்விளக்கை யாரோ ஃபூவென்று ஊதி அணைத்துவிட்டார்கள்! மாலையைத் தொடுப்பதற்கு முன்பே மலர்கள் வாடிவிட்டன!... திருமணம் தொடர்பான எல்லாக் காரியங்களையும் சுமங்கலிகள்தாம் செய்வார்கள்... அவர்களுடைய திருமண மாலைகளிரண்டையும் யாரோ தொடுத்துக்கொடுப்பதாகச் சொன்னாளே?

"மாதவ்! ஒன்னோட பொண்ணு . . ."

"எம் பொண்ணு ஓம் பேரு மேலே . . ."

அசிங்கமான வார்த்தையொன்றை உதிர்த்தார் மாதவாசாரியர். இந்த நிகழ்ச்சியால் அவருக்கேற்பட்ட அவமானத்தில், கோபத்தில் நல்ல பாம்பாக ஆகிவிட்டார் அவர்.

"ஒனக்குத் தெரியாது..."

கவி மறுபடி சொன்னார், "கடவுளே!" அவருக்கு இப்போது தோன்றியது அவர் வெறுங்கவியல்ல, அவர் கடவுளுக்கும் மேலே என்று. சுலபாவின் கொடுமைக்கார அப்பா குமார் –

சுலபாவின் காதலை எரித்துவிட்டார் – கர்க ராஜா இப்போது செய்வதுபோல.

குமார் பலவகைக்கொடுமைகளுக்கு உள்ளானான். இவர்களும் கவிக்கும் அவ்வாறே கொடுமையிழைப்பார்கள். அவரை அங்குசத்தால் குத்திக் குத்தி இரத்தம் பெருகச் செய்வார்கள், பச்சைத் தோலாலான கயிற்றால் கை கால்களைக் கட்டி வீதியில் எறிவார்கள், யானையின் காலடியில் போட்டு மிதிபடச் செல்வார்கள். யானையின் கால்! இதை நினைக்கும் போதே கவியின் உடலுறுப்புகள் நடுங்கின, நாடிகளில் இரத்தம் சில்லிட்டது.

பல தலைமுறைகளாக வழிவழியாக வந்துள்ள நம்பிக்கை அவரது நெஞ்சுள்ளே ஒலித்தது – "சமூகத்தைத் துறப்பவன் யானையின் காலடியில் மிதிபட்டுச் சாவான்! இது பாலகாப்ய முனி செய்துள்ள விதி. இதிலிருந்து தப்ப முடியாது!"

ஆனால் சாவின் நினைவு எங்கோ போய்விட்டது. ஃபுல்லராவின் காதல்! அவரில்லாமல் ஃபுல்லரா பைத்தியமாகி விடுவாள்.

அவளை நேசிக்கும் பறவை அவள் கூடவே செல்லும்,
காட்டுக்குள்ளே அழுதுகொண்டு ஓடுகிறாள் சுலபா
கண்களிலிருந்து நீர் தாரையாகச் சொரியும்,
வழியைத் தடுக்கும் முட்களை அவள்
பொருட்படுத்தவில்லை.
மரத்தின் மேலமர்ந்த பறவை அவளைக் கூப்பிட்டுச்
சொல்லும் –
'உன் குமார் இந்த மரத்தடியில் இருக்கிறான்'...

சுலபாதான் ஃபுல்லரா என்று தோன்றியது கவிக்கு. அவர் மனக்கண்ணால் பார்க்கிறார், ஃபுல்லரா ஜனசஞ்சாரமற்ற கொடுங்காட்டில் செங்கடம்பு மரத்தடியில் பெருக்கும் கண்ணீரில் அவளது நெஞ்சு மிதக்கிறது. எத்தகைய கொடியகாடு! ஆனால் என்ன இது, சுலபா சிவப்பு நிறச் சேலையும் பலவர்ண மார்க்கச்சையும் ஏன் அணிந்திருக்கிறாள்?

"ஃபுல்லராவேதான் சுலபா!" தெளிவற்ற குரலில் சொன்னார் கவி.

சாகும் காலத்தில் மனிதன் விசித்திரமான, பயங்கரக் கனவுகள் காண்பானே, அதுபோல் அவரும் கனவு காண்கிறாரா? அவர் சுலபாவை வருணிக்கும்போது "பாந்துலி மலர் போல் உதடு" என்றெழுதியது சரிதான், ஆனால் "கழுத்தில் மச்சம் அழகூட்டுகிறது" என்று ஏன் எழுதினார்? ஃபுல்லராவின்

கழுத்தில் அப்படியொரு மச்சம் இருப்பதாலா? தவிர "கன்னிகை மலர் மாலையை மரத்துக்கு அணிவித்தாள்" என்ற கூற்று அவருக்கும் ஃபுல்லராவுக்கும் பொருந்துமே!

ஃபுல்லரா ஒரு மரத்தைக் காட்டிக் கவியிடம் சொன்னாள், "நீ இல்லாதபோது இந்த மரந்தான் என் காதலன்!" இவ்வாறு சொல்லி அவள் மரத்தின் கிளைக்கு மாலையை அணிவித்தாள். ஆனால் அவர் ஃபுல்லராவைப் பார்ப்பதற்கு முன்பே இந்தக் கவிதை வரியை எழுதிவிட்டாரே? பிறகுதானே ஃபுல்லராவைப் பார்த்தார்! அப்படியானால் அவர் பிரம்மாவாகி விட்டாரா, வால்மீகி ஆகிவிட்டாரா? வால்மீகி இராமாயணம் இயற்றி எவ்வளவு காலத்துக்குப் பிறகு இராமர் பிறந்தார்! கவி தம் காவியத்தை இயற்றிய பிறகு சுலபாவுக்கும் ஃபுல்லராவுக்குமிடையே எவ்வளவு ஆச்சரியமான ஒற்றுமை! அந்த ஃபுல்லராவின்பால் அவரது காதல் எவ்வாறு ஏற்பட்டது?

அவர் ஃபுல்லராவைப் பார்த்த பிறகு பாஞ்சாலி இயற்றினாரா? அல்லது அவளைப் பார்ப்பதற்கு முன்பே பாஞ்சாலியை எழுதிவிட்டு, பீமாதலுக்கு வந்தபோது சுலபாவே ஃபுல்லராவாகி அவருக்காகக் காத்திருப்பதைக் கண்டாரா?

எல்லாம் குழப்பமாகிவிட்டது அவருக்கு. எது உண்மை, எது பொய்? அவர் வெட்டவெளியில் யானைகளோடு திரியும் சுயாட் இளைஞன் என்பது உண்மையா, அல்லது அவர் கவி வந்த்யகட்டி காயி, ஃபுல்லராவின் காதலன், அபயாதேவியின் தொண்டன் என்பது உண்மையா? அல்லது அவர் சூத்திரன், பிராமணனின் பெயரை எடுத்துக்கொண்டு கணேஷ் தெய்வத்துக்கு சேவை செய்பவன் என்பது உண்மையா? அதனால்தான் இவர்கள் இவ்வளவு பயங்கரமாக, கொடூரமாக இவரை உறுத்துப் பார்த்துக்கொண்டு நிற்கிறார்களா?

"எனக்குத் தெரியாது" அவர் தெளிவற்ற குரலில் சொல்லிக் கொண்டார். அவருடைய காதல் என்ன ஆகும்? காதலில் எதுவுமே நிறைவேறவில்லையே இன்னும்! அவர் இன்னும் ஃபுல்லராவை அடையவில்லை, அவள் இன்னும் அவரது மனைவி ஆகவில்லை. மஞ்சள், வர்ணக் கோலங்கள், தயிர், கோரோசனை, நெற்கதிர், அருகம்புல், மேல் விதானம் இவற்றால் மணமேடை அலங்கரிக்கப்படவில்லை. அவரது கையில் நூல்சரடு கட்டப்படும். சுமங்கலிகள் திருமணப் பாட்டுகள் இசைப்பார்கள். பல்லக்குத் தூக்கிகள் மணமகனைப் பல்லக்கில் தூக்கி வருவார்கள். மாப்பிள்ளைத் தரப்பினர் ஆடிக் குதித்துக் கும்மாளமிட்டுக் கொண்டு வருவார்கள். "நானும் மாப்பிள்ளைக்

குழுவில் ஒருவனாக வருவேன்" என்று சொல்லிய கர்க ராஜா எப்படி இவ்வளவு கொடூரமாகிவிட்டார்?

முரசு – மேளம் – மத்தளம் ஒலிக்கும், குலவையொலி ஆகாயத்தைப் பிளக்கும். கணவனின் அபார நேசத்தைப் பெற்ற சுமங்கலிகள்தாம் திருமணம் சம்பந்தப்பட்ட சடங்குகளைச் செய்ய உரிமை பெற்றவர்கள். அதன்பிறகு? அதன்பிறகு மலர்ப்பந்தலின் கீழே 'சுபதிருஷ்டி'[20] நிகழும். ஃபுல்லராவும் அவரும் சேர்ந்து அருந்ததியை – வசிஷ்டரின் பத்தினியைப் பார்ப்பார்கள். அருந்ததி சிறந்த காதல் நட்சத்திரம். பிறகு அவர்கள் தீ வழிபாடு செய்வார்கள். அக்னி இல்லறத்தானின் தேவதை, எல்லா தேவர்களும் அவனுள் அடக்கம். அவனுக்குப் பூசை செய்யாமல் திருமணச் சடங்கு நிறைவு பெறுமா?

ஃபுல்லரா மணப்பெண் ஆவாள். பிறகு நாளாவட்டத்தில் குடும்பப் பொறுப்பை ஏற்றுக்கொள்வாள், அவருடைய குழந்தைகளின் தாயாவாள். அவருடைய பிள்ளை ஃபுல்லராவின் மடியில் படுத்துக்கொண்டு சந்திரனைப் பார்த்தவாறு உறங்கிப் போய்விடுவான். அதைப் பார்த்துப் பார்த்து இன்னொரு பாஞ்சாலி இயற்றுவார்...

ஆனால் நடப்பு என்ன? அவருடைய ஆசைகளாகிய விளக்கின் எண்ணெய் தீர்ந்து போகப்போகிறது, விளக்கு இனி எரியாது.

"புல்லரா!" கவி மறுபடி சொன்னார் – ஒரு கெட்ட கனவின் மயக்கத்திலிருந்து தம்மை விடுவித்துக்கொள்ள முயல்பவர் போலத் தலையைப் பலமாகக் குலுக்கிக்கொண்டார்.

"ஒன் வாயாலே மாதாவாசாரியரின் பொண்ணைப் பத்திப் பேசறது சரியில்லே" ராஜா சொன்னார். இந்தச் சுயாட் இளைஞனின் நிலையைப் பார்த்து அவர் நெஞ்சு வெடிக்கிறது. மாதவின் பொண்ணுந்தான் குற்றம் செய்திருக்கிறாள். அவர் அவளுக்கு என்ன தண்டனை கொடுப்பார்?

"மாதவ்! மாப்பிள்ளைக்குக் கொஞ்சம் இரக்கம் காட்டேன்!" எவனோ குரூரமாகக் கேலி செய்தான். இந்த நிகழ்ச்சி அவையோருக்கு வேடிக்கையாக இருந்தது. ஒரேநாளில் இவ்வளவு வேடிக்கை அனுபவித்ததில்லை அவர்கள். இந்த நாட்டுக்குக் கவியின் வருகை, அவரடைந்த முன்னேற்றம், ஃபுல்லராவுடன்

---

20. சுபதிருஷ்டி: மணமகனும் – மணமகளும் முதன்முதலாக ஒருவரையொருவர் பார்த்துக்கொள்ளும் சடங்கு.

அவரது காதல் இவையெல்லாமே ரசிக்கத் தக்க வேடிக்கைகள் தாம்.

எனினும் இப்போது காணும் வேடிக்கையோடு ஒப்பிட்டால் அந்த வேடிக்கைகள் ஒன்றுமேயில்லை. உயரமான சிகரத்திலிருந்து ஒரு மனிதன் தடாலென்று கீழே விழுந்தால் அது எவ்வளவு பெரிய வேடிக்கை! நேற்று வரை அவர்களது பொறாமைக்கு ஆளான மனிதன்மேல் இன்று அவர்கள் எச்சில் துப்பலாம், அவனைக் கட்டையால் அடிக்கலாம் இதென்ன சாதாரண வேடிக்கையா?

இப்போது அவையோருக்குக் கவியின்மேல் எழுந்துள்ள கோபமும் அருவருப்பும் தம்மேலும் பாயலாம் என்று அறிந்துகொண்டார் மாதவாசாரியர். அவருடைய பெண்ணும் இந்த நீசனுடன் களங்கப்பட்டு விட்டாளே! காளிதேவியே! எனக்கு அறிவைக்கொடு அம்மா! இந்தப் போக்கிரியின்மேல் எவ்வளவு களங்கம் பூசப்பட்டாலும் பரவாயில்லை, அவருடைய பெண்ணின் பெயர் கெடாமலிருந்தால் போதும்!

"மகாராஜா! இந்தத் திருமண யோசனை, இந்த மோசக்காரனின் விருப்பத்தாலேயே பிறந்தது. என் பெண் சிறுமி, அவளுக்கு எதுவும் தெரியாது."

"அப்படியா! இன்னிக்கு ஊர்ப் பெரிய மனுசங்க சோறும் மீனும் சாப்பிடப் போறாங்களே, அதுவும் இந்த மோசக்காரனின் ஆசைப்படிதான் நடக்குதா?"

"ஒன்னோட ரெண்டு பிள்ளைகளும் இவங்களுக்காகப் புதுவீடு கட்டறாங்களே, ஒழவு மாடு வாங்கறாங்களே, அதுவும் இந்த மோசக்காரனாலேதானா?"

"ஆத்திலே படகுப் போட்டி நடந்தபோது ஓம் பொண்ணு கீழே தடுக்கி விழுந்தா. அப்போ இவன் போய் அவளைத் தூக்கிவிட்டான். ரெண்டு பேரும் சிரிச்சுச் சிரிச்சுப் பேசிக்கிட்டாங்களே, அதுவும் இவனோட ஆசையாலே தானா? ஓம் பொண்ணும் கொஞ்சமா ஆட்டம் போடல்லியே!"

அவையின் பல பகுதிகளிலிருந்து ஏச்சுப் பேச்சுகள் பாய்ந்து வந்தன. கர்க ராஜா ஏதோ சொல்ல முற்படுமுன், கவி கேட்டார், "மாதவ், நீ என்ன சொல்றே?"

கவி தொடர்ந்து சொன்னார், "ஒன்னோட பொண்ணைக் கலியாணம் பண்ணிக்க ஆசைப்படறேன்னு ஒங்கிட்டே சொன்னப்பறந்தான் நான் ஓம் பொண்ணோடே பேசினேன், மாதவ்!"

“அதை மறந்துடு!” ராஜா சொன்னார்.

சுயாட கிழவனும, “கலஹண, அநதக் கதையெல்லாம் இப்போ அவசியமில்லே” என்று சொன்னான். பிறகு அவன் தன் கூட்டாளிகளின் பக்கம் திரும்பி, “இவன் நம்ம பேச்சைக் கேக்கல்லே. சந்திரனோட புதுப்பிறை தொடங்கிடுச்சு.”

“மாதவ்! கெழவா! எங்களுக்கு ராஜா வேணும்னு ராஜாகிட்டே சொல்லு!”

சுயாட்கள் மறுபடி இதைச் சொல்லுமுன் கவி பேசத் தொடங்கினார் “மாதவ், நான் ஃபுல்லராவைப் பார்த்துப் பேச நீ எனக்கு எவ்வளவு வசதி செஞ்சு கொடுத்தே! இப்போ அதெல்லாம் ஒன் நினைவுக்கு வரல்லியா?”

“இல்லே.”

“நீ எனக்கு ஒக்காரப் பலகை கொடுத்து உபசரிச்சே, எவ்வளவோ பேசினே, அதெல்லாம் ஒனக்கு நினைவு வரல்லியா?”

“இல்லே.”

“ராஜா, நான் கல்லோடே என்ன பேச முடியும்? மாதவ் இப்போ கல்லாயிட்டார். நான் அவர் வீட்டிலே இருந்தேன், அதுக்கப்பறம் நாலு நாழிகைகூடக் கழியல்லே இன்னும். ராஜா, இவரோட பொண்ணு என்னை வசியம் பண்றதுக்காகக் குணா ஆயியோடே சேர்ந்து ஏதோ மாயம், மந்திரம் பண்ணிக்கிட்டிருந்தா. ஃபுல்லராவோட ஒடம்போட வாசனை இன்னும் என் தோளிலே ஒட்டிக்கிட்டிருக்கு. ஃபுல்லராவோட ஒடம்பு மணம்!”

கவி தம் கடைசி வார்த்தைகளை யாரிடம் சொன்னார் என்று தெரியவில்லை. இதுவரை அவர் நாகரிகமான, கண்ணியமான சொற்களையே உபயோகித்திருக்கிறார், நாசூக்கற்ற வார்த்தைகளை உச்சரித்ததில்லை. ஆனால் இப்போது அவருடைய பேச்சு இப்படிக்கொச்சைப் பேச்சாக ஏன் மாறிக் கொண்டிருக்கிறது? அவருக்கு இனி மன்னிப்பு கிடைக்காது என்று புரிந்து கொண்டதாலா?

அவருக்குத் தாம் கண்ட கெட்ட கனவு நினைவு வந்தது. அந்தக் கனவு கண்டபிறகு தானே அவர் ஃபுல்லராவைப் பார்க்க ஓடினார்! கெட்டகனவு கண்டு ஓடிவந்தார், குணா ஆயியைப் பார்த்து அருவருப்படைந்தார். குணா ஆயி அவரது பழைய சுயாட் வாழ்க்கையை நினைவுறுத்தியதாலேயே அவருக்கு அவள் மேல் வெறுப்பு ஏற்பட்டது என்று இப்போது அவருக்குப் புரிந்தது.

இல்லை, வெறுப்பு அல்ல, அருவருப்பு அல்ல, வெறுப்பின் உருவில் ஒரு பலமான கவர்ச்சி. குணா சுயாட் இனக்கிழவி, அவரும் அதே இனத்தைச் சேர்ந்தவர். அப்படியானால் பீமாதல் நகரத்தில் அவருக்கு மிகவும் நெருக்கமான ஆள் குணா ஆயிதானா?

ஹே அபயா! ஹே பர்ண சபரி! ஹே அரண்ய தேவதை! இதென்ன விபரீதம்! கவி ஏன் இப்போது தமக்குக் கடவுள் தந்த சாதியே தமது இறுதிச் சாதி என்று நினைக்கிறார்? இப்படி அவர் இதுவரை நினைக்கவில்லையே! அதனால்தானே அவர் கடவுள் தமக்களித்த சாதியைவிட்டு வெளியேறி ஒரு புதிய பிறவியில் நுழைய முயன்றார்! அப்படியானல் அவர் இதுகாறும் செய்த முயற்சியெல்லாம் தவறா?

கவி இந்தப் பக்கம் அந்தப் பக்கம் திரும்பிப் பார்த்தார். நாற்புறமும் ஓர் அநாகரிகமான, அறிவற்ற, பயங்கர ஜடத்தன்மை யைக் கண்டார். ராஜாவிலிருந்து தொடங்கி ஒவ்வொருவரும் ஒரு பெரிய பதுமையாகக் காட்சியளித்தார்கள்.

இவர்களுக்காகவா அவர் தம் ஒப்பற்ற இளமை, தம் காவியம், தம் காதல் எல்லாவற்றையும் தியாகம் செய்ய வேண்டும்?

மனிதன் செய்யும் அநியாயத்தை நினைத்து அவருடைய கண்களிலிருந்து நீர் வெளிவரத் துடித்தது.

"ராஜா, ஃபுல்லரா வந்து சொல்லட்டும் அவ என்னை விரும்பல்லேன்னு. அப்படீன்னா நீ கொடுக்கற எந்தத் தண்டனையையும் ஏத்துக்க நான் தயார்! எனக்கு உள்ளூரத் தெரியும் நான் ஒரு குத்தமும் செய்யல்லேன்னு." இவ்வாறு சொல்லிவிட்டுத் தலையைக் குனிந்து கொண்டார் கவி.

கர்க ராஜாவின் அவையில் இதுதான் அவர் பேசிய இறுதிப் பேச்சு. இதன்பிறகு அவர் ஒரு வார்த்தைகூடப் பேசவில்லை.

இந்த நிகழ்ச்சிக்குப் பிறகு, அபயாமங்கள் காவியத்தை எரிக்கும்படி கர்க ராஜா இட்ட ஆணையை எடுத்துக்கொண்டு அவருடைய சிப்பாய்கள் நாலா திசைகளிலும் ஓடினார்கள். கவி வந்த்யகட்டியின் பெயரை உச்சரித்தவர்களுக்குக் கடுமையான தண்டனை அளிக்கப்பட்டது. ராஜாவின் சேவகர்கள் சிவந்த கண்களோடு பயமுறுத்தினார்கள், "அந்த ஆளோட பேரைச் சொன்னா ஒங்களை நரசிம்ம ஹாஜாரிகிட்டே இழுத்துக்கிட்டுப் போயிடுவோம், தெரிஞ்சுதா? ஹாஜாரி மூங்கில் கட்டையாலே ஒங்க நெஞ்சை அமுக்கினா ஒங்களாலே 'அம்மா!'ன்னு கூடக் கத்த முடியாது, ஆமா!"

ஆனால் இதன் விளைவாகப் பொது மக்களுக்கு கவியைப் பற்றி அறிந்துகொள்ளும் ஆர்வம் அதிகரித்தது, புயலால் கிளர்ந்தெழும் தீப்பிழம்புகள்போல. கவி பீமாதல் நகரத்திலேயே தொடர்ந்து வாழ்ந்திருந்தால் மக்களுக்கு அவரைப் பற்றி இவ்வளவு ஆர்வம் இருந்திருக்குமா என்பது சந்தேகந்தான். அவர் பீமாதலில் இல்லாததால்தான் அவரைப் பற்றிப் பல வதந்திகள், கதைகள் பரவின.

முன்பு அவரைக் கேலி செய்து கைகொட்டிச் சிரித்தவர்களே பிற்காலத்தில் அவரிடம் ஆழ்ந்த அன்பு கொண்டார்கள். ஆழ்ந்த, அடர்ந்த, இரத்தம்போல் சிவந்த, உயிர்த் துடிப்புள்ள அன்பு. ஆனால் கவி போகும்போது அவருக்கு இதெல்லாம் தெரியாது. மக்களின் ஒரு முகத்தை அவர் பார்த்துவிட்டுப் போனார், இன்னொரு முகத்தைப் பார்க்க இயலவில்லை அவரால்.

எல்லாம் முழுமையாக ஒரு பிறவியில் பார்க்க இயலாது போலும். மனிதன் எப்போது அன்பு செலுத்துகிறான், எப்போது கோபிக்கிறான், எப்போது அவனிடம் கருணை சுரக்கிறது, எப்போது கடூரமாகிறான் இவற்றையெல்லாம் ஒரே பிறவியில் பார்க்க மனிதன் ஒன்று காக புசண்டி[21]யாக இருக்கவேண்டும், அல்லது அட்சயவட[22]மாக இருக்கவேண்டும்.

மனிதனுக்கு எப்படி இத்தகைய கோடி கோடி ஆண்டுகள் நீண்ட ஆயுள் கிடைக்கும்?

ஆனால் ஆண்டாண்டுகளாக மனிதர்கள் மீண்டும் மீண்டும் கவி என்ன சொன்னார் என்பதை அறிய விரும்பினார்கள்.

"நான் ஒரு குத்தமும் செய்யல்லேன்னு சொன்னார்."

"ஆமா, அதுதான் அவர் சொன்ன கடைசி வார்த்தை."

"ஆமா, நான் ஒரு குத்தமும் செய்யல்லேன்னு சொன்னார்."

கர்க ராஜாவின் அவையில் கவியின் நுழைவுக்கும் பிறகு அங்கிருந்து அவரது புறப்பாட்டுக்கும் என்ன ஆச்சரியமான சுட்டெரிக்கும் சக்தி இருந்தது என்பது யாருக்குத் தெரியும்!

---

21. காக புசண்டி: யுகயுகங்களாக வாழ்ந்து வருவதாகவும் மூன்று கால நிகழ்வுகளையும் அறிந்ததாகக் கருதப்படும் ஒரு காகத்துக்குக் காக புசண்டி என்று பெயர்.

22. அட்சயவடம்: புண்ணியத்தலங்களில் சில ஆலமரங்கள் அழிவின்றி நீண்டகாலம் வாழ்வதாகச் சொல்லப்படுகிறது. இவற்றுக்கு அட்சயவடம் என்று பெயர். அட்சயவடம் அழியாத ஆலமரம்.

ஆயிரக்கணக்கான மக்கள் வைஷ்ணவ மதத்தில் சேர்ந்து அமைதி தேடினார்கள். ஆயிரம் ஆயிரம் மக்கள் இரகசியமாக பீமாதல் நகருக்கு வந்து கவியிருந்த வீட்டையும், அவர் காவியம் எழுதும் முன் பார்த்த செங்கடம்பு மரத்தையும் பார்த்துவிட்டுச் சென்றார்கள்.

இதற்குள் பீமாதல் நாட்டில் பல மாற்றங்கள் நிகழ்ந்துவிட்டன. வாழ்க்கை முழுதும் சண்டாளனாகச் செயற்பட்ட ஹரிஷ் ராயா ஏனோ திடீரென்று ஒருநாள் அரசுப்பணியை விட்டு விட்டுப் போய்விட்டார். அவர் துறவியாகி விட்டதாகச் சிலர் சொன்னார்கள். சிலர் கூறினர் அவர் காட்டில் வசிப்பதாக. அவர் ஒரு படகில் தனியே அமர்ந்து ரூப் நாராயண் ஆற்றில் போவதைப் பார்த்ததாக ஒருவர் சொன்னார். அவரே படகை ஓட்டினாராம், துடுப்பைச் செலுத்தினாராம், ஒரு காவிக் கோவணம் மட்டும் அணிந்திருந்தாராம்.

இதற்குள் கர்க ராஜாவும் கிழவராகி விட்டார். தம் பிள்ளையிடம் அரசுப் பொறுப்பைக் கொடுத்துவிட்டு ஒரு வைப்பாட்டியைக் கூடவைத்துக்கொண்டு காலங்கழித்தார்.

மாதவாசாரியர் முன்போலவே தொடர்ந்து வாழ்ந்தார். அவருடைய செல்வம் பெருகிவிட்டது.

ஃபுல்லராவைப் பற்றி மட்டும் செய்தியொன்றும் கிடைக்கவில்லை. யாரோ ஒரு கருப்புத்திரை போட்டு அவளை மூடி மறைத்துவிட்டார் போலும்!

எனினும், ரூப் நாராயண் ஆற்றில் புயல் வரும்போது வியாபாரிகள் முண்டகாட்டில் தங்கள் படகுகளைக் கட்டி வைத்துவிட்டுப் புகலிடந்தேடி நகரத்துக்குள் ஓடுகையில் நிதயாக் காட்டிலிருந்து யாரோ ஒருத்தியின் நெஞ்சு பிளக்கும் ஓலத்தைக் கேட்டிருப்பதாகச் சொல்கிறார்கள். சரத் காலத்துப் பௌர்ணமி இரவின் பால் நிலவொளியில் யாரோ ஒரு பெண் வைசியர் தெருவுக்குப் பின்னேயுள்ள செங்கடம்புக் காட்டில் உட்கார்ந்துகொண்டு புலம்புவதைப் பலர் பார்த்திருப்பதாக வதந்தி. அந்தப் பெண் நிலவைவிட அழகாம், அவளுடைய உதடு இந்திர புஷ்பமாம். அவளுடைய கழுத்தில் பளபளப்பாக ஒரு கருப்பு மச்சமாம்! அவள்தான் "ஃபுல்லராவோ? அல்லது வேறு யாராவதா? அல்லது அந்தத் தோற்றம் சரத்கால நிலவின் உருவெளித் தோற்றந்தானா?

எவருக்கும் தெரியாது.

ஆனால் இதெல்லாம் வெகு, வெகு காலத்துக்குப் பிறகு நேர்ந்த நிகழ்வுகள். இதற்குள் கவியே ஒரு வதந்தியாக ஆகிவிட்டார். பீமாதலில் கர்க ராஜாவின் பிரதாபமும் ஏறக்குறைய ஒரு மறந்துபோன கதையாகிவிட்டது.

கர்க ராஜாவின் அவையிலிருந்த எவரும் அன்று இந்தக் கதையின் முடிவு எப்படி இருக்கும் என்று அறியவில்லை.

கவி "நான் ஒரு குத்தமும் செய்யல்லே" என்று சொல்லிவிட்டு மௌனமானார்.

கர்க ராஜா சொன்னார், "மாதவின் பொண்ணு இப்பவும் ஒன்னைப் புருசனா அடைய விரும்பறாள்னா நா அவ ஒடம்பிலே ஒரு கந்தையைச் சுத்தி ஒரு படகிலே ஒக்காத்தி வச்சு ரூப் நாராயண் ஆத்திலே மெதக்க விட்டுவேன்!... நீ பண்ணின பாவத்துக்கு இக்கரை அக்கரை இல்லே. நீ பிராமணன் வேசம் போட்டு எல்லாரையும் ஏமாத்தினதுக்காகப் பழுக்கக் காய்ச்சின தாம்பரப் பூணூலைப் போட்டுக்கணும். அப்பறம் நல்ல நாள் பார்த்து ஒன்னை யானைக்காலில் போட்டு மிதிக்கச் செய்வோம். ஒம்மாதிரி மகாபாவிக்கு ஏத்த தண்டனை வேறே எதுவும் இல்லே."

அவையோர் திகைத்து, வாயடைத்து நின்றனர். பிறகு எல்லோரும் கர்க ராஜாவை வாழ்த்திக் கோஷமிட்டார்கள்.

அவைக்குள்ளே கவிக்குப் பாராட்டு செய்யப்படுவதாக நினைத்து வெளியேயிருந்த வாத்தியக்காரர்கள் தாளம், கொம்பு, முரசு, மத்தளம் இவற்றை முழங்கினர்.

சுயாட்கள் வியப்போடு ராஜ தண்டனையைக் கேட்டனர். கொலையாளி பிரகலாத் வந்து கவியின் கைகளைப் பிடித்தான்.

8

துன்பச் செய்தி, கெட்ட செய்தி, அழிவுச் செய்தி காற்றுக்கு முன்னால், பறவைக்கு முன்னால் போய்விடும்.

அப்போது மாதவாசாரியரின் வீட்டில் ஒரே அமர்க்களம். சமையலறையில் சமையல் பரபரப்பு, பூசையறையில் சடங்குகளின் ஆடம்பரம். மாதவாசாரியரின் மனைவிக்குக் குடும்ப நிர்வாகத்தில் அவ்வளவு திறமையில்லை. ஆகையால் ஒரு தூர உறவுச் சித்தி வந்து அந்தக் குடும்பத்துக்கு உதவியாக இருக்கிறார்.

இந்த அம்மாள் தறியின் ஊடுநூலைக்கொண்டு செல்லும் ஓடம்போலப் பூசையறைக்கும் சமையலறைக்குமாக ஓடிக்கொண்டு காரியங்களை மேற்பார்வை பார்த்துக்கொண்டிருக்கிறார்.

"இதோ பாருங்க, நீங்க என்ன சமைக்கறீங்களோ சமைங்க. ஆனா வேலைக்காரன், வேலைக்காரி, சாமான்கள் கொண்டுவந்து கொடுத்தவங்க, குடியானவங்க சிலபேர் இருக்காங்க. அவங்களுக்காகக் கடே மீன் போட்டு அம்பலும் சச்சடியும் பண்ணிடுங்க. உளுத்தம் பருப்பை வேகவிட்டு அதோடே மீன் அம்பலும் கொடுத்தா அவங்க ரொம்ப சந்தோஷப்படுவாங்க."

"நீ சொல்றதுக்கு முன்னாலேயே நா சமைச்சுட்டேன்."

"நீ மகா கெட்டிக்காரி, வைரம் மாதிரி கூர்மையான புத்தி ஒனக்கு!"

சித்தி வாசலுக்கு வந்தார். அங்கே இடைப்பெண்கள் மண் பானைகளில் பால், சட்டிகளில் கெட்டித் தயிர் வைத்துக்கொண்டு உட்கார்ந்திருந்தனர்.

அவர்கள் "எங்களுக்குச் சும்மா பணமும் தேங்காயும் கொடுத்தாப் போறாது, புதுத் துணியும் கொடுக்கணும்!" என்று கூச்சல்போடத் தொடங்கினார்கள். ஓர் இடைப்பெண்ணின் பேர்த்தி "ஏம்மா, கலியாணம்னு சொன்னியே! மாப்பிள்ளை எங்கே?" என்று உரத்த குரலில் அழத் தொடங்கினாள்.

ஃபுல்லராவின் ஒரு கூடை மயிரைப் பின்னுவதில் முனைந்தனர் அவளுடைய தோழியர். ஓமம் நடக்கவிருந்த இடத்தில் ஒரே களேபரம்.

இந்தச் சமயத்தில் அந்தப் பயங்கரச் செய்தி வந்தது.

"பெரியம்மா! சமைச்சதையெல்லாம் தூக்கியெறியுங்க! அரமணையிலேருந்து என்ன சேதி வந்திருக்கு, கேளுங்க!"

ஒரு வேலைக்காரி இவ்வாறு சொல்லி முடிப்பதற்குள் மாதவாசாரியர் அங்கு ஓட்ட ஓட்டமாக வந்து, "சீக்கிரம் கதவைத் தாப்பாப் போடுங்க! ஜனங்க என்னைத் தொரத்திக்கிட்டு வராங்க போலேயிருக்கு!" என்று சொன்னார் மூச்சிரைக்க.

என்ன ஆயிற்று என்று தெரிந்து கொள்வதற்காக மாதவாசாரியரின் மனைவியும் மற்ற உறவினர்களும் அவரிடம் ஓடிவந்தார்கள். அப்போது வெளியே சாலையில் அசிங்கமான வசவுகளும் மத்தள ஒலியும் இரைச்சலும் கேட்டன.

"என்ன ஆச்சு? ஏன் இந்தக் கொழப்பம்?" என்று ஒருவர் கேட்பதற்கு முன்னால் ஓர் அசிங்கமான பாட்டு அவர்களது காதில் விழுந்தது.

பிராமணன், பிராமணன் என்று திரிந்தான் மாதாயி,
இப்போது பார் அவனுக்கு ஒரு சுயாட் மருமகன்!

சுயாட் மருமகன்!

எல்லோரும் ஒருவரையொருவர் பார்த்துக்கொண்டார்கள். என்ன ஆயிற்று என்று தெரிந்துகொள்வதற்காக ஃபுல்லரா அந்தப் பக்கம் வந்தாள். அவளைக் கண்டதும் மாதவாசாரியர், "நாசகாலி!" என்று கத்தியவாறு அவள்மேல் தம் பாதக்குறடை எறிந்தார்.

ஃபுல்லராவுக்குச் செருப்படி!

எல்லோரும் திகைத்து, வாயடைத்துப் போய் நின்றனர்.

மாதவ் சொன்னார், "பெரும் நாசம் நடந்துடுச்சு. அவன் கவியுமில்லே, கிவியுமில்லே. அவன் சுயாட் ஜாதிக்காரன்! ராஜா அவனைச் சிறையிலே போட்டுட்டார், யானைக் காலிலே போட்டு மிதிக்கப் போறார்... என் கை காலு எல்லாம் வயித்துக்குள்ளே போயிடுச்சு... என்ன நடந்துதோ தெரியல்லே!"

"அய்யோ!"

தெளிவற்ற குரலில் கத்திவிட்டுத் தரையில் விழுந்தாள் ஃபுல்லரா. அவளை வெகு காலமாகப் பார்த்திராத அவளுடைய உறவினர்கள் – உறவு முறையில் அவளுடைய சித்தப்பா, சித்தி புருசன், அத்தை புருசன் – அவளுடைய இளமையை ஆர்வத்தோடு பார்த்தார்கள்.

அவளுடைய தாய் வெட்கத்தைவிட்டு அழுதார், "பொண்ணுக்குப் பல் கிட்டிச்சுப் போச்சு! தண்ணியும் விசிறியும் கொண்டு வாங்க! உள்ளே கூட்டிக்கிட்டுப் போங்க!"

குணா ஆயிக்கு இதெல்லாம் ஒன்றும் புரியவில்லை. அவள், "அப்படீன்னா மருமகன் வரல்லியா?" என்று கேட்டவாறு கை கொட்டப் போனவள் அப்படியே திகைத்து நின்றுவிட்டாள்.

கவி வந்த்யகட்டி காயியின் வாழ்வும் சாவும்

9

கவியின் வீழ்ச்சியில் பீமாதலின் சில சில மக்கள் மகிழ்ச்சியடைந்தனர். வாழ்வு முழுதும் தங்களுக்காக ஏதாவது லாபம் தேடியலைபவர்கள், ஒரு நாளைக்கு ஒரு வேலை என்று வேலை மாறுபவர்கள், இன்று மஹிஷாதல் நகரில் வெற்றிலை விற்றுவிட்டு மறுநாள் சங்கு வியாபாரிகளின் மூட்டையைச் சுமப்பவர்கள் – இவர்கள் மகிழ்ச்சியடைந்தார்கள்.

தங்கள் படகுகள் புயலில் கடலில் மூழ்கியதால் எல்லாமுமிழந்த அதிருஷ்டங்கெட்ட மனிதர்கள் – ஊருக்குத் திரும்பாமல் பீமாதல் நகர மதுக்கடைகளில் மதுவருந்திக் காலங்கழிப்பவர்கள் – மகிழ்ச்சியடைந்தார்கள்.

அவர்கள் கோலக்கின் மதுக்கடையில் மகிழ்ச்சியோடு பேசிக்கொண்டார்கள் 'அந்த ஆளோட செழிப்பைப் பார்த்து வயிறு எரிஞ்சுது. இப்போ எந்த ஒறவுக்காரன் வந்து அவனைக் காப்பாத்தறான் பார்க்கலாம்!"

வேசிகளுக்கும் மகிழ்ச்சிதான்.

அவர்களுக்குக் கவியின் மேலே இவ்வளவு கோபம் என்று யாருக்குத் தெரியும்? "அவன் என்னமோ பாட்டனார் மாதிரி தலையைத் தூக்கிக்கிட்டு நடப்பான் நம்ம பக்கம் திரும்பிக் கூடப் பார்க்கல்லே . . . குசும் ஒரு நா அவனுக்குத் தாகத்துக்குத் தண்ணி குடுத்ததுக்காக அவளை மட்டும், 'நீ எனக்குத் தண்ணி குடுத்து உசிர் குடுத்தே, நீ என் அம்மா!' அப்படீன்னு சொன்னான்" என்று அவர்கள் பேசிக்கொண்டனர்.

"ரொம்ப அகம்பாவம் அந்த ஆளுக்கு. இப்போ சா!"

"ஒரு நாக்கூட என் வீட்டுக்கு வந்து ஒக்காரல்லே!"

"தலை ஆகாசத்திலே இருக்கற மாதிரி நடந்துக்குவான்!"

கவி ஒரு வேசியை 'அம்மா!' என்று அழைத்ததால் மற்ற வேசிகளுக்கு அவர்மேல் இவ்வளவு கோபம் என்று அவருக்குத் தெரியாது. தான் தனது பாஞ்சாலியில் நகரில் வாழும் எல்லாவகை மக்களையும் பற்றி எழுதியதால் எல்லோருமே தன்னை நேசிக்கிறார்கள் என்று அவர் நினைத்துக்கொண்டிருந்தார்.

அவர் ஒருவேளை எதிர்பார்த்திருக்கலாம் நகர மக்கள் ராஜாவிடம் போய்க் கைகூப்பி "ராஜா! கவியை விட்டுடு! அவர் ஒரு பாவமும் செய்யல்லே" என்று சொல்வார்களென்று.

ஆனால் சிறைக்காவலன் சூடன் சண்டாள் கவியிடம் சொன்னான், "ஊரிலே ஒரே கொண்டாட்டம்! இந்த மாதிரி கொண்டாட்டம் என்னிக்கும் நடந்ததில்லே."

"கடவுளே!" அரற்றினார் கவி.

"ஒன்னை யானைக் காலிலே மிதிக்கச் செய்யப் போறாங்கன்னு கேட்டு நூறு நூறு, லச்ச லச்சம் சனங்க இங்கே வந்துக்கிட்டிருக்காங்க ..."

லட்ச லட்சமொன்றுமில்லை, ஆனால் கவியின் மரண தண்டனை நிறைவேற்றப்படுவதைப் பார்க்க ஒவ்வொரு நாளும் சிலபேர் நகரத்துக்கு வந்து கொண்டிருப்பது உண்மைதான்.

"இந்த ஆளுங்க எல்லாம் தண்ணியிலே மெதக்கற பாசி மாதிரி. இவங்களுக்கு வீடு, வாசல் ஒண்ணுமில்லே. எந்த எடத்திலே பரபரப்பு அதிகமோ அந்த எடத்துக்கு ஓடுவாங்க, வெல்லத்திலே மொய்க்கற ஈ மாதிரி. கூட்டங் கூட்டமாச் சுத்துவாங்க இவங்க."

"சூடன், சும்மாயிரு!"

"இப்போ கோலக்கோட கள்ளுக்கடையிலே கூடற கூட்டத்தைப் பார்க்கணும்! பெருங்காயம் கலந்த மாமிச வடையையும் கள்ளையும் முழுங்கிக்கிட்டு ஆட்டம் போடறாங்க, நாங்க மரத்துமேலே ஒக்காந்துக்கிட்டுப் பார்ப்போங்கறாங்க. அப்படிப் பார்த்தா நல்லாப் பார்க்கலாமாம்! இவங்கள்ளாம் வெல்லத்திலே மொய்க்கற ஈ! மனிசன் செத்தாலும் வேடிக்கை பார்க்கப் போவாங்க, கலியாணம் நடந்தாலும் பார்க்கப்

போவாங்க, பாப்பாத்தி புருசனோட பொணத்தோடே கட்டையிலே ஏற்றதையும், நரபலியையும் பார்க்க ஓடுவாங்க. இவங்களுக்கு எல்லாமே வேடிக்கைதான்!”

சூடனின் இந்தப் பேச்சில் சிறிது கேலி இருந்தது. சிறிது இரக்கமும் இருந்தது.

சூடனின் பேச்சில் எவ்வளவு கவியின் காதில் விழுந்தது, எவ்வளவு விழவில்லை என்று சொல்ல இயலாது. அவர் கொஞ்சங் கொஞ்சமாக நம்பிக்கையிழந்துவிட்டார். நம்பிக்கை இருக்கும் வரையில் மூச்சு இருக்கும். நம்பிக்கையிழந்த மனிதன் இறந்துவிட்டாற் போலத்தான்; கவியின் நிலையும் இதுதான்.

அவர் ஒரே இடத்தில் கல்லைப்போல் அசையாமல் உட்கார்ந்திருக்கிறார், என்னென்னவோ சிந்தித்துக் கொண்டிருக்கிறார். அவர் எப்படிக் குற்றம் செய்தார், ஏன் செய்தார் என்று நினைக்கும்போது மேற்கு, கிழக்கு, வடக்கு வங்காளமெங்கும் பரந்த விசாலமான காடு அவரது மனக்கண் முன் தோன்றுகிறது.

அக்காட்டில் எவ்வளவு மரங்கள் உள்ளன என்று எவராலும் சொல்ல இயலாது. கோடிக்கணக்கான நியலி – ஆட்சர் – கோக்னா – கோடாசீஜ் – படாசி – காட்டிலவு – மருதம் – குறிஞ்சி – தேவ்ஹாட் – ஆவ்லா – கேந்த் – நாககேசர மரங்கள்! அடர்த்தியான பச்சைக் கடல். அங்கே அலைந்து திரிகின்றன யாஷைக் கூட்டங்கள்.

சுதந்திரமான, மதம் பிடித்த பரந்த உடல் வாய்ந்த யானைகள் – துணி உடுத்தாத பிரும்மாண்டமான உடல் கொண்ட பண்டைக் கால மனிதன் போல. அந்த மனிதன் காட்டின் ஆழ்ந்த இரகசியம். காட்டின் பயங்கர நிசப்தத்தினிடையே அவன் நடந்துகொண்டேயிருக்கிறான்.

கவி தம் மனக்கண்ணால் பாலகாப்ய முனிவரையும் அவர் காலத்து யானைகளையும் பார்க்கிறார், அவரது இரத்தமும் தசையும் விதிர் விதிர்க்கின்றன.

அவர்களைப் பற்றி – சுயாட்களைப் பற்றி – அவர் எழுதவில்லை. அவர்களைப் பற்றித்தான் அவர் முதலில் எழுதியிருக்க வேண்டும். நினைத்தாலே பயமாயிருக்கிறது அவருக்கு. கவி சண்டிதாஸை யானைக் காலடியில் இட்டு மிதிக்கச் செய்தார்களாம். அவரும் அதேமாதிரி இறக்க வேண்டுமா?

அவர் செய்ய வேண்டியது எவ்வளவு பாக்கி இருக்கிறது! உழவன் விதை விதைக்கிறான், அறுவடை செய்கிறான். ஆனால்

அவர் இன்னும் தம் புகழை அறுவடை செய்யவில்லை, ஃபுல்லராவை அடையவில்லை. ஒருவன் தான் காதலித்தவளையே காதலியாகப் பெற்றால், பாஞ்சாலியின் கதாநாயகி சுலபா உண்மையுலகில் ஃபுல்லராவாக உருப்பெற்றால், இந்தக் காதலால் சாதிக்க இயலாததையும் சாதித்துவிட இயலும். அவருக்கு ஏன் ஒருமுறை வாய்ப்பு கிடைக்கக் கூடாது?

"ஒருமுறை, ஒருமுறை" இந்த வார்த்தைகளை அவர் மனதுக்குள் சொல்லிக்கொண்டார். அவர் கண்டது இருளைத்தான்.

ஆழங்காண முடியாத அடர்ந்த இருள் – கடலின் அடியிலுள்ள இருள்போல, தாயின் கர்ப்பத்தின் இருள்போல, ஒரே அகல் விளக்கின் வெளிச்சத்தில் இருள் இன்னும் அடர்ந்ததாக, பயங்கரமாகத் தோன்றியது.

கம்சனின் சிறை போன்றது கர்க ராஜாவின் இந்தச் சிறை. உலகம் படைக்கப்படுமுன் பிரபஞ்சம் முழுதும் பரவியிருந்த இருள். சூரியன் இல்லாமல், சந்திரன் இல்லாமல், கிரகங்கள் தாரகைகள் இல்லாத காலத்தில் பிரம்மா ஒரு பெரிய இருள் கட்டியைக் கையாலெடுத்துத் தம் தொப்புளுக்குக் கீழே வைத்துக்கொண்டு படைப்பின் வேதனையால் துடிதுடித்த காலத்திலிருந்த இருள்போல இருந்தது இந்தச் சிறையின் இருள்.

மலைப்பாம்பின் வயிற்றுக்குள்ளே இருப்பது போன்ற பயங்கரமான, வெறிகொண்ட இருளில் கவி தனியே உட்கார்ந்திருக்கிறார். அவரது கைகளில் விலங்கு. இரு கை விலங்குகளைப் பிணைத்திருக்கிறது ஒரு சங்கிலி.

நாளைக் காலையில் அவருக்கு மரண தண்டனை. இன்று வானத்தில் உதிர் உதிராக மேகங்கள், காற்றில் கடலுப்பின் மணம், கவியால் வானத்தைப் பார்க்க இயலாது, காற்று சிறைக்குள் கொஞ்சந்தான் நுழையும், எனினும் வெளியில் பருவநிலை மோசமாக இருப்பதை உணர முடிகிறது கவியால்.

அன்று காலையில் ஹரிஷ் ராயா சிறைக்கு வந்திருந்தார்.

சில நாட்களாக அவர் தினமொருமுறை சிறைக்கு வந்தவிட்டுப் போகிறார். சிறைக்கு வந்தபிறகு கழிந்த மூன்று நாட்களும் கவி உணவோ தண்ணீரோ அருந்தவில்லை என்று கேள்விப்பட்டபின் தினம் நிலைமையை ஆராய்வதற்காக வந்துகொண்டிருக்கிறார்.

இன்று காலையில் அவர் வந்தபோது சூடன் சண்டாள் அவரிடம் சொன்னான், "நேத்து ராத்திரி கொஞ்சங்கூடத் தூங்கல்லே! கல்லு மாதிரி ஒக்காந்துக்கிட்டு என்னவெல்லாம் நெனச்சுக்கிட்டிருக்கானோ தெரியல்லே."

கவியின் படுக்கையைப் பார்த்ததுமே ஹரிஷ் ராயாவுக்குப் புரிந்துவிட்டது, கவி அதில் ஒரு தடவைகூடப் படுக்கவில்லை யென்று. இப்போதும் கவியின் உடலில் பட்டுத் துணி, கையில் தங்கத் தாயத்து, காதில் முத்து. அவர் உடம்பில் அணிந்திருந்ததெல்லாம் அப்படியே இருக்க வேண்டுமென்று உத்தரவிட்டிருந்தார் ஹரிஷ் ராயா.

இன்று ஹரிஷ் ராயா வந்து கவியைப் பார்த்துப் பிரமித்து நின்றார். அவரது வாயிலிருந்து வார்த்தைகள் வரவில்லை. இருண்ட, கற்களாலான அறை. இருளால் சமைக்கப்பட்டாற் போன்ற கல் தூண்கள். ஒரு தூணின் பிரையில் ஒரு விளக்கு எரிகிறது. எங்கோ ஒரு சிறு சாளரம் இருக்கிறது போலும். அதன் வழியே புயல் காற்று சிறிது உள்ளே வருகிறது என்று தோன்றுகிறது. இல்லாவிட்டால் விளக்குச் சுடர் இப்படி நடுங்குவானேன்?

கவியைப் பார்க்கத் தொடங்கினார் ஹரிஷ் ராயா. அவர்களெல்லோரையும்விட அழகில், குணத்தில், கல்வியில், தகுதியில் சிறந்தவன் இப்படிச் சங்கிலியால் பிணைக்கப்பட்டுக் கிடக்கிறான், கொடூரமாக இறக்கப் போகிறான் என்ற நிலையில் ஏதோ ஒன்று அவரை அமைதியிழக்கச் செய்துவிட்டது.

அப்படியானால் நீதி என்ற போர்வையில் அநீதி வழங்கப்பட்டதா? அது எப்படியாகும்? இத்தகைய குற்றத்துக்கு இதுதானே தண்டனை! பின் அவரது உள்ளத்தில் ஏனிந்த சஞ்சலம்? ஒரு சண்டாளனைவிடக் கொடூரமான மனிதன் என்றல்லவா அவருக்குப் பெயர்! இந்த சஞ்சலத்துக்குத் தான் கருணை என்று பெயரா? அப்படியானால் இந்த அதிருஷ்டங்கெட்ட இளைஞன்மேல் அவருக்குப் பரிவு ஏற்படுகிறதா? இது எப்படிப்பட்ட கருணை? அவர் பல கொடூரமான காரியங்கள் செய்திருக்கிறார், தாயின் மடியிலிருந்து குழந்தையைப் பறித்து அதை முண்டகாட்டில் பலி கொடுத்திருக்கிறார். ஒரு கள்ளுக்கடைக்காரன் கள்ளோடு விஷத்தைக் கலந்து வியாபாரிகளுக்குக் கொடுத்து அவர்களுடைய நகைகளையும் பணத்தையும் கொள்ளையடித்த குற்றத்துக்காக அவர் அவனைச் சவுக்கால் அடித்ததில் அவன் வாயிலிருந்து இரத்தம் கக்கி மாண்டிருக்கிறான்.

அந்த நேரங்களிலெல்லாம் அவருக்கு ஏற்படாத கருணை இப்போது தோன்றியிருக்கிறதா? அல்லது இதற்கு வேறு ஏதாவது பெயர் உண்டா? இது ஒருவேளை எதையோ அறியும் ஆர்வமா, எல்லையற்ற ஆர்வமா?

முதல் நாளிரவு மாதவாசாரியரின் பெண் அவரிடம் வந்திருந்தாள். அவர் இரவில் முதல் நாழிகையில் சில சமயம்

முண்ட காட்டுக்குப் போய் ரூப் நாராயண் ஆற்றின் கரையில் உலாவுவது வழக்கம் என்பது பீமாதல் வாசிகளுக்குத் தெரியும்.

முதல் நாளிரவு அவர் முகத்தைச் சுற்றிச் சால்வையை அழுத்திப் போர்த்திக்கொண்டு ஆற்றின் நீர் சுழியிட்டுக்கொண்டு செல்வதைப் பார்த்துக்கொண்டிருந்தார். கடலிருக்கும் திசையிலிருந்து புயல்போன்ற காற்று வீசுவதைப் பார்த்து இப்போதும் சில படகுகள் கவிழப் போகின்றன என்று நினைத்தார்.

இந்தச் சமயத்தில் பிய்த்தெறியப்பட்ட ஓர் இந்திர புஷ்ப மாலை போல் ஃபுல்லரா வந்து அவருடைய கால்களைப் பிடித்துக்கொண்டாள். குணா ஆயியும் அவளுடன் கூட இருந்தாள். குணாக்கிழவி பின்னாலிருந்து கொண்டு நோயுற்ற பெண்புலி போல், இடுப்பொடிந்த பெண் பாம்பு போல் மூச்சிறைக்க ஏதோ சொன்னாள். ஃபுல்லரா ஹரிஷ் ராயின் கால்களில் தன் முகத்தைத் தேய்த்தவாறு, "அவரைக் கொல்லாதீங்க, அவரோட உசிருக்குப் பதிலா என் உசிரை எடுத்துக்கங்க!" என்று கெஞ்சியழுதாள்.

ஹரிஷ் ராயா அதுவரை ஃபுல்லராவை நிமிர்ந்து பார்த்ததில்லை. முந்தின நாள் இரவில்தான் நன்றாகப் பார்த்தார்.

அவளுடைய முகத்தைப் பார்க்க முடியவில்லை அவரால். ஆனால் அவளது உடல் பட்ட இடங்களில் அவரது சருமம் எரிச்சல் கண்டது, அவர் நிம்மதியிழந்தார்.

"எழுந்திரு, அழுது என்ன பிரயோசனம்?" என்று சொல்லி அவர் தம் முகத்தைத் திருப்பிக்கொண்டார்.

காற்றில் கடலின் உப்பு மணம், மீனவக் குடியிருப்பின் மீன் மணம், ஆனால் இவற்றையெல்லாம் மீறி ஃபுல்லராவின் கூந்தலின் மணம் அவரைச் சூழ்ந்தது. அவரது மூச்சு நின்றுவிடும் போலிருந்தது.

அப்போதுதான் ஃபுல்லராவுக்குப் பயம் ஏற்பட்டது. ஏனெனில் ஹரிஷ் ராயாவால் அவளுக்கு ஆறுதலாக எதுவும் சொல்ல முடியவில்லை. அவர் கல்லைப்போல மௌனமாக இருந்தார். அதனால்தான் அவளுக்குப் பயமேற்பட்டது.

"இவருகிட்டேயிருந்து வார்த்தையே வரல்லே, நா யாருகிட்ட போவேன், ஆயி?... நா ரொம்ப அதிருஷ்டங்கெட்டவ" என்று சொல்லிக்கொண்டே மனிதரல்லாத ஒரு பிராணி மாதிரி ஓலமிட்டவாறு மறுபடியும் இருளுக்குள்ளே ஓடி மறைந்துவிட்டாள்.

மீண்டும் எங்கும் நிசப்தம், எங்கும் இருள். ஹரிஷ் ராயா – நடு வயதை எட்டிவிட்ட ஹரிஷ் ராயா – இனி ஃபுல்லராவின் கதி என்னவாகும் என்பது பற்றி யோசிக்கத் தொடங்கினார். மாதவ் தம் பெண்ணை என்ன செய்வார், எங்கே வைத்திருப்பார்?

இப்போது சிறையின் இருளில் நின்றுகொண்டு கவியைப் பார்த்தவாறே அவர் நினைத்தார் – ஒரு நல்ல காதலனைத்தான் ஃபுல்லரா தேர்ந்தெடுத்திருக்கிறாளென்று. கவியின் முகம் கவலையிலாழ்ந்திருக்கிறது, ஆனால் அவரது தோற்றம் ஒரு ராஜா போலத்தானிருக்கிறது. அவர் ஒரு சுயாட் என்று யார் சொல்வார்?

வெகு நேரத்துக்குப் பிறகுதான் கவிக்குத் தமக்கு முன்னால் ஒரு மனிதர் நிற்கிறார் என்ற உணர்வு வந்தது. அவர் தமக்குள் சொல்லிக்கொண்டார். "காலை வந்துவிட்டது!"

ஹரிஷ் ராயா ஒன்றும் சொல்லவில்லை.

"இன்னும் நேரம் இருக்கிறது" கவி தாமாகவே சொன்னார்.

இப்போது நெஞ்சில் காற்று அடைத்துக்கொள்வது போலிருந்தது ஹரிஷ் ராயாவுக்கு. காளிதேவி! இப்படிப்பட்ட குற்றவாளியைப் பார்த்து அவருடைய நெஞ்சு பிளப்பதேன்? உரிய காலத்தில் அவர் திருமணம் செய்து கொண்டிருந்தால் கவியின் வயதில் அவருக்கும் ஒரு பிள்ளை இருந்திருப்பான். தான் இறந்தால் தனக்காக அழுவதற்கு எவருமில்லை என்று நினைத்தார் அவர். ஆனால் இந்த சுயாட் இளைஞனுக்காக மாதவின் பெண் அழுது அழுது பைத்தியமாகிவிடுவாள். ஃபுல்லராவுக்கு இனி என்ன ஆகும் என்ற கவலை தனக்கு மீண்டும் மீண்டும் தோன்றுவது ஏன்?

"என்கிட்டே அதிகாரம் இருந்தா, நா காட்டுக்கு வெரட்டியிருப்பேன், கொல்ல மாட்டேன்" என்றார் அவர்.

கவி அவர் பக்கம் திரும்பிப் பார்த்தார். அவருடைய கண்களில் இப்போதும் திகைப்பு, வேதனை, கேள்வி. தமது குற்றம் என்னவென்று அவருக்குப் புரியவில்லை இன்னும். அவருடைய கழுத்தில் நெருப்புச் சூட்டால் ஏற்பட்ட புண். இந்த நேரத்தில் உண்மையாகவே ஹரிஷ் ராயாவின் நெஞ்சில் கடுமையான வேதனை உண்டாயிற்று. அவர் கேட்டார், "சுயாட்! ஒன்னை யாரு பீமாதலுக்குக் கூட்டிக்கிட்டு வந்தாங்க? நீ அபயா கூட்டிக்கிட்டு வந்ததாச் சொல்றே. நா சொல்றேன், அபயா இல்லே, யமன்! யமன்தான் ஒன்னைக் கூப்பிட்டிருக்கான்!"

இதைச் சொல்லிவிட்டு அவர் சிறையைவிட்டு வெளியே போனார். போகும்போது காவலாளி சூடன் சண்டாளிடம்,

கவி வந்யகட்டி காயியின் வாழ்வும் சாவும்

"சனாதன் காமாரைக் கூப்பிட்டு இவனோட வெலங்குலே பூட்டியிருக்கற சங்கிலியை வெட்டச் சொல்லு! இவன் ஓடிப் போவாங்கற பயம் இல்லே" என்று சொல்லிவிட்டுப் போனார்.

சனாதன் காமார்[23] விலங்குச் சங்கிலியை அறுக்கும்போது ஒரு சாத்தியமற்ற நம்பிக்கை ஆகாயத்திலிருந்து நழுவி விழுந்தாற் போலிருந்தது. எரி நட்சத்திரம் மண்ணை ஊடுருவிக்கொண்டு போவதைப்போல அது கவியின் நெஞ்சில் குத்தியது.

அவர் சனாதனுடன் பேச்சுக்கொடுத்துக்கொண்டே ஓரக் கண்ணால் சூடன் சண்டாளைப் பார்க்கத் தொடங்கினார்.

"அட, ஒங்கழுத்திலே அது என்ன? தாமிரப் பூணூலா?" சனாதன் கேட்டான்.

"ஆமா?"

"பிராமணனா வேசம் போட்டதாலே இந்தத் தண்டனை! ஐயோ! பழுக்கக் காச்சின தாமிரப் பூணூல்! தோலு பொசுங்கிப் போச்சே!"

"ஆமா."

"ஒரு விசயம் சொல்லவா?"

"என்ன?"

"ஒன்னோட எடதுகால் வெரல் நகம் ஒண்ணு எனக்குக் குடுக்கறியா?"

"எதுக்கு?"

சனாதன் சற்று வெட்கத்துடன் தலைகுனிந்து கொண்டு சொன்னான், "எம் பொண்டாட்டி பொட்டைக்கொளந்தையாப் பெத்துக்கிட்டிருக்கா. யாரோ அவகிட்டே சொல்லியிருக்காங்க, யானை காலிலே மிதிபட்டுச் சாகறவனோட எடது கால் வெரல் நகத்தை வச்சுத் தாயத்து கட்டிக்கிட்டாப் புள்ளெ பொறக்கும்னு."

"இந்தா எடுத்துக்க!" என்று சொல்லித் தம் கால் விரல் நகத்தைப் பிய்த்துக்கொடுத்தார் கவி. சனாதனின் வேண்டுகோளால் அவருக்கு எரிச்சல் ஏற்பட்டாலும் அவர் இதுபற்றி நேரத்தை வீணாக்க விரும்பவில்லை. அவருடைய மனதில் ஒரு அபாயகரமான திட்டம் உருவாகியிருந்தது. துணிவு மட்டும் இருந்தால் திட்டம் வெற்றியடையலாம்.

---

23. காமார் : கொல்லன்

சனாதன் தன் வேட்டியில் நகத்தை வைத்து முடிந்துகொண்டு சொன்னான், "எனக்குப் பொண்டாட்டி ஒருத்தியில்லே, மூணு பேர்! அந்த மூணு பேருமே பொண்ணாப் பெத்துக்கிட்டிருந்தா எப்படியிருக்கும் சொல்லுங்க!"

சனாதன் போனபிறகு சிறைக்கதவைத் தாழ்ப்பாள் போட்டுக்கொண்டு சூடன் சண்டாள் கவிக்கு முன்னால் வந்து உட்கார்ந்தான். மிகவும் பயங்கரமான தோற்றம் அவனுக்கு. காரணம், அவனுடைய ஒரு கண் மற்றதைவிடப் பெரிதாக, எப்போதும் திறந்தே இருக்கும், பாப்பா வெளியே துருத்திக்கொண்டிருக்கும். தூங்கும்போதுகூட அந்தக் கண் முழுதும் மூடிக்கொள்ளாது. அவனைப் பார்த்தவர்கள் பயப்படுவார்கள். அதனால் ஒரு பெண் சாதியும் நிலைக்கமாட்டாள். இதுவரை அவன் கலியாணம் செய்து கொண்ட நான்கு பேரும் ஓடிப் போய் விட்டார்கள்.

கவி அவனைச் சற்றுநேரம் பார்த்துக்கொண்டேயிருந்தார். பிறகு அறைக்குள் உலாவத் தொடங்கினார். விலங்குச் சங்கிலி அறுக்கப்பட்டதன் காரணம் அவருக்குப் புரிந்துவிட்டது. நாளைக்கு அவரது மரண தண்டனை நிறைவேற்றப்படும். அதனால் ஹரிஷ் ராயா அவரிடம் கருணை கொண்டு சங்கிலியை வெட்டச் சொல்லியிருக்கிறார். ஆனால் கவிக்கு இப்போது கருணையா வேண்டும்?

கவி உலாவிக்கொண்டிருந்தார். சூடன் அவரது காலடியோசையைக் கேட்டுக்கொண்டிருந்தான்.

இந்தச் சூடனும் அவனுடைய சாதியைச் சேர்ந்தவர்களும் சண்டாளர்களில் ஒரு குறிப்பிட்ட பிரிவைச் சேர்ந்தவர்கள்.

இவர்களில் பெரும்பாலான ஆண்கள் தங்கள் மனைவிகளைக் கூட்டிவிட்டு அந்த வருமானத்தில் பிழைப்பவர்கள். ஆண்கள் பெண்கள் இருபாலாருமே வேசித் தொழில் செய்பவர்கள்; சில ஆண்கள் மூக்குக் குத்திக்கொண்டு அதில் தாமிரக்கம்பியை அணிவார்கள். நகரத்தின் மலம், குப்பைஅள்ளி சுத்தம் செய்வார்கள். மான், ஆடு, ஆமை ஆகியவை வெட்டப்படும் கசாப்புக் கடைகளில் விழும் இரத்தம், கழிவுகளைக் கழுவி விடுவார்கள்.

இவர்கள் மற்றவர்கள் போலக் கள் காய்ச்சுவதில்லை. தங்கள் வருமானத்தைக் கள்ளுக்கடைகளில் செலவிட்டு விடுவார்கள். இவர்கள் கூடை முடைவதில்லை, வேட்டையாடுவதில்லை. இவர்கள் தாங்களாகவே அடிமைச் சந்தைக்குப் போய், "என்னை வாங்கிக்கறீங்களா? நா மலம், மூத்திரம் கழுவிவிடறேன், வயலுக்குத் தண்ணி பாய்ச்சறேன்" என்று சொல்வார்கள்.

இவர்களுக்குள்ளே சூடன் சிறைக்காவலனாக வேலை செய்வதால் சற்று உயர்ந்த நிலையில் உள்ளவன்.

அவன் கவியைப் பார்த்து வேடிக்கையாகச் சொன்னான், "ஆசை தீர இன்னிக்கு நடந்துடு! நீ தலைப்பாக் கட்டிக்கிட்டிருந்த தலை நாளைக் காலையிலே யானை காலிலே மிதிபடப் போகுது!"

கவி ஒன்றும் சொல்லவில்லை.

"யானை ஆளை மிதிச்சாப் பார்க்க ரொம்ப நல்லாயிருக்கும். வயித்து நாடி நரம்பு ரத்தம் சதையெல்லாம் தெருவிலே எறைஞ்சு கிடக்கும்."

"இப்போ ராத்திரி எவ்வளவு நேரம் ஆயிருக்கு?" திடீரென்று கேட்டார் கவி.

"எவ்வளவு ஆகணுமோ அவ்வளவு ஆயிருக்கு."

கவி வேறு எதுவும் சொல்லவில்லை.

அதன்பிறகு நிறைய, நிறைய நேரங்கழிந்தது.

நள்ளிரவு இருக்கும். அப்போது கவி சூடனுக்கு முன்னால் போய் நின்றார். இயற்கைக்கு மாறுபட்ட குரலில், "சூடன், காசு வேணுமா? பணக்காரனா ஆகணுமா?" என்று கேட்டார்.

ராஜாவின் ஆணையால் அவரது கையிலிருந்த தங்கத் தாயத்தும், காதிலிருந்த முத்தும் கழற்றப்படவில்லை.

"எங்கேருந்து பணம் கெடைக்கும்?" என்று கேட்டுவிட்டுச் சிரித்துக்கொண்டே ஏதோ சொல்ல முற்பட்ட சூடனின் வாயிலிருந்து மேலும் சொற்கள் வெளிவரவில்லை.

கவி இதற்குள் தம் தாயத்தையும் முத்துக்களையும் கழற்றிவிட்டார்.

"சாமி! என்னை ஆம்பிட்டுக்க வைக்கப் போறியா?"

கவி பேசாமல் பல்லைக் கடித்துக்கொண்டு கழுத்திலிருந்த தாமிரப் பூணூலைக் கழற்றினார். பூணூலோடு சிறிது தோலும் ஒட்டிக்கொண்டு வந்தது. ஆனால் அவர் மௌனமாக வலியைப் பொறுத்துக்கொண்டார்.

"சாமி! என்ன பண்றே?"

"ஓடிப் போகப் போறேன்."

'எங்கே ஓடிப் போவே?'

கவி பதில் சொல்லவில்லை. இடுப்பு வேட்டியை உயர்த்தி இறுக்கிக் கட்டிக்கொண்டார்.

"சாமி! வெளியே ஒரே பொயல் மழை! இடி இடிக்குது பலமா! எங்கே போகப் போறே?"

கவி தம் கையிலிருந்து தொங்கும் சங்கிலியால் சூடனின் முகத்தில் பலமாக அடித்தார். விடுதலை நம்பிக்கையில், ஃபுல்லராவை மறுபடி பார்க்கலாம் என்ற எதிர்பார்ப்பில் அவரது உடலுக்குப் புதிய பலம் கிடைத்தது.

அடிபட்ட சூடன் பயத்தால் நடுங்கத் தொடங்கினான். உண்மையில் அவன் பெரிய கோழை. அடிவாங்கினால் தலையைக் குனிந்து கொள்வான். அவன் கவியின் முன்னால் தலைகுனிந்து அழத் தொடங்கினான்.

"நீ ஓடிப் போறதுன்னா மொதல்லே என்னைக்கொன்னுட்டுப் போ. இல்லேன்னா நாளைக்குக் கொலையாளி என்னை உசிரோடே மண்ணிலே பொதைச்சிடுவான்!"

கவி சூடனைக் கதவுப் பக்கம் இழுத்துக்கொண்டு போய் அவனது இடுப்பிலிருந்த சாவியைப் பிடுங்கிப் பூட்டைத் திறந்தார்.

"ஐயோ, நா பின்னே சுடுகாட்டுக்கு ஓடிப் போயிடறேன். இல்லாட்டி . . ."

அப்புறம் அவன் சொன்னதைக் கேட்கக் கவி அங்கு இல்லை. அவர் ஊர்ந்து கொண்டே சுரங்கப் பாதையில் முன்னேறினார். இது சிறையின் வெளி வாயிலுக்குப் போகும் வழி அல்ல. இந்த வழியில் தான் சூடன் சிறைக்குள் வந்து கொண்டிருந்தான்.

சுரங்கப்பாதையின் கூரையில் கவியின் தலை இடித்தது. வௌவால் நாற்றம். இப்போது வெளியிலிருந்து சுரங்கத் துவாரத்தின் வழியே இடியின் ஓசை கேட்டது. மின்னலின் நீல ஒளி! சுரங்கப் பாதை முடிந்த இடத்தில் ஒரு சிறிய கூரை. அதன்பிறகு ஓர் உயரமான சுவர்.

அபயா நிச்சயமாக அவருக்கு உதவுகிறாள். இல்லாவிடில் வானத்தில் இவ்வளவு மேகங்கள், மின்னல், இடி, ஆற்றில் இந்தப் புயல் ஏன்?

கவி சுவரேறிச் சிறையைவிட்டு வெளியே வந்தார். அவரது உடம்பில் பல இடங்களில் தோல் பிய்ந்து போயிருந்தது.

○

கவி பற்றிய உண்மை வெளிப்பட்ட பிறகு மாதவாசாரியரின் மானம் குலைந்துவிட்டது. பல நாட்கள் வரை அந்த ஊர்ப் பையன்கள், "ஃபுல்லரா, ஒன்னோட காதலன் எங்கே?" என்று பாடிக்கொண்டு அவர் வீட்டுக்கு முன்னால் கூச்சலிட்டனர்.

குலத்துக்குக் களங்கம் உண்டாக்கியதற்காக மாதவாசாரியரும் அவருடைய பிள்ளைகளும் ஃபுல்லராவை ஏசினார்கள். அவள் மனதை நோகச் செய்தார்கள். எனினும் ஊர் மக்களுக்குத் தெரியும், ஃபுல்லரா பிறந்த பின்தான் மாதவாசாரியருக்குப் பெயரும் செல்வமும் வளர்ந்தன என்று.

தவிர, கவி ஃபுல்லராவைத்தான் தம் காவியத்தில் சுலபாவாகச் சித்திரித்திருக்கிறார் என்பதும் ஊர் ஜனங்களுக்குத் தெரிந்துவிட்டது. கவி அவமானத்துக்குள்ளான பிறகு அவரது காவியம் மக்களிடையே நன்றாகப் பரவிவிட்டது.

இதுகாறும் கவியை மறைவிலிருந்து பார்த்து அவருக்காக ஏங்கிய பீமாதல் நகரக் கன்னிகள் ஃபுல்லராவின் மேல் பொறாமை கொண்டிருந்தார்கள். அவர்கள் ஆற்றுப் படித்துறையில், “நீ எவ்வளவு அழகு! இருந்தாலும் ஆசாரியர் வீட்டு ஃபுல்லராவுக்குத்தான் அதிருஷ்டம், உம்!” என்று ஒருவருக்கொருவர் சொல்லிப் பெருமூச்சு விடுவார்கள்.

இப்போது அவர்கள்கூட ஃபுல்லராவின்பால் பரிதாபப்பட்டு, “அவ பாவம்! அவளை இனி யாரும் கலியாணம் பண்ணிக்க மாட்டாங்களா?” என்று வருத்தம் தெரிவித்தார்கள்.

இந்தக் காரணங்களால் ஃபுல்லரா நொந்து போய்விட்டாள். மாதவாசாரியர் அவளது எதிர்காலம் பற்றித் தம் பிள்ளைகளுடன் கலந்தாலோசித்தார். “அவளைக் காளி காட்டுக்குக் கூட்டிக்கிட்டுப் போய் யாருக்காவது கலியாணம் செஞ்சு குடுத்துடலாம். அது ஒரு புண்ணியத்தலமானதாலே அங்கே யாரும் சாதி கீதி பத்திக் கவலைப்பட மாட்டாங்க” என்று அவர் சொன்னார்.

இப்போது ஃபுல்லரா கடும் கண்காணிப்புக்கு உள்ளாகியிருந்தாள். அவளுடைய தந்தை எப்போது பார்த்தாலும் “ஒன்னால் தான் நம்ம மானங்கெட்டுப் போச்சு!” என்று சொல்லி அவளைத் திட்டிக்கொண்டிருந்தார்.

ஃபுல்லராவை விஷம் கொடுத்துக்கொன்றுவிடலாம் என்று கூட ஒரு யோசனை எழுந்தது. இதுகேட்டு அவளுடைய தாய் பட்டினி கிடக்கத் தொடங்கிவிட்டார். “நானும் எம் பொண்ணும் வீட்டிலேயே தற்கொலை பண்ணிக்கறோம். ஒங்க குடும்பத்துக்குப் பெரும் பாவம் ஏற்படட்டும்!” என்று கதறினார் அவர். “அல்லது இதே ஊரிலே நாங்க ரெண்டுபேரும் பிச்சை எடுப்போம்!” என்று பயமுறுத்தினார்.

இதைக் கேட்டுத் தம் பெயர் இன்னும் கெட்டுவிடும் என்று பயந்து மாதவாசாரியர் அடங்கிப் போனார்.

இவ்வளவு நாள் ஃபுல்லரா வீட்டில் செல்லப்பெண்ணாக இருந்தாள். இப்போது அவளுடைய அண்ணிகள் அவளை ஏசினார்கள். அவள் தன் அறையைவிட்டு வெளியே வர அனுமதி இல்லை இப்போது.

இன்று, இந்தப் புயல் – மழை இரவில், அவள் குணா ஆயியின் மடியில் தலைவைத்து அழுதாள். "நா ஒரு பாவமும் செய்யல்லியே!" என்று புலம்பினாள். குணா ஆயி ஒரு சில வார்த்தைகள் சொல்லி அவளைத் தேற்ற முயன்றாள். ஆனால் என்ன சொல்லித் தேற்றுவது என்று புரியாமல் கிழவியும் மௌனமாகிவிட்டாள்.

"மாதாயி பிராமணனாயிருந்தும் என்னை வைப்பாட்டியா வச்சுக்கறது குத்தமில்லையாம், இந்தப் பொண்ணு அந்தப் பையனைக் காதலிச்சதுதான் குத்தமாம்!" என்று பொருமினாள் அவள்.

இப்படிச் சொன்னதற்காக மாதவாசாரியரின் புதல்வர்கள் அவளைத் திட்டினார்கள், ஏசினார்கள்.

"ஒனக்கென்ன தெரியும்?" என்று அவளை அதட்டினார் மாதவாசாரியர்.

"நீ மட்டும் என் சாதியைக்கெடுக்கல்லியா?"

"இது அதைவிடப் பெரிய பாவம்."

"ஏன்?"

"அவன் சுயாடா இருந்துக்கிட்டு பிராமணன்னு வேசம் போட்டு, பிராமண வீட்டிலே பிருந்தாவன லீலை பண்ணத் துணிஞ்சானே!"

"நீங்க ஏன் அவனை வச்சிக்கிட்டு இவ்வளவு ஆட்டம் போட்டீங்க?"

"வாயை மூடுடீ!"

இது தன் அறிவுக்கெட்டாத விஷயமென்று குணா புரிந்துகொண்டாள். மாதவ் எல்லோருக்கும் முன்னால் தன்னை 'வாடி, போடி' என்று கூறுவாரென்று அவள் கனவிலும் நினைக்கவில்லை. அவளுக்குக் கோபம் வந்தது.

"ட்டாகுர், ஏன் என்னை 'டீ' போட்டுப் பேசறே?"

"அப்போ ஒன்னை 'ட்டாகுரானி'ன்னு கூப்பிடணுமா?" மாதவாசாரியரின் பிள்ளை கேட்டான்.

கோபங்கொண்ட குணா இடுப்பைப் பிடித்துக்கொண்டு எழுந்து நின்றாள் "இதோ பாரு, கோபிநாத்! நீ வாயிலேருந்து ரத்தம்

கக்கி சாகும்படியா செய்யறதுக்கு அம்பு இன்னும் எங்கிட்டே இருக்கு! இப்போ என்னை 'டீ'ங்கறியா? மாட்டுக்கொட்டாயிலே வேலை செய்யற பொண்ணுக்கு மருந்துக்குப் பதிலா வெசம் கொடுக்கச் சொல்லி யார் காலைப் பிடிச்சே? ஓம் புள்ளெயைப் பாம்பு கடிச்சு அவன் சாகக்கெடந்தபோது யாருடா வெசத்தை எறக்கினா?" என்று கேட்டாள்.

குணா சாபங் கொடுப்பதைப் பார்த்து எல்லோரும் பயந்துவிட்டார்கள். மாதவின் மனைவி, "குணா, பேசாமே இரு!" என்று அவளைக்கெஞ்சினார்.

கணவரின் வைப்பாட்டிதானென்றாலும் அவர் குணாவுக்குக் கோபம் வரும்படி நடந்து கொள்வதில்லை.

"ஓம் மூஞ்சிக்காகச் சும்மா இருக்கேன், அம்மா. இல்லாட்டி இந்த கோபிநாத்தோட தலைமாட்டிலே வெசப் பாம்பைக் கொண்டுவந்து விட்டுடுவேன்!" குணா வருத்தத்தோடு சொன்னாள்.

இது ஒன்றும் சாதாரணக் காதல் விஷயமல்ல என்று அவளுக்கு இப்போது புரிந்தது. சுயாட் ஒருவன் பிராமணப் பெண்ணைக் கலியாணம் செய்துகொண்டால் அந்தக் குடும்பத்துக்குக் களங்கம், அது மகாபாவம்.

ஆகையால் ஃபுல்லராவுக்கு ஆறுதல் கூறப் போனவள் மௌனமானாள். "இதோ பாரு, ஆகாசங்கூடக் குமுறுது, சாமி தண்ணியாப் பொழியுது" என்று மட்டும் தெளிவற்ற குரலில் முணுமுணுத்தாள்.

ஃபுல்லராவின் உடலில் இப்போதும் அதே சிவப்புச் சேலை, அதே நகைகள், ஆனால் அவளது முடி அலங்கோலமாயிருந்தது, அழுதழுது கண்கள் இரத்தமாய்ச் சிவந்திருந்தன.

அவளுடைய கண்களைப் பார்த்துக் குணா ஆயி, "அளுது அளுது கண்ணு குந்துமணி மாதிரி செவந்து போச்சே!" என்றாள்.

அதுவரையில் குணாவுக்கு மாதவாசாரியரின் வீட்டில் நல்ல செல்வாக்கு இருந்தது, ஏனென்றால் அவளுக்குத் தெரிந்திருந்த மந்திர தந்திரங்கள் அவருடைய வளர்ச்சிக்கு மிகவும் உதவியாக இருந்தன. இருந்தாலும் குணாவின் செல்வாக்கைப் பார்த்து வீட்டின் மற்ற பெண்கள் அவளிடம் உள்ளூரப் பொறாமை கொண்டிருந்தார்கள்.

மாதவாசாரியரின் மனைவி குணாவை எதுவும் சொல்வதில்லை. குழந்தை குட்டிகள் உள்ள வீடு. குணாக் கிழவி ஏதாவது மந்திரம் கிந்திரம் போட்டால் குடும்பத்துக்குக் கேடு.

குணா மாட்டுக்கொட்டிலுக்குப் பக்கத்தில் உட்கார்ந்து கொண்டு பழைய சோறும், கம்பியில் குத்தி வேகவிட்ட முள்ளம் பன்றி இறைச்சியும் சாப்பிடுவதைப் பார்த்து அந்த வீட்டுப் பெண்கள் மூக்கைச் சுளித்துக்கொண்டு அந்தப் பக்கத்தைத் தவிர்த்து முற்றத்தில் நடமாடுவார்கள்.

மாதவ் அவர்களிடம் சொல்லுவார், "நீங்க அவளுக்குச் சோறு மட்டும் கொடுங்க. அவளே மீன் பிடிச்சுக்கிட்டு வருவா வாய்க்கால்லேருந்து. அவளாலே நமக்கு எவ்வளவோ நல்லது கெடைச்சிருக்கு. அவ இருக்கறதாலே யாராலும் நமக்குக் கெடுதல் பண்ண முடியல்லே. என்னோட வளர்ச்சியைப் பார்த்து எவ்வளவு பேருக்குப் பொறாமைங்கறது தெரியாதா எனக்கு?"

அந்தக் காலத்தில் குணாவை மிகவும் நேசித்தார் அவர். அவள் கேட்டதையெல்லாம் கொடுப்பார். அவளுடைய வீட்டில் உட்கார்ந்து கொண்டு இன்பமாகப் பொழுதைக் கழிப்பார். பிராமணன் சுயாட் பெண் வீட்டுக்குப் போனால் குற்றமில்லை. ஆனால் சுயாட் சாதிக்காரன் பிராமணப் பெண்ணிடம் போனால் குற்றமென்று குணாவுக்குத் தெரியாது. அவள் கற்ற வித்தை, மந்திரம் மாயம் எல்லாம் மாதவுக்குப் பயன்பட்டன. அவளுக்கு மாதவ் ஒருவரைத்தான் தெரியும். கவியை அவளுக்கும் பிடிக்கவில்லை.

"இவன் என்ன மாப்பிள்ளை! ஒரு சட்டிக் கள்ளுகூடக் குடிக்கறதில்லே!" என்று அவள் அவ்வப்போது சொல்லுவாள். "இவன் என்ன ஆம்பளை! இவ்வளவு மெதுவாகப் பேசறான்!" என்பாள்.

"பின்னே என்ன புலி மாதிரி உறுமணுமா?" ஃபுல்லரா கேட்பாள்.

"ஒன் அப்பன் என்னைக் காலாலே ஒதைச்சு, தலைமுடியைப் பிடிச்சு இளுக்கறதில்லையா? பொம்பளையை அதட்டி உருட்டினாத்தானே அவன் ஆம்பளை?"

ஃபுல்லரா கவியின் உள்ளத்தை ஈர்க்க வேண்டும் என்று குணா எவ்வளவோ மந்திரம் மாயம் செய்திருக்கிறாள்.

ஆனால் இப்போது அவளுக்குக் கவியைப் பிடிக்கவில்லை. காட்டுவாசியான சுயாட், அவளுடைய சாதிக்காரன், பாஞ்சாலி எழுதியிருக்கிறான் என்று கேட்டு அவள் தலையில் கை வைத்துக்கொண்டு அழத்தொடங்கிவிட்டாள்.

"ஐயோ, இதென்ன அநியாயம்! பாலகாப்ய முனி இப்போ இவனை முளுங்கிடுவாரே! அட அதிர்ஷ்டங் கெட்டவனே! சுயாட் ஒனக்கு இந்தக்கெட்ட புத்தி எப்படி வந்தது சொல்லு!"

கவிக்கு மரண தண்டனை விதிக்கப்பட்ட செய்தி கேட்டும் அவள் அழுதாள். "அந்தப் பளிச்சுனு சொலிக்கற பையனை யானைக் காலிலே போட்டு நசுக்கப் போறாங்களா? இது என்ன அநியாயத் தீர்ப்பு!"

அந்தப் புயல் மழை இரவில் ஃபுல்லராவின் தலையைத் தடவி விட்டுக்கொண்டே குணா அவளுடைய பரிதாப நிலைக்குக் காரணமான கவியின்மேல் உள்ளூரக் கோபித்துக்கொண்டாள்.

இப்போது அவளுடைய மந்திர சக்தி தீர்ந்து போய்விட்டது. மாதவ் அவளை உதறித் தள்ளிவிட்டால் அவளுக்கு யார் சோறு போடுவார்கள்? அவள் தெருவில் கிடந்து சாக வேண்டியதுதான். அவள் இதுவரை சம்பாதித்த பணத்தையெல்லாம் கள்ளுக் காய்ச்சிக் குடித்துத் தீர்த்துவிட்டாள்.

இப்போது இளமை போய்விட்டது அவளுக்கு கொஞ்சமாவது கள் குடிக்காவிட்டால், கள்ளைத் தடவிக்கொண்டு உடம்பை மாலிஷ் செய்து கொள்ளாவிட்டால் அவளால் பிழைத்திருக்க முடியாது. தவிர, கிழ வயதில் இரண்டு சட்டி பழைய சோறு கிடைத்தால் நிம்மதி. கொஞ்சம் பழைய சோறு, கொஞ்சம் முயல் அல்லது முள்ளம்பன்றி இறைச்சி, ஒரு சட்டி கள் இதையெல்லாம் மாதவைவிட்டால் வேறு யார் அவளுக்குத் தருவார்கள்? இந்த வந்த்யகட்டிக்காக அவளுடைய அடைக்கலமும் போய்விடும் போலிருக்கிறது. அவள்தான் ஃபுல்லராவின் மனதைக்கெடுத்து விட்டாள் என்று மாதவுக்கு அவள்மேல் கோபம். அவள் தனக்குள்ளே கவியைத் திட்டிக்கொண்டு, அவருக்குச் சாபங் கொடுத்துக் கொண்டிருந்தாள்.

ஃபுல்லராவும் அவரைப் பற்றித்தான் நினைத்துக் கொண்டிருந்தாள்.

இந்தச் சமயத்தில் திடீரென்று, அவளுடைய சிந்தனையின் இருளைத் துளைத்துக்கொண்டு வந்தாற்போல, சுவர்மேல் ஏறிக் குதித்து அவள் முன் தோன்றினார் கவி.

அவருடைய கைகளில் அறுந்த சங்கிலி தொங்கிக் கொண்டிருக்கிறது. விளக்கின் மங்கிய ஒளியில் அவரது தோற்றம் பயங்கரமாயிருக்கிறது, நெஞ்சில் கோணல் மாணலாக சூட்டுக் காயம்... அவரைப் பார்க்கப் பயமாயிருக்கிறது; ஆனால் அது கவிக்குத் தெரியாது.

"ஃபுல்லரா!" என்று கூவி அவர் தம் வலது கையை நீட்டினார். சங்கிலி தொங்கிக்கொண்டிருக்கும் அந்தக் கையால் அவர் ஃபுல்லராவை இழுத்துக்கொண்டு போக விரும்பினார்.

ஆனால் முந்திய நாள்தான் மாதவாசாரியர் தம் பெண்ணைச் சவுக்கால் அடித்து இரத்த விளாறாக்கியிருந்தார். அவளுடைய இடுப்பில் அரைஞாணுக்குக் கீழே இன்னும் எரிச்சல் இருந்தது. கவியின் காரணமாக அவளுக்கு எவ்வளவு துன்பம்! தவிர சுயாட் தாழ்ந்த சாதி, குணாவைப்போல் முயலையும் உடும்பையும் பிடித்து வேகவைத்துத் தின்பவன்; சுயாட் ஆண்களும் பெண்களும் கள் குடித்துப் போதை பிடித்துக்கிடப்பவர்கள்.

ஃபுல்லராவின் இரத்தம் கவியிடமிருந்து திரும்பிக்கொண்டது. அவளுடைய தசையில் உறைந்திருந்த கிருமிகள் வேறுபக்கம் திரும்பிக்கொண்டன. ஃபுல்லரா அருவருப்புக்கு ஆட்பட்டவளாக, "என்னைத் தொடாதே!" என்று கூச்சலிட்டாள்.

'ஃபுல்லரா!' கவிக்குத் திகைப்பு, பயம், அவரது உலகம் அவரது கண்ணுக்கு முன்னால் சுக்குநூறாக உடைந்து பாதாளத்துக்குள் நுழைந்துவிட்டது.

சுலபா அவருக்குக் கிடைக்கவில்லை, சுலபா அவருடையவ ளல்ல, ஃபுல்லரா அவருக்கில்லை, என்றுமே அவருடையவளாக இல்லை. அவர்களிருவருக்கும் நடுவே யாரோ கடப்பாரையால் பள்ளம் தோண்டியிருக்கிறார்கள், அதல பாதாளப் பள்ளம். அவர் அந்தப் பள்ளத்துக்கு அப்பால் கையை நீட்டி எப்படி ஃபுல்லராவைப் பிடிக்கமுடியும்? அவர் அரசவையில் மிகவும் பெருமையாகச் சொல்லிக்கொண்டாரே!

"ஜாதியை மறைச்சியே, ஏ சுயாட்!" ஃபுல்லரா இந்தப் பயங்கர வாக்கியத்தை உச்சரித்துவிட்டு மறுகணமே, "ஐயோ! என்ன சொல்லிட்டேன்!" என்று கத்திக்கொண்டு மயக்கமாகித் தரையில் விழுந்தாள்.

கவி தம் கைச்சங்கிலியால் தலையிலடித்துக்கொண்டார், ஃபுல்லராவைப் பிடித்துக்கொள்ள முன்னே வந்தார். அப்போது, "யாரு? யாரது?" என்று மாதவின் குரல் கேட்டதும் கவி அங்கிருந்து வெளியேறினார்.

எந்தப் பக்கம் பார்த்து நடப்பது என்று நினைக்கத் தோன்றவில்லை கவிக்கு. புயல் தெற்கு நோக்கி வீசிக்கொண்டிருந்தது. கவியும் அதேதிசையில் ஓடத் தொடங்கினார்...

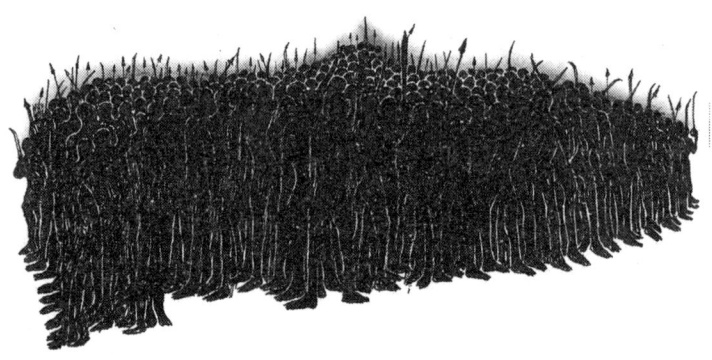

10

தென்மேற்கில் நிதயாக்காடு கவிக்காகக் காத்துக்கொண்டிருந்தது. ஒரு நொடியில் அது அவரை விழுங்கிக்கொண்டது. அவர் தமது சொந்த முயற்சியால் அடைய விரும்பிய புதிய உலகம் அவரைத் தூக்கியெறிந்துவிட்டது... ஃபுல்லராவின் குரல் அவரது நெஞ்சில் சூட்டைக் காய்ச்சி இழுத்துவிட்டது. இப்போதும் அந்தக் குரலைக் கேட்க முடிகிறது அவரால்—"சாதியை மறைச்சியே, ஏ சுயாட்! சாதியை மறைச்சியே!"

அப்படியானால் ஃபுல்லரா அவரைக் காதலிக்கவில்லை. அவருடைய அழகு, கவித்திறன், நெஞ்சு நிறைந்த காதல், இவையெல்லாம் ஒன்றுமே யில்லை அவளுக்கு. அவர் எப்படி இருந்தாரோ அப்படியேதான் இருக்கிறார், ஆனால் பிராமணனின் பூணூல் இல்லை என்பதற்காக ஃபுல்லரா அவரை உதறிவிட்டாளா?

அதனால்தான் அவர் நிதயாக் காட்டுக்கு ஓடி வந்திருக்கிறார். இந்தக் காடு அவருக்குப் பிறப்பளித்தது. இப்போது இதன் வயிற்றுக்குள்ளேயே அவர் அடைக்கலம் பெற விழைகிறார்.

இந்தக் காடு மிகவும் பயங்கரமானது. புயல் வருமுன் கடலில் நிலவும் மர்ம அமைதி போன்ற அமைதி இங்கும் நிலவுகிறது. வெளியே காட்டின் தலைப்புப் பகுதியில் ஆயிரமாயிரம் தேவமாட் இலைகளில் புயல் அழுகிறது, வேங்கை மரக்கிளைகளில் என்ன ஓலம்! ஆனால் கவிக்குத் தெரியும், காட்டின் உட்பகுதிக்குள் புயல் எளிதில் நுழைவதில்லையென்று. இந்த வனதேவதை அரண்ய

சபரி தேவியின் மாயையால் நன்கு பாதுகாக்கப்படுகிறாள். இந்த அரண்ய சபரிதான் விந்திய வாசினி, இவளேதான் அபயா.

"அம்மா! நான் ஒன்னோட சேவகன்!" பரிதாபமாகச் சொன்னார் கவி. உள்ளே செல்லச் செல்ல அவர் ஆயிரக்கணக்கான சால, கட்டாரி, வேங்கை மரங்களைப் பார்த்தார். வயது முதிர்ந்த மரங்கள். மரங்களின் கிளைகளை உகினைக்கொடிகள் பின்னிப் பிணைந்திருக்கின்றன. கவி அவற்றை விலக்கிக்கொண்டு ஜாக்கிரதையாக முன்னேறினார்.

நாடோடி வேதே இனத்தவர் பாம்பு பிடிக்கக் காட்டுக்கு வருவதுண்டு. அவர்கள் காட்டின் வெளிப்புறத்திலிருந்தே பாம்புகளைப் பிடித்துக்கொண்டு போய்விடுவார்கள். உள்ளே நுழையத் துணிவு ஏற்படுவதில்லை அவர்களுக்கு.

பறவைகளையும் மான், முயல், முள்ளம்பன்றியையும் வேட்டையாட வரும் வேடர்களும் காட்டின் உட்பகுதிக்குள் நுழைவதில்லை. இந்தக் காட்டைப் பார்த்தால் அசுரன் காலகேதுவின் நெஞ்சமும் நடுங்கும். ஆனால் கவி பயமின்றி முன்னேறினார். வாலத்தில் இடையிடையே மின்னலொளி. அந்த நீல ஒளியில் எல்லாம் பார்வையில் படுகிறது. இந்தக் காட்டைப் பார்த்தால் எவருக்குத்தான் துணிவு வரும்! கவி வடக்கு நோக்கிச் சென்றார்.

அந்தப் பக்கம் ஒரு பழைமையான கல்லால மரம். அதனடியில் ஒரு சப்பட்டையான பாறை இருக்கிறது என்று கவிக்குத் தெரியும். அவர் ஒருநாள் வந்து அதன்மேல் உட்கார்ந்திருக்கிறார். அங்கு உட்கார்ந்துதான் அவர் கவி வந்த்யகட்டி காயி என்ற பெயரில் பீமாதல் நகரத்தை வெற்றி கொள்ளத் திட்டமிட்டார்.

இப்போது அவர் அந்தப் பாறையைத் தேடிக்கொண்டு போனார். ஓரளவு மின்னலொளியாலும் ஓரளவு ஊகத்தாலும் முன்னேறி இறுதியில் அங்குபோய்ச் சேர்ந்துவிட்டார். போய்ச் சேர்ந்ததும் ஒரு சாத்தியமில்லாத நம்பிக்கை அவருள் பிறந்தது. அபயா அவரைக் கைவிடமாட்டாள்.

கல்லால மர இலைகளின் இடைவெளி வழியே தண்ணீர் அதிகமாக விழவில்லை. கவி பாறையின் மேல் உட்கார்ந்தார்.

அருகே எங்கிருந்தோ ஒரு மானின் ஓலம் கேட்டது. புயல் மழையில் பயந்துபோய் கத்துகிறது. மானின் குரல் கேட்டதும் கவிக்குச் சிறிது ஆறுதல் ஏற்பட்டது. இது ஒரு பெரிய வகை மான். கவியின் சிறுவயதில்—அதாவது அவர் கல்ஹணாக இருந்த போது—இந்த வகை மானைக் 'கோடாரு' என்று அழைப்பார். இந்தக் கோடாருவின் இறைச்சி தீவர் இனத்தவருக்கு மிகவும் பிடித்தமானது.

இப்போது பாறை மேலமர்ந்து ஓரளவு அடைக்கலம் பெற்றவுடன் அவரது மனதில் பழைய வருத்தம், பழைய பயம் மீண்டும் தோன்றியது. அவர் தம் சொந்த முயற்சியால், தம் ஆண்மையின் துணை கொண்டு புதிய வாழ்வை அடைய முடியவில்லையே என்ற வருத்தம், ஃபுல்லராவின் காதல் பொய்யாகிவிட்டதே என்ற வருத்தம். பொழுது விடிந்தபிறகு எப்படி உயிரைக் காப்பாற்றிக் கொள்வது என்ற பயம். அவரால் தூங்க இயலாது இப்போது. தூங்கினால் ஆபத்து. அவர் அயர்ந்து கிடப்பார், ராஜாவின் ஆட்கள் அவரைப் பிடித்துக்கொண்டு போய் விடுவார்கள். ஒரு தடவை பிடிபட்டு விட்டால் தப்ப முடியாது. ஆனால் தூக்கம் வந்துவிட்டால் அதைத் தவிர்ப்பது எப்படி?

கவி குந்தி உட்கார்ந்து கொண்டு இங்குமங்கும் பார்க்கத் தொடங்கினார். அவருக்குக் காட்டு விலங்குகளிடம் அவ்வளவு பயமில்லை, மனிதர்களிடந்தான் ரொம்ப பயம். இப்போது இந்தப் புயல் மழையில் ஒரு மிருகம் அடைக்கலம் தேடி அங்கே வந்தால் அது மனிதனைப் பார்த்துவிட்டு ஓடிவிடும். மனிதன் அவரைப் பார்த்தால் விடமாட்டான். சுயாட் இனத்தார் அவரைப் பார்த்தால், "இவன் நம்ம சாதியை விட்டுட்டுப் போனவன், இவனை யானைக் காலடியிலே போட்டு நசுக்கணும்!" என்று கூச்சலிடுவார்கள்.

ராஜாவின் ஆட்கள் அவரைப் பார்த்தால் சணல் கயிற்றால் பன்றியைக் கட்டுவதுபோல் கட்டுவார்கள். சுடுகாட்டுப் பறையர்கள் கட்டப்பட்ட பன்றியை உயிரோடு சுட்டுத் தின்பதுபோல், ராஜாவின் ஆட்களும் அவரைக் கட்டி யானையின் காலடியில் போடுவார்கள்.

இப்போது கவி அபயாவை மனதால் நினைக்கத் தொடங்கினார். தேவியின் உருவம் வானம்போல் பிரும்மாண்டமானது. ஆகையால் அவரால் அவளது முகத்தைப் பார்க்க இயலவில்லை. அவளுக்குப் பதினெட்டுக் கைகள். சில கைகளில் வில், அம்பு, ஆயுதங்கள், இன்னொரு கையில் பொன்னாலான உடும்பு.

கவி வந்த்யகட்டி காயியின் வாழ்வும் சாவும்

அவளது இடுப்புத் துணியின் சுற்றுகளில் உலகத்தின் காடுகள், தண்ணீர், பிராணிகள் எல்லாம் அடங்கியிருக்கின்றன.

இதுதான் அவளது உருவம். ஆனால் இந்த உருவத்தைப் பார்த்தால் மனிதர்கள் அச்சமடைவார்கள். ஆகையால் அவள் சுயாட்களின் முன்னோன் ஏகலைவனிடம் ஒரு சுயாட் யுவதியின் வேடத்தில் வந்தாள். அப்போது ஏகலைவனின் கட்டை விரல் அறுபட்டிருந்தது, அதிலிருந்து இரத்தம் சொட்டிக்கொண்டிருந்தது. அவன் மருந்து தேடுவதற்காகக் காட்டுக்குள் போயிருந்தான்.

தேவி புன்சிரிப்போடு அவனுக்கு மருந்து தந்தாள்.

"என்ன கொடுத்தீங்க? ஒரு நொடியிலே வலி போயிடுச்சே!"

"இந்தக்கொடிதான் கொடுத்தேன்... பார்த்து வச்சுக்க!"

தேவியின் உடலிலிருந்து ஓர் அபூர்வ மணம், மயங்கச் செய்யும் மணம் வந்து கொண்டிருந்தது. அந்த மணத்தை முகர்ந்தவன் பைத்தியமாகிவிடுவான். ஆனால் அப்போதும் வருத்தமாயிருந்தான் ஏகலைவன்.

"ஏன் வருத்தப்படறே?"

ஏகலைவன் தன் விரல் அறுபட்ட கையைக் காட்டினான்.

"இதுக்காக ஏன் வருத்தப்படறே?"

"என் கட்டைவிரலை வெட்டிட்டாங்களே!"

"அதனாலே என்ன?"

"இனிமே அம்பெய்ய முடியாதே!"

"ஏன்?"

"நீங்க பெண் பிள்ளை. ஒங்களுக்கு எப்படிப் புரியும்?"

"இந்த மாதிரி அம்பெய்ய முடியாதா?" தேவி வில்லில் அம்பைப் பொருத்திக் காட்டினாள். "ஒன்னோட வம்சத்திலே இனிமே எல்லாரும் இப்படித்தான் அம்பெய்வாங்க."

"நீங்க யாரு?"

தேவி அப்போது சூரியனையும் சந்திரனையும் இரு கைகளில் வைத்துக்கொண்டு அம்மானை ஆடினாள்; தான் எல்லாவற்றையும்விடப் பெரியவள், எல்லோரையும்விட உயர்ந்தவள் என்று காட்டினாள்.

இப்போதும் வேட்டையாடிப் பிழைக்கும் சுயாட்களின் ராஜாவுக்கு அவன் ராஜாவாக ஆவதற்குமுன் அவனது கட்டை விரல் வெட்டப்படுகிறது. அவர்கள் வேட்டையில் அம்பெய்யும் போது கட்டை விரலைப் பயன்படுத்துவதில்லை.

அந்த அபயாவின் தோற்றத்தை இப்போது மனதில் கொண்டுவர முயன்றார் கவி–அரண்யத்தின் கன்னிகையின் அந்த அபூர்வ உருவம்!

ஆனால் அவரது மனக்கண்ணில் தோன்றியது ஃபுல்லராவின் உருவந்தான். தேவி அபயா! நீ ஏன் இப்போது என்னிடம் பாராமுகம் ஆகிவிட்டாய்? இப்போது ஒருமுறை தரிசனம்கொடு! உன் பாஞ்சாலி இயற்றியதால்தான் எனக்கு இந்த நிலை.

கவிக்குத் தாம் சிறுவயதிலிருந்து அனுபவித்த இன்னல்கள், அவமானங்கள் நினைவுக்குவர அவர் கண்களில் நீர் மல்கியது.

சுயாட் சாதியினர் ஒருபோதும் நாணல் எழுதுகோலை, மைச் சட்டியைக் கையால் தொடுவதில்லை. ஆனால் கவி எழுத்துக் கற்றுக்கொள்வதற்காகப் பைத்தியம்போல் அலைந்தார்.

"கல்ஹண், நீ ஒரு பைத்தியம்!" என்று மற்றவர்கள் சொல்வார்கள்.

ஆகாசி–ஆகாசி மட்டுமே தலைநிமிர்ந்து வானத்தைப் பார்த்துக்கொண்டு கண்ணீர் விடுவாள். "நாம அவனைப் பிடிச்சு வச்சுக்கிட்டிருக்க முடியாது" என்று அவள் சொல்லுவாள்.

"ஏன்?" மற்றவர்கள் கேட்பார்கள்.

"அவன் வந்து ஒலகத்துலே அவனோட எடத்தைத் தேடிக்கிட்டுப் போகப்போறானாம்!"

"ஏன் அப்படிச் சொல்றான்?"

"அவன் பேச்சு எனக்குப் புரியல்லே, ஆனா என் நெஞ்சு பக்கு பக்குனு அடிச்சுக்குது."

"நீ ஏன் கேக்கல்லே அவனை?"

ஆகாசி தலையை அசைத்தாள். கல்ஹணை நெருங்கினால் அவளுக்கு வாயடைத்துப் போகிறது, பேச நா எழுவதில்லை.

இப்போது கவிக்குத் தோன்றியது, யுவதி வேடமணிந்த அபயாவைப் போலவே ஆகாசியும் அன்பு நிறைநதவள் என்று. அவள் அவருக்கு முன்னால் வருவதில்லை, ஏனென்றால் அவளுடைய அட்டைக் கருப்பு நிறம், காதுப்பவளம், கழுத்துப் பாசி மணிமாலை இவற்றைப் பார்த்தாலே கவி அருவருப்பால் முகத்தைத் திருப்பிக்கொள்வார்.

அவள் மறைவிலிருந்து கொண்டு அவருக்குத் தாகத்துக்குத் தண்ணீர், பசிக்குச் சோறு கொண்டுபோய் வைத்துவிட்டு வந்து விடுவாள். காட்டினுள்ளே சாலமரக் கட்டைகளின்மேல் உயரமாகக் கட்டிய பரண்களில் திருமணமாகாத இளைஞர்களும் பெண்களும் தங்கியிருப்பார்கள். ஆண்களுக்கும் பெண்களுக்கும்

தனித்தனிப் பரண்கள். அங்கே பாட்டு, நடனம் என்று இன்பமாகப் பொழுது கழியும். ஆனால் கவி அங்கே போவதில்லை. நாள் முழுதும் எங்கெங்கோ அலைந்து திரிவார், யாருடனும் பேச மாட்டார், இரவானால் விளக்கை எரியவிட்டுக் கொண்டு உட்கார்ந்திருப்பார். அந்தச் சமயத்தில் ஆகாசிதான் அவருக்கு உணவும் நீரும் கொடுத்து அவரைக் காப்பாற்றினாள். அவள் இல்லாதிருந்தால் அவருக்கு என்ன ஆகியிருக்கும்!

"ஆகாசி! நீ என்னைக் காப்பாத்தினே. ஒன்னை மறந்துட்டுப் புதுப் பிறப்பு எடுக்கப்போய் ரொம்பத் துன்பப்பட்டுட்டேன்!" கவி மெதுவாகச் சொன்னார் வருத்தத்தோடு.

"அம்மா அபயா! எல்லாம் ஒன்னோட மாயை! நீதான் எனக்குள்ளே ஒக்காந்துக்கிட்டு பூச்சிமாதிரி கடிச்சே, உமி நெருப்பு மாதிரி சுட்டே, வெளியேபோய் ஒலகத்தைப் பார்த்துட்டுவான்னு தூண்டிவிட்டே ..."

கவி அந்தச் சமயத்தில் எழுத்துக் கற்றுக்கொள்வதற்காகப் பைத்தியம்போல் அலைந்தார். சரஸ்வதிதேவி தானே காயஸ்தர்கள் கையில் ஏட்டையும் எழுதுகோலையும் கொடுத்ததாகவும், வைஷ்ணவர்கள் 'சரிதாம்ருதம்' படிப்பதற்காக எழுதப் படிக்கக் கற்றுக்கொண்டதாகவும் மாதங் கூறியது அரைகுறையாகப் புரிந்தது அவருக்கு.

"நாம படிக்கக் கூடாதா?"

"கூடாது."

"ஏன்?"

"நாம ஏகலைவன் வமிசம். நாலு வெரலாலே அம்பு எய்யற சாதி. இந்த வேலைக்காகத்தான் சாமி நம்மைப் படைச்சிருக்காரு."

அப்போது ஒரு நோயாளித் துறவி அந்தப் பக்கம் வந்தார். வயிற்றுப்போக்கால் பீடிக்கப்பட்ட அவரது குடல் புண்ணாகிவிட்டது. மனமும் உடலும் நொந்துபோன அவர் காட்டுக்குப்போய்ப் பட்டினிகிடந்து உயிரைவிட நினைத்து அங்கு வந்திருந்தார். கவியின் கிராமத்து மக்கள் அவருக்கு ஒரு குடிசை கட்டித் தந்தார்கள்.

"எனக்குங் வீடுங் வேணாங்!"

நோயின் விளைவால் அவரது குரலே கெட்டுவிட்டது.

"ஒங்களுக்கு வீடு தரல்லேன்னா எங்களுக்குப் பாவம்" கிராமத்தார் சொன்னார்கள்.

துறவி நோயின் கடுமை தாங்காமல் அழுவார், தம் மலத்திலும் மூத்திரத்திலும் சோர்ந்து கிடப்பார். அந்தச்

சமயத்தில் கவி அவருக்குப் பணிவிடை செய்தார். ஆட்டுப்பால் கொண்டு வந்து குடிக்கக்கொடுத்தார். மூலிகைச் செடிகளை அரைத்து மருந்து கொடுத்தார். நாளடைவில் துறவியின் நோய் குணமடைந்துவிட்டது.

"நீ எனக்கு உசிர் கொடுத்திருக்கே. ஒனக்கு என்ன வேணும் சொல்லு!"

"அப்பறம் சொல்றேன்."

"இப்பவே சொல்லேன்!"

கவி மெல்லத் தன் விருப்பத்தை வெளியிட்டார்.

"அப்படியா? ரொம்ப ஆச்சரியமாயிருக்கே!"

"எனக்கு வேறே ஆசை இல்லே."

"ஆனா ஒனக்கு எல்லாம் சொல்லிக்கொடுக்க ஒரு வருசம் பிடிக்குமே! அடுத்த மாசம் நந்திகட்லே ஆம்வாருணித் திருவிழா. அதுக்கு நிறைய சாதுக்கள் வருவாங்க. எனக்கு அங்கே போகணுமே!"

"சரி, எனக்கு ஒரு மாசத்திலே எவ்வளவு முடியுமோ அவ்வளவு கத்துக்கொடுங்களேன்!"

"இது கணேசரோட தொழில். சரஸ்வதியோட அருள் இருந்தாத்தான் கிடைக்கும். இது வந்து அம்பு போட்டுப் புலியைக் கொல்றது இல்லேப்பா!"

"அந்த வேலை என் பிறப்பாலே ஏற்பட்டது."

துறவி மறுபேச்சுப் பேசவில்லை, அவர் மண்ணில் இரும்புக் கம்பியால் எழுத்துகளை எழுதிக் கவிக்குக் கற்பிக்கத் தொடங்கினார்.

ஆகா கல்வி கற்பதில்தான் எவ்வளவு ஆர்வம், எவ்வளவு மகிழ்ச்சி! முதல் எழுத்தைப் படிக்க, முதல் எழுத்தை எழுத முடிவதால் ஏற்படும் மகிழ்ச்சிக்கு இணையே இல்லை.

கவியின் அறிவுகூர்மையைக் கண்டு வியந்த துறவி விடை பெறும்போது தம் பையிலிருந்து சில பூச்சியரித்த ஏடுகளை அவரிடம் கொடுத்துவிட்டுச் சென்றார். சிவனை வழிபடும் துறவிகளின் பூசைமுறைகளும் மந்திரங்களும் அந்த ஏடுகளில் இருந்தன.

அந்த ஏடுகளை மிகவும் சிரமப்பட்டுப் படித்து முடித்த அன்று கவிக்கு ஏற்பட்ட அபார உற்சாகம்! ஏதோ பிரபஞ்சத்தையே வெற்றி கண்டாற்போல, சந்திரனையும் சூரியனையும் கையில் வைத்துக்கொண்டு பந்தாட முடிந்தாற்போல...

இப்போது அந்தக் கதையெல்லாம் அவருக்கு நினைவு வந்தது. ஃபுல்லரா அவரை உதறிவிட்டாள். ராஜா அவருக்குத் தண்டனை அளித்திருக்கிறார். இந்த இரவு கழியும், பொழுது புலரும். அவரை இனியாரும் கண்டுபிடிக்காதபடிக்குக் காட்டுக்குள்ளே வெகு தூரத்துக்கு ஓடிவிட வேண்டும்...

இந்தச் சமயத்தில் வானத்தை நடுங்கச் செய்துகொண்டு யானைகளின் முழக்கம் கேட்டது. வெறிகொண்ட புயலால் துரத்தப்பட்ட யானைகள் எங்கோ அலைந்தவாறு பிளிறுகின்றன. கவி தம் கைகளைச் சேர்த்து நெஞ்சின்மேல் வைத்துக்கொண்டு, குந்தி உட்கார்ந்தவாறு ஆடிக்கொண்டே "முனியே, இந்தத் தகுதியற்றவனைக் காப்பாத்து!" என்று இறைஞ்சினார்.

இப்போது அவருக்குத் தோன்றத் தொடங்கியது, அவருக்கு ஒருமுறை வாய்ப்புக் கிடைத்தால் பாலகாப்ய முனியின் பாஞ்சாலியை எழுத வேண்டுமென்று – யானைகளோடு வளர்ந்த, மதங்கொண்ட யானைக் கூட்டங்களுடன் கிழக்கு, வடக்கு, மேற்கு வங்காளத்தில் படர்ந்திருந்த அடர்ந்த காடுகளில் அலைந்து திரிந்த முனியின் பாஞ்சாலி.

"இதை நீ முதலிலேயே எழுதியிருக்க வேண்டும்!" அவரது உள்ளத்தின் இருளிலிருந்து யாரோ கோபத்தோடு உறுமினாற் போல இருந்தது. கவி திடுக்கிட்டார்.

"யாரு? யாரு?... யாரு பேசினது?"

இப்போது மின்னலின் நீல ஒளியில் அவர் ஓர் ஆச்சரியமான காட்சியைக் கண்டார். சிறிது தொலைவில் ஒரு யானை அப்பெருமழையைப் பொருட்படுத்தாமல் ஓர் இளம் பெண் யானையைக் கொஞ்சிக்கொண்டிருக்கிறது. அவற்றின் நீலம் கலந்த சாம்பல் நிற உடல்களின் மேலே மின்னலொளி பளபளக்கிறது. அவற்றின் உடம்பிலிருந்து தண்ணீர் தாரை தாரையாய்க் கொட்டுகிறது. ஆண் யானை இப்போது பெண் யானையை ஆதரவாகத் தள்ளிக்கொண்டு ஒரு மரத்தடிக்குப் போகிறது.

அதைப் பார்த்ததும் கவியின் இரத்தத்தின் ஒவ்வொரு துளியும் விதிர்விதிர்த்தது. அவர் திடுக்கிட்டுக் கண்களை மூடிக்கொண்டு, "ஐயோ முனியே! நான் ஒரு பெரும்பாவம் செய்துவிட்டேனே!" என்று ஓலமிட்டார்.

இப்போது எல்லாம் நினைவுக்கு வருகிறது அவருக்கு. பாலகாப்ய முனி அவர்களை எச்சரித்திருக்கிறார் மூன்று வேளைகளில் யானைகளை நெருங்கக் கூடாது அவை புணரும்போது, பெண்யானை பிரசவிக்கும் போது, அவை சாகும் சமயத்தில்.

"நான் ஒரு மகாபாவி!"

பயத்தால் நடுங்கத் தொடங்கினார் கவி. ஏனென்றால் மறுபடி மின்னல் மின்னியபோது அவர் முன்னால் அந்த யானை ஜோடியைக் காணோம்! அப்படியானால் அவர் பார்த்த காட்சி வெறும் பிரமையா? அவர் புத்தி பேதலித்துவிட்டதா? ஏனிப்படி நேர்கிறது?

"இந்தப் பாஞ்சாலியை நீ எப்போ எழுதப் போறே?" யாரோ அவருடைய வயிற்றின், தொப்புள் குழியின், இருளிலிருந்து கொண்டு கேட்பது போலிருந்தது.

"இந்தத் தடவை எழுதறேன். இந்தத் தடவை பொழச்சுட்டேன்னா எழுதறேன்!" கவி குழந்தையைப்போல் விம்மியழுது கொண்டே சொன்னார்.

"அப்படீன்னா கேளு!"

இப்போது கவி ஒரு வானளாவிய, பயங்கரமான, அம்மணமான உருவத்தைத் தம் முன்னால் கண்டார். பாலகாப்ய முனி; அவரது உடல் முழுதும் யானை லத்தி அப்பிக்கிடந்தது. கவி கைகளைக் கூப்பிக்கொண்டு கண்களை மூடிக்கொண்டார்.

"லோம பாதராஜா என்னோட யானையெல்லாத்தையும் பிடிச்சுக்கிட்டுப் போனான்."

"முனியே! இந்தத் தடவை பொழச்சேன்னா ஒன் கதையை எழுதுவேன்!"

"நான்தான் பாலகாப்ய முனி."

"முனியே!"

"நான் காப்ய கோத்திரம், யானை வளர்த்ததாலே இந்தப் பேரு எனக்கு."

"முனியே!"

"நான் சாமகாயன் முனிவர் பிள்ளை, யானை என் அம்மா."

"முனியே!"

"கேடு கெட்டவனே, நீ விபீஷணனாயிட்டே! ஒன்னோட முன்னோருக்கு நான் வாக்குக்கொடுக்கல்லே ஓங்களையெல்லாம் பார்த்துக்கறேன்னு?"

"முனியே!"

"என் யானைகளோட வாலை யாராவது தொட்டாங்கன்னா நான் அவங்களைக் கிழிச்செறிஞ்சுடுவேன்!"

"முனியே!"

"இப்போ சொல்லு, ஏன் காட்டைவிட்டு ஓடிப்போனே?"

"இல்லே, போகல்லே."

"சொல்லுடா, தடியா!"

"முனியே! அந்த அபயா என் நெஞ்சிலே ஒக்காந்துக்கிட்டு என்னை நெருப்பா எரிச்சா". "வெளியேபோய் ஒலகத்திலே ஒன்னோட எடத்தைத் தேடு'ன்னு சொன்னா..."

"அவ மோசக்காரி! நீ ஏன் அவ பேச்சைக் கேட்டே?"

"முனியே!"

"ஏன், சொல்லு!"

"அவ ஒன்னைவிடப் பெரியவளாம். விலங்கு, பறவை, ஒலகத்திலே உள்ள எல்லாத்தையும் அவதான் படைச்சாளாம்."

"யார் சொன்னா?"

"அவதான்..."

"அப்படியா?" விண்ணைப் பிளக்கும்படி ஒரு கூச்சல் எழுப்பினார் பாலகாப்ய முனி.

"நீ அவளோட பிள்ளையா, என்னோட பிள்ளையா?"

இந்தக் கேள்விக்குப் பதில் சொல்ல முற்பட்ட போது கவி விழித்துக்கொண்டார்.

கனவின் நினைவில் அவரது உடல் இப்போதும் சில்லென்றிருந்தது... ஆனால் எப்படி இவ்வளவு வெளிச்சம்?

"ஐயோ, விடிஞ்சுடுச்சே!"

கவி தலையிலடித்துக்கொண்டார். விடிந்துவிட்டது. இப்போதும் அவரது உடல் தளர்ந்து, சில்லென்று இருந்தது. அவர் களைப்பில் உறங்கியிருக்கிறார்.

"சொப்பனம் கண்டேனா?" கவி ஆச்சரியத்தோடு தம்மையே கேட்டுக்கொண்டார். கனவுமில்லை கினவுமில்லை. மாதங்கிழவன் சொல்வான், "தொந்தியையும் மூளையையும் குளிர்ச்சியா வச்சுக்கிட்டுப் பாரு. சொப்பனங் கிப்பனமெல்லாம் ஓடியே போயிடும்!"

தொந்தியில், அதாவது வயிற்றில், உணவு இருந்தால் அது குளிர்ச்சியாக இருக்கும். மூளையை, அதாவது தலையை, எண்ணெயும் தண்ணீரும் தடவி வைத்திருந்தால் அதுவும் குளிர்ச்சியாயிருக்கும். அப்போது கனவு எதுவும் வராது. இதுதான் மாதங் கிழவனின் கருத்து.

இப்போது குளியல், உணவு இரண்டுமே பகற் கனவுதான். இன்று அவர் பீமாதலில் இருந்தால் அவருக்கு உணவு

கிடைத்தாலும் கிடைக்காவிட்டாலும் குளிக்க வாய்ப்புக் கிடைத்திருக்கும்.

அவர்கள் அவருக்கு ஸ்நானம் செய்வித்திருப்பார்கள், புதிய ஆடை அணிவித்திருப்பார்கள், பிறகு அவர் கழுத்தில் ஒருவடம் செம்பரத்தை மலர் மாலையைப் போட்டு அவரை இழுத்துக்கொண்டு வந்து ராஜ வீதியில் போட்டிருப்பார்கள். தலன்ஹாத்தி[24] மாவுத்தன் அதை அங்குசத்தால் குத்திக் குத்தி அதற்குக் கோபமூட்டி ஓட்டிக்கொண்டு வருவான்.

இது நினைவுக்கு வந்ததும் சஞ்சலமடைந்தார் கவி. இப்போது ஓடிப்போக வேண்டும்!

இந்தக் காலை நேரம் உற்சாகமாக இல்லை. அடர்ந்த மேகங்களால் இருட்டாகவேயிருந்தது. இந்த இருட்டில் வெகு தூரம் பார்க்க இயலாது. எந்த நிமிடமும் மழை தொடங்கும்போல இருக்கிறது வானத்தைப் பார்த்தால். அந்தக் கல்லால மரத்தின் பாதுகாப்பைத் துறந்துவிட்டுப்போக மனமேயில்லை கவிக்கு. ஆனால் அவர் போய்த்தானாக வேண்டும்.

இரண்டு கைகளிலும் அறுந்த சங்கிலி தொங்குகிறது. சங்கிலியை அறுத்தெறிய முடிந்தால் சிறிது சௌகரியமாக இருக்கும். ஆனால் இதைப் பற்றிச் சிந்திக்க நேரமில்லை இப்போது. இரத்தக் களரியாகிவிட்ட தம் கால்களைப் பார்த்து மெல்லச் சிரித்துக்கொண்டார் கவி – மகிழ்ச்சியற்ற சிரிப்பு.

இதைத்தான் விதியின் கேலி என்று சொல்கிறார்கள்.

இன்று காட்டுவழியில் நடக்கும்போது அவருடைய கால்கள் புண்ணாகின்றன. அதுவும் எந்தக் காட்டில்? நிதயாக்காட்டில். ஏனிப்படி? இவ்வளவு காலம் சுகமாக வாழ்ந்து கவி தம் உடலை இந்த மாதிரி ஆக்கிவிட்டார். காட்டு வழியில் நடக்கக் கஷ்டமாயிருக்கிறது, காலில் கல் குத்தினால் இரத்தம் வருகிறது.

சூடன் சண்டாள் சொல்லியிருந்தான் – "இந்த ஓடம்பு பெரிய பாவி. எண்ணை கொடுத்தா எடுத்துக்கும், தண்ணி கொடுத்தா எடுத்துக்கும், பால், மாமிசம், மீன், கள்ளு எல்லாத்தையும் வாங்கிக்கும்... வேலை செய்யறபோது பழுதாயிடும்."

அவன் சொன்னதில் உண்மை இருக்கிறது என்பதைக் கவி தம் உடலின் நிலைமையிலிருந்தே புரிந்துகொண்டார்.

பீமாதல் நகரம் சுமார் ஓராண்டுக் காலம் அவருடைய கால்களில் தோல் செருப்பு அணிவித்தது அதிலேயே இந்த நிலை! செருப்பு விஷயத்தில் மட்டும் எவ்வளவு ஆசை

---

24. தலன்ஹாத்தி: தண்டனைக்குள்ளானவர்களை மிதித்து நசுக்குவதற்காகவே வளர்க்கப்படும் யானை

அவருக்கு! முண்டகாட்டுக்கு வரும் சிங்கள வணிகர்கள் தோலில் பின்னப்பட்ட காலணியணிவார்கள். சௌராஷ்டிர வியாபரிகள் மயிருடன் கூடிய மென்மையான தோலால் செய்யப்பட்ட செருப்புகளைப் பயன்படுத்துவார்கள். பட்டாணி – மொகல் – தாத்தார் துருக்கர்கள் எப்போதும் காலணி அணிந்திருப்பார்கள். அவர்களுடைய பெண்டிரும் விதவிதமான நிறங்களில், சித்திர அலங்காரங்கள் செய்யப்பட்ட மரக்காலணிகளை அணிந்திருப்பார்கள்.

கவி விதவிதமான காலணிகளை, வேட்டிகளை, மேலாடைகளைப் பயன்படுத்தினார். மிகக் கவனமாகக் கைவேலை செய்யப்பட்ட வெள்ளிப்பூண் வைத்த சீப்பால் தலைவாரிக்கொள்வார். தலையில் தேய்த்துக்கொள்ளும் வாசனைத் தைலத்தை விளக்கேற்றப் பயன்படுத்துவார். சாம்பிராணிச் சட்டியில் சந்தனத் தூளைப்போட்டு அதிலிருந்து எந்த மாதிரி மணம் வருகிறதென்று பார்ப்பார்.

வாழ்க்கையில் முதல் தடவையாக மென்மையான படுக்கை, சலவை செய்த உடைகள், அணிகள் அலங்காரங்கள், பலவகை உணவுகள் இவற்றையெல்லாம் அடைந்ததில் கவியின் மனது கிறங்கிவிட்டது என்று சொல்லத் தடையில்லை. வாழ்க்கை வசதிகளை அவர் மனம் போனபடி உபயோகித்துக்கொண்டார்.

பிச்சைக்காரர்களுக்குக்கூடத் தாராளமாகப் பணம் கொடுத்தார். இதையெல்லாம் பார்த்துத்தான் அவர் சாதாரண பிராமணனல்ல, செல்வக் குடும்பத்தைச் சேர்ந்தவர் என்று பீமாதல் மக்கள் நினைத்தார்கள். அவர் ஏதோ காலத்தின் கோளாறால் ஏழையாகியிருந்தார் என்று எண்ணினார்கள்.

அவருடைய இந்த நடத்தைக்கேற்ற பலனை இப்போது அனுபவித்துக்கொண்டிருக்கிறார் கவி. பீமாதல் நகரம் அவரை எச்சிலிலைபோல் தூக்கியெறிந்துவிட்டது. இப்போதுஅவர் எங்கே போவார்? காட்டுக்குள் ஓடுவதென்றால் அதற்கேற்ற முரடான கை கால்கள் வேண்டும். இவ்வளவு எளிதாகக் கால் புண்ணாகிவிட்டால், கைவிலங்கின் உரசலில் தோல் உரியத்தொடங்கினால் அவரால் எப்படி முன்னேற முடியும்?

வழியில் நிறையவே வளர்ந்திருந்த முட்செடிகள், மரங்கள் – சப்பாத்திக் கள்ளி, டாவுர் கான்ட்டா, புருலியா... அவற்றை இயன்றவரையில் தவிர்த்துக்கொண்டு முன்னேறிக் கொண்டிருந்த கவிக்குத் தம் சிறுவயது நினைவு ஒன்று வந்தது. இந்தப் பக்கத்தில்தான் பைஞ்சி, ஆதாண்டி மரங்கள் நிறைய இருந்தன அவற்றில் நிறையப் பழங்கள் பழுத்திருக்கும். இந்தப் பகுதியைத் தவிர வேறெங்கும் கவி இனிமையான பழங்கள்

தரும் மரங்களைப் பார்த்ததில்லை. மிகப் பயங்கரமான, வெல்லப்பட முடியாத காடு—அறியப்பட முடியாததுங்கூட. பழங்கள், மலர்களை விட்டுவிடலாம். ஆலன்காந்திச் செடிகள் கூட இல்லை இந்தக் காட்டில். அவை இருந்தால் அவற்றின் வேர்களைக் கடித்து அந்தச் சாற்றை உறிஞ்சினால் தாகமாவது சற்று நேரத்துக்குத் தணியும்.

அந்தப் பைஞ்சி, ஆதாண்டிக்காடு இப்போது எங்கே? ஏதோ ஒரு வழியாகப்போக வேண்டுமே! எந்த மரங்களை வலது பக்கம் வைத்துக்கொண்டு முன்னேற வேண்டும்?

இப்போது கவிக்குப் பயம் தோன்றியது, காட்டுக்குள் நடமாடும் கலையை அவர் மறந்துவிட்டாரோ என்று. இந்தப் பயம் தோன்றியதுமே அவருக்குத் துணிவு வற்றிவிட்டது. அவர் காட்டைச் சேர்ந்தவர், இந்த நிதயாக்காடுதான் அவருக்கு மிகவும் பரிச்சயமான உலகம், இந்தக் காட்டில் நடமாட முடியவில்லையென்றால் காடும் அவரைக் கைவிட்டுவிட்டது என்றுதான் பொருள்.

அவர் தம் ஆண்மை, ஆளுமைமூலம் வெற்றிகொள்ள விரும்பிய உலகம் அவர் யானையின் காலடியில் மிதிபட்டுச் சாகவேண்டுமென்று முடிவு செய்துவிட்டது.

இந்தக் காட்டு உலகமோ?

“அட அதிருஷ்டங் கெட்டவனே!” கவி தம்மையே விளித்துக்கொண்டார். பிறகு தெளிவற்ற குரலில், “அபயாவுக்கு என்மேல் கருணை இல்லை” என்று சொல்லிக்கொண்டார்.

தண்ணீர் இல்லை, தண்ணீரைத் தேடிக் கண்டுபிடிக்க முடியவில்லை. பைஞ்சி, ஆதாண்டிக்காடு எங்கே?

பைஞ்சி மரத்தின் சாறுமிக்க பழங்களும், சற்றே உப்புச்சுவை கொண்ட ஆதாண்டிப் பழங்களும் பழுத்து வெடித்துத் தரையில் மழைக்காலத்தில் நூற்றுக்கணக்கான செடிகள் முளைக்கும்.

அந்தப் பழங்கள் மட்டுமல்ல, வேறு பல தின்பண்டங்களின் நினைவும் கவிக்கு வந்தது. அவர் பீமாதலில் இருந்தபோது உண்ட பலவகை உணவுப் பண்டங்களின் நினைவு அல்ல, அவர் சிறுவயதில் தமக்குப் பசியெடுத்தபோது சாப்பிட்ட பண்டங்களின் நினைவு வந்து அவற்றை மீண்டும் சாப்பிட விருப்பமேற்பட்டது அவருக்கு.

இக்கனைக்கும் அவர் பீமாதலுக்கு வநதபிறகுதான் கம்பியில் குத்தி மிதமான நெருப்பில் காய்ச்சப்பட்ட மானிறைச்சியைச் சாப்பிட்டார். அது இவ்வளவு ருசியாக இருக்குமென்று அவருக்கு அதற்கு முன்னால் தெரியாது.

ஒருதடவை வேட்டையாடும்போது அவரும் ராஜாவுடன் இருந்தார். "இறைச்சி சாப்பிட்டுச் சாப்பிட்டு நாக்கு கெட்டுப் போச்சு" என்று ராஜா சொன்னார்.

அப்போது ஹரிஷ் ராயா ஒரு மூங்கில் குழலை வரவழைத்தார். அதில் இறைச்சி, உப்பு, எண்ணெய், பெருங்காயம், இஞ்சி இவற்றைப் போட்டுக் குலுக்கினார். பிறகு அந்தக் குழலின் வாயைமூடி மேலே மென்மையான களிமண்ணைப் பூசி இதமான சூட்டில் வைத்தார். மறுநாள் அந்தக் களிமண் பூச்சை உடைத்து இறைச்சியை வெளியே எடுத்தார்.

மிகவும் சுவையான இறைச்சி. உலோகப் பாத்திரத்தில் வாழையிலைபோட்டு அது பரிமாறப்பட்டது. கவி இப்போதும் நாக்கின் அணுஅணுவில் அந்த இறைச்சியின் சுவையை அனுபவித்தார்.

இதைத் தவிர அவர் எவ்வளவு முறை எவ்வளவு விதவிதமான பண்டங்களைச் சாப்பிட்டிருக்கிறார் கீர்க்கண்ட், பாசிப்பருப்புத் தின்பண்டங்கள், இன்னும்... வெகு தொலைவிலுள்ள கிழக்கு நாடுகளிலிருந்து வியாபாரிகள் தங்க நிறத்தில் உருண்டை வடிவமுள்ள ஒருவகை மாம்பழங்கள் கொண்டு வருவார்கள். அந்தவகைப் பழம் இங்கே கிடைப்பதில்லை. பளபளப்பு மஞ்சள் நிறத்தில், இனிமையான, பெரிய பெரிய காட்டு அத்திப்பழங்கள், குளிர்ச்சியான இரத்தச் சிவப்புத் தர்பூஸ் பழங்கள்...

இப்போது அவற்றைத் தின்ன ஆசையில்லை கவிக்கு. வேறு வகைத் தின்பண்டங்கள் தின்னத்தான் ஆசை.

"பாதை எது?"

அவர் தவறான திசையில் போய்க்கொண்டிருக்கிறாரா? மேற்குப் பக்கம் போகவேண்டுமா?

இப்போது அவருக்கு ஞாபகம் வருகிறது. ஒரு சமயம் ஒரு குளிர்காலக் காலையில் ஒரு சுயாட் பெண்மணி ஒரு புதிய சட்டியில் அவருக்குக் குருணைக் கஞ்சி கொடுத்து, "சாப்பிடு அப்பா!" என்று சொன்னாள்.

அவள் யார்? அவருடைய அம்மாவா? அவரைப் பெற்றவளா?

"அட அதிருஷ்டங் கெட்டவனே!" அவர் மறுபடி சொல்லிக் கொண்டார். தம் துக்கத்தைப் பார்த்துத் தாமே அழத்தோன்றியது அவருக்கு.

யாரோ அவருக்குக் குருணைக் கஞ்சி சமைத்துக்கொடுப்பார்; அவர் புழுதியில் விளையாடிவிட்டு வீட்டுக்கு வந்த பிறகுக் குளிப்பாட்டிவிடுவாள்; சூடான சோறு, எலுமிச்சம்பழச் சாறு தடவிய சுட்ட ஷோல் மீன், மானிறைச்சி இவற்றை வெஞ்சனங்களுடன் அவருக்கு ஊட்டிவிடுவாள்.

இப்போது அழுகை அவரது நெஞ்சிலிருந்து பீறிட்டுக் கொண்டு வந்தது. அவர் ஏன் பீமாதலுக்கு ஓடிப்போனார்? ஏன் புதிய பெயரில் புதிய பிறவி எடுக்க விரும்பினார்?

அவருடைய அன்பு நிறைந்த சுயாட் தாய் அவருடைய சிறு வயதிலேயே இறந்துவிட்டாள். அவளை அம்மா என்றழைக்கும் வயது அவருக்கு வரவில்லை அப்போது. அவருக்கு அக்கா தங்கை யாருமில்லை. பெண்களின் அன்பு பெறாமல் மனதின் தாகம் தீருமா?

கூட இருந்தவன் ஒரு நடுவயது சுயாட்தான். "என்னோட இந்தப் புள்ளெ ராசா ஆவான்! இவனை ஜாக்கிரதையாய் பார்த்துக்கங்க!" என்று அவன் அடிக்கடி சொல்வான்.

மேலும் சொல்வான், "இப்பவே வேணுங்கற மட்டும் கட்டை வெரலை ஆட்டி அசைச்சுக்கோ. நீ ராசா ஆகறபோது ரெண்டு கட்டை வெரலையும் வெட்டிடுவாங்க. நாம ஏகலைவன் சாதி. கட்டை வெரலை வச்சுக்க முடியாது."

என்னென்ன காரணங்களால் கவி பீமாதலுக்கு ஓடிப் போனார் என்று யாருக்குத் தெரியும்? சிறு வயதிலிருந்தே அன்பையும் பரிவையும் பெறாத அவரது மனதில் என்னென்ன அடையவேண்டும் என்ற அடக்கமுடியாத ஆசைகள் தோன்றின என்று யாருக்குத் தெரியும்?

"இப்போ எங்கே போவேன்?"

கவி புருவத்தைச் சுளுக்கிக்கொண்டு தாமே சொல்லிக் கொண்டார். அப்போது அவரது பார்வை ஓரிடத்தில் நிலைத்தது.

குறிஞ்சி மரமொன்றின் அடித்தண்டில் ஒரு பொந்தில் சிறிது தண்ணீர் தேங்கியிருந்தது. அது நச்சுத்தன்மை கொண்டதாகத் தோன்றவில்லை. மேலும் யோசிக்காமல் அதில் வாயை வைத்தார் கவி. கசப்பான, மரப்பட்டையைக் கழுவிக்கொண்டு வந்து தேங்கிய மழைத்தண்ணீர். இருந்தாலும் தண்ணீர்தானே! கவி அதை சூசூ என்று உறிஞ்சினார்.

மேலும் சில நாழிகைகள் கழிந்தன.

அவருக்கு ஒரு பத்திரமான இடம் இன்னும் கிடைக்கவில்லை. தாம் தவறான திசையில் வந்து விட்டோமோ என்ற பயம் தோன்றியது அவருக்கு. எங்கெங்கோ அலைந்துவிட்டு மீண்டும் மீண்டும ஒரே இடத்துக்குத் திரும்பி வருகிறாரோ?

"யார் எனக்குச் சரியான பாதையைக் காட்டி என்னைக் காப்பாத்துவாங்க?" அவர் தம்மையே கேட்டுக்கொண்டார். பிறகு மறுபடி வழியைத் தேடத் தொடங்கினார்.

கவி வந்த்யகட்டி காயியின் வாழ்வும் சாவும் 199

காட்டின் சுற்றளவு சுமார் நூறு குரோசம்[25] இருக்கும்.

இங்கிருந்து அதிக உயரமற்ற மலைவரிசையின் ஓரத்தைத் தொட்டுக்கொண்டு இந்தக் காடு பெலஞ்சோர் நாட்டு அரசனின் நாட்டெல்லை வரையில் பரவியிருக்கிறது. இந்த இரண்டு நாடுகளுக்கும் நடுவில், காட்டின் உட்பகுதியில் ஏதோ ஓரிடத்தில் மிகப் பண்டைய விந்தியவாசினி கோவில் இருக்கிறது. அங்கு தேவிக்குப் பதினெட்டுக் கைகள்.

"நீயேதான் அபயா! ஒரு கையில் தங்க உடும்பு. இன்னொரு கையில் வில், அம்பு..." விந்திய வாசினிதான் அபயா என்பது கவிக்கு நினைவு வந்தது. அவள்தான் அரண்ய சண்டிகா, விசாலாட்சி பாசுலியும் அவளேதான்.

"சண்டிதாஸ் ட்டாகுர் பாசுலியைப் பூசித்தார். அப்படியும் அவர் தப்பவில்லை."

இந்த நிகழ்ச்சி அவருக்கு இப்போது மீண்டும் மீண்டும் நினைவுக்கு வருகிறது. ஐயோ! சண்டிதாஸ் பிராமணராய்ப் பிறந்தும் ஒரு வண்ணாத்தியிடம் காதல் கொண்டார்.

கடவுள் அவரைக் காப்பாற்றவில்லை. சுயாட் சாதியில் பிறந்துவிட்டு ஒரு பிராமணப் பெண்ணைக் காதலித்த அவர் மட்டும் தப்ப முடியுமா? தாம் ஓர் இரக்கமற்ற, கொடூரமான தேவியை வழிபட்டுக்கொண்டிருந்ததாக இப்போது கவிக்குத் தோன்றியது.

தேவியின் அந்தக் கோவில் கர்க ராஜாவின் ராஜ்யத்துக்கோ பெலஞ்சோர் அரசன் பஞ்சதேவியின் ஆளுகைக்கோ உட்பட்டதில்லை என்பது கவிக்குத் தெரியும்.

அந்தக் கோவில் வட்டாரத்தின் நீளம் சுமார் அரைக் குரோசம் இருக்கும். அந்தப் பகுதியின் எல்லைகளைக் குறிப்பிடக் கல்தூண்கள் நிறுவப்பட்டுள்ளன. எல்லா நாட்டு அரசர்களும் அவர்களடைய புரோகிதர்களும் ஒவ்வொரு விஜயதசமியன்றும் அங்கு 'எல்லை மீறும்' சடங்கைச் செய்ய அங்கு கூடுவார்கள், முரசுகள் முழங்கும்.

பண்டைக் காலத்தில் அரசர்கள் சரத் பருவத்தில், திக்விஜயம் செய்யப் புறப்படுவார்கள். ஆனால் இது கலிகாலம். கலிங்கத்தில் மான்சிங்கின் தனியாட்சி ஏற்படுவதற்கு முன்னால் 'திக்விஜயம்' என்ற சொல் ஓர் இனிமையான சொல் மட்டுமே. ஆகையால் அரசர்கள் தங்கள் நாட்டைவிட்டுத் தேவி கோவிலுக்கு வந்து வனபோஜனம் செய்துவிட்டுத் தங்கள் தங்கள் நாட்டுக்குத்

---

25. குரோசம்: சுமார் 6000 அடி.

திரும்புவார்கள். திரும்பிப் போவதற்குமுன் வாழைத்தண்டுகளால் தோரண வாயில்கள் அமைத்துப் பிறகு அவற்றை வாளால் வெட்டித்தள்ளி எதிரியின் தலையை வெட்டிவிட்டதாகப் பாவனை செய்வார்கள்.

வேட்டையில் அப்படிப்பட்ட ஒரு மிருகம் இந்தப் பகுதிக் குள் நுழைந்துவிட்டால் அதன்மீது மறுபடி அம்பெய்யக் கூடாது. அதுபோல் ஒரு குற்றவாளி அல்லது அடிமை அல்லது நரபலிக்காகத் தேர்ந்தெடுக்கப்பட்ட சிறுவன் அந்தப் பகுதியில் தஞ்சமடைந்துவிட்டால் அவன் பிழைத்துவிடுவான்.

நிதயாக்காட்டினுள்ளே யாராவது தண்டனையிலிருந்து தப்புவதற்காக ஓடிப்போய்விட்டால் சாதாரணமாக அவனை யாரும் தேடுவதில்லை. காட்டு விலங்குகள் அவனைக்கொன்று விடுவது திண்ணம். கோவில் பகுதியா அல்லவா என்று அந்த விலங்குகள் யோசிக்க மாட்டா.

பசி, தாகம், மனக்கிலேசம் இவற்றால் கவியின் அறிவு பிறழ்ந்துவிட்டது. தாம் சண்டிதாஸைவிடப் பெரிய பாவம் செய்துவிட்டதாக இப்போது அவருக்குத் தோன்றியது.

காட்டுக்குள் ஓடிக்கொண்டிருக்கும்போதுகூட ஒரு பயங்கரமான, கெட்ட கனவு அவரது மூளையைக் குழப்பிக் கொண்டிருந்தது.

விசாலமான ஆகிருதி கொண்ட, நிர்வாணத் துறவியொருவர் திடீரென்று ஓர் யானை மேலேறிக்கொண்டு அங்கு வருவார் என்று அவருக்குத் தோன்றிக்கொண்டிருந்தது. அவர் சொல்வார், "அயோக்கியப் பயலே! நீ கவியாகிப் பாஞ்சாலி எழுதறதாயிருந்தா என்னோட பாஞ்சாலியை ஏன் எழுதல்லே?"

"ட்டாகுர்!"

"நான் ஆதியுகத்தோட முனியாக்கும்! தடியங்களா, நீங்க எனக்குத் தெரிஞ்ச ஆளுங்க. அந்த அயோக்கியங்க என்னோட பேச்சை வேதம்-சாஸ்திரம்-புராணத்திலே எழுதிட்டாங்க. எனக்கு அந்தத் தேவ பாஷை என்ன தெரியும்?"

"ட்டாகுர்!"

என்னோட பாஷை ஒங்களோட பாஷை. யானைகளோட பாஷை... நீ ஏன் அந்த பாஷையிலே பாஞ்சாலி எழுதல்லே, சொல்லு!"

"நான் பெரிய பாவி!" கூச்சலிட்டார் கவி. தாம் உண்மையிலேயே பெரிய பாவி என்று தோன்றியது அவருக்கு. இல்லாவிட்டால் அவருக்கு இந்த மாதிரி தவித்துக்கொண்டு அடைக்கலந்தேடி அலைய நேரிடுமா?

இப்போது அவருக்கு மாதங் கிழவனின் ஒரு பேச்சு நினைவு வந்தது.

"காட்டிலே போறபோது வழி தவறிட்டா மூளையைச் சூடாக்கிக்கிட்டா ஒரு பிரயோசனமும் இல்லே."

கவி தம்மை நிதானப்படுத்திக்கொண்டு கோவிலைத் தேடத் தொடங்கினார்.

○

காட்டில் நுழைவதற்குமுன் கவியின் மனதில் தோன்றிய நம்பிக்கை புயல் மழை இரவின் இருளில் காட்டுக்குள் நுழைந்தபிறகு கொஞ்சங் கொஞ்சமாகக் குறைந்து இப்போது மறைந்துவிட்டது. பீமாதலுக்குத் திரும்பினால் மிக பயங்கரமான சாவு அவருக்குக் காத்திருக்கிறது. இல்லாவிட்டால் அவர் உடனே அங்கே திரும்பிப் போயிருப்பார். காட்டில் அலைந்து ஒருநாள் கழிந்த பின்தான் அவருக்குப் புரிந்தது, காடு படைப்புக் கடவுளின் மிகப் பண்டைய புதிர், அவிழ்க்கப்பட முடியாத சிக்கல் சுழல் என்று. எங்கே பார்த்தாலும், எவ்வளவு தொலைவு போனாலும் சூரியனைப் பார்க்காமல் எந்தத் திசை என்று நிதானிக்க முடியவில்லை. திசை எதுவென்று தெரிந்தாலும் அதனால் லாபமில்லை. ஏனெனில் நாற்புறமும் காடு ஒரேமாதிரி தோன்றுகிறது—ஒரே மாதிரி மரங்கள், கொடிகள், கல்மேடுகள்; என்னதான் முயன்றாலும் அவரால் பீமாதலுக்குப் போய்ச் சேர முடியாது.

இந்தக் காடு அபயாவின் இடுப்புத் துணிக்கு ஒப்பானது போலும்!

"நீ இந்தப் பிராணிகளை உன் பாதுகாப்பில் வைத்திருப்பதற் காகப் படைச்சிருக்கே!" கவி பயத்தோடு சொன்னார். பயத்தோடுதான் சொல்ல முடிகிறது. ஏனென்றால் இந்தக் காட்டில் மதம்பிடித்த யானைக் கூட்டங்கள் நடமாடுகின்றன. இங்கிருந்து அவை கலிங்கம், அங்கிருந்து தண்டகாரணியம் என்று காட்டுவழியில் தங்குதடையின்றி அலைந்து திரிகின்றன. அவற்றின் காலடிச் சுவடுகள், விட்டைக் குவியல்களில் புழுக்கள், இருபக்கங்களிலும் மரங்களில் தந்தங்கள் உண்டாக்கிய அடையாளங்கள் இவற்றைப் பார்த்துக் கவி உணர்ந்து கொண்டார், யானைகள் அண்மையில்தான் அந்த வழியில் போயிருக்கின்றன என்று.

இந்தக் காட்டில் யானைகள் மட்டுமில்லை, புலிகள், சிறுத்தைகள், கரடிகள் மற்ற விலங்குகளும் உள்ளன. கோடாங்க, பார்சிங்க, நீலகண்ட முதலிய பலரக மான்களின் கூட்டம் வெகு அருகேயிருந்து சென்றன. இந்தக் காட்டில் பறவையொலி அதிகம் கேட்பதில்லை. கவி ஒரு மயில் ஒரு பாம்பைக்

கடித்துக் குதறுவதைப் பார்த்தார், வேறெந்தப் பறவையையும் பார்க்கவில்லை.

அவர் காட்டுக்கு உள்ளே செல்லச் செல்லப் பறவையொலியும் குரங்கு, மான்களின் ஓசைகளும் இன்னும் குறைந்தன. நாற்புறத்திலிருந்தும் மௌனம் வந்து சூழ்ந்தது. இடைவெளியற்ற மௌனம்; பெரிய பெரிய கஜார், சாலமரங்கள் பார்வையை மறைக்கின்றன. இப்போது யானைக் கூட்டத்தைப் பார்த்தால்கூட ஆறுதலாயிருக்குமென்று தோன்றியது கவிக்கு. அவர் பாம்பைப் பார்த்தாலும் ஒதுங்கவில்லை. ஆனால் காய்ச்சல் கண்ட உடலோடும் தடுமாறும் உள்ளத்தோடும் மிகவும் கஷ்டப்பட்டுப் பன்னிரண்டு நாழிகை நேரம் நடந்தபிறகு அவருக்கு வழி தெரியவில்லை. கட்டாரி, ஆட்சர், பாலிட்டா, கோடாசீஜ், சால, சாமாகல், கதிர், பலு காபான் மரங்கள் காவலாளிகள்போல் ஆயிரத்துக்கு மேற்பட்ட ஆண்டுகளாக இடைவெளியின்றி நின்றுகொண்டிருக்கின்றன. அடர்த்தியான உகினை மற்றும் பெரிய துமட்டிக்கொடிகளின் வலைகளில் இடைவெளிகளே இல்லை. பாக்நலாச் செடிகள் நீட்டிக்கொண்டு கவியின் முன்னேற்றத்தைத் தடைசெய்தன.

இவையெல்லாம் அரண்ய சண்டிகாவின் எண்ணற்ற காவலாளிகள். இவை மனிதனை நம்புவதில்லை, ஆகையால் அவனை நுழைய விடுவதில்லை.

கோடாசீஜ் மரத்தடியில் பெரிய காட்டுத் தேள்கள் நகர்ந்துபோகத் தொடங்கின. அருகில் எங்கேயோ பாம்பு ஊர்ந்து செல்லும் அரவம் கேட்டது.

நாற்புறமும் யாரோ இரத்தச் சிவப்புக் கண்களால் உறுத்துப்பார்த்து, விரலையுயர்த்தி அவரைத் தடுத்தாற் போலிருந்தது. இது காட்டின் வயிறாக இருந்ததால், அவர் காட்டின் குழந்தைதானே, அவர் தாயின் மடியில் புகலிடம் தேடுகிறார். இதை யார் தடுக்கிறார்கள்?

“அம்மாவா? குழந்தையா? அயோக்கியப் பயலே! போரிட முடிந்தவரை பிழைத்திருப்பாய், வலிமை குறைந்தால் சாக வேண்டியதுதான்!” அவரது மூளைக்குள்ளிருந்து யாரோ சொன்னார்கள்.

கவி புரிந்துகொண்டார் – இப்போது அவர் காட்டின் வயிற்றில் இல்லை, அதன் நாடிக்குள் இருப்பதை. கர்ப்பத்தில் குழந்தையைத் தன்னோடு பிணைத்துக்கொண்டிருக்கும் நாடி. அதனால்தான் இந்த இருட்டு, இந்தப் பயங்கர அமைதி . . . தேவியைச் சரணடைய முனைந்த அவரது குரல் ஸ்தம்பித்து விட்டது, ஏனெனில் இப்போது காட்டுக்கு ஆயிரம் கண்கள். அவர் பயத்தோடு ஒரு தெளிவற்ற ஓலமெழுப்பிவிட்டு மௌனமானார்.

தேவி அவருடைய கனவில் வந்தாள், அவரைப் பீமாதலுக்குப் போகச் சொன்னாள் என்பதெல்லாம் உண்மையல்ல என்று இப்போது தோன்றியது கவிக்கு. அவர் தம் உயர்ந்த இலட்சியங்கள் நிறைவேறுவதற்காக இந்தக் கதையை இட்டுக் கட்டியிருக்கிறார்.

"என்ன பெரிய பாவம் செய்துவிட்டேனம்மா!"

பரிதாபமாகக் கத்தினார் கவி. காடு மௌனமாயிருக்கிறது, யாரோ அவரைப் பார்த்துக்கொண்டிருக்கிறார்கள்.

அவர் ஒரு சாலமரத்தின் கீழே சிறிது நேரம் அமர்ந்தார்.

இங்கும் இருள்தான். இப்போது நடுப்பகலாதலால் இருளின் அடர்த்தி சற்று குறைந்திருக்கிறது. தரை குளிர்ந்திருக்கிறது.

அவர் சாப்பிட்டுப் பல நாட்களாகிவிட்டன. அவர் சிறையிலடைக்கப்பட்ட நாள் முதலே அவருக்கு உணவு இல்லை. நேற்றிலிருந்தோ ஒரு பருக்கைகூட வயிற்றில் விழவில்லை.

தாகத்துக்கும் தண்ணீர் இல்லை. மழையும் நின்று போய்விட்டது. மழை பெய்து கொண்டிருந்தாலாவது மரங்களின் இலைகளின் வழியே விழும் நீரைக் குடிக்கலாம். தூங்கிப் போகலாமா என்று நினைத்தார் அவர். ஆனால் விழிக்கும்போது இரவாகிவிட்டால் இருட்டில் என்ன செய்வது?

கண்ணைத் திறக்கும்போது ஒரே இருளாயிருக்கும் என்ற நினைப்பு வந்ததும் ஏற்பட்ட பயத்தில் அவர் விம்மி விம்மியழத் தொடங்கினார். அவருடைய கைகளில் தொங்கிய சங்கிலியின் ஜல் ஜல் ஒலியும் அவரை அச்சமுறச் செய்தது.

கொஞ்சம் தண்ணீர்! கொஞ்சம் தண்ணீர் கிடைத்தாலும் அவருக்குச் சிறிது தெம்பு கிடைக்கும்.

காட்டிலுள்ள பழங்களில் எவற்றைத் தின்னலாம், எங்கே மரப்பொந்துகளில் தண்ணீர் தேங்கியிருக்கும் என்பதெல்லாம் அவர் முன்பு காட்டுவாசியாயிருந்தபோது அவருக்குத் தெரிந்திருந்தது. சிறிது கால நகர வாழ்க்கையில் அது மறந்து போய்விட்டது. அவர் ஏதாவதொரு நச்சுத்தன்மை கொண்ட பழத்தைத் தின்றால் இறக்க வேண்டியதுதான்.

சங்கிலியின் உராய்வில் மணிக்கட்டில் புண் ஏற்பட்டிருந்தது, இப்போது அதிலிருந்து இரத்தம் சொட்டத் தொடங்கியது. சங்கிலியைக் கழற்றிவிட முடிந்தால் சிறிது வலி குறையும். இந்த ஜனசந்தடியற்ற அமைதியில் சங்கிலியின் ஒலியும் அச்சமூட்டியது. பெரிய பெரிய உடும்புகள் நகர்ந்து போகும் ஒலியும், பாம்புகளின் சரசரப்பும் கேட்டன. பயத்தில் மனம் நிலைகொள்ளாமல் தவித்தது. அவருடைய காயத்திலிருந்து சொட்டும் இரத்தத்தின் வாசனையை மோப்பம் பிடித்துக்கொண்டு வரும் புலி அவரை

உயிருடனேயே சாப்பிட்டுவிடுமோ "அபயா, என்னைக் காப்பாத்து!" இவ்வளவு பரிதாபமாக எவரும் அபயாவை வேண்டிக்கொண்டதில்லை.

அவரது அபயா மங்கள் காவியத்தில் சண்ட ராஜாவின் கொடுமை தாங்க முடியாமல் காட்டு விலங்குகள் அபயாவைக் கூவியழைத்தன. இப்போது மனிதனான அவர் விலங்குகளுக்குப் பயந்துகொண்டு அபயாவை அழைக்கத் தொடங்கினார். ஆனால் தொலைவில் காட்டுக் கீரியின் 'கச் கச்' சிரிப்பொலி கேட்டுத் திடுக்கிட்டார்.

தேவி தன் பலவகைப் படைப்புகளுக்குள் மனிதனைப் பார்த்துதான் வெட்கப்படுகிறாள். மனிதன் போன்ற பாவி வேறு எந்த ஜந்துவும் இல்லை. ஆனால் அதற்காக தேவி அவரைக் கொன்று விடுவாளா? அவளுடைய பரிகாசச் சிரிப்புதான் கீரியின் சிரிப்பாக ஒலிக்கிறதா?

நாற்புறமும் உள்ள இருள் இப்போது வன்முறை நிறைந்ததாகத் தோன்றியது கவிக்கு. அவர் காட்டைத் துறந்துவிட்டுப் போனவர். காடு அவரை மன்னிக்காது.

"சேத்திலே பிறந்தால் சேத்திலேயே கிடந்து அழுகிப் போகணுமா?" தேவியை நோக்கி ஒரு வசையை உதிர்த்துவிட்டுக் கேட்டார் கவி. அவர் நிமிர்ந்து பார்த்தபோது வானத்தில் மேகங்கள் மறுபடியும் சூழ்வதைக் கண்டார்.

நிதயாக்காட்டில் மறுபடி இருள் குவிகிறது—நண்பகலிலேயே இரவு வந்துவிட்டாற்போல.

அவருக்கு அச்சமேற்பட்டது. காட்டின் இத்தகைய பயங்கர உருவத்தை அவர் தம் வாழ்க்கையில் பார்த்ததில்லை.

"எங்கே போவேன்?" அவர் கூச்சலிட்டார்.

பதிலில்லை.

"என்னை இப்படிக் கொன்னா ஒனக்கும் மகாபாவம், சொல்லிட்டேன்!" என்று அவர் தேவியைப் பயமுறுத்தினார்.

பதிலில்லை. காட்டின் இருட்டும் வானின் இருளும் ஒன்றுசேர்ந்து சதி செய்துகொண்டு அவரை நோக்கி முன்னேறின.

கவியின் கால்கள் அடிக்கு அடி மரங்களின் வேர்களில் சிக்கிக்கொண்டன யாரோ அவற்றில் வலை விரித்திருந்தாற்போல். மேலும் சில இடங்களில் உதிர்ந்த இலைகள் அழுகிச் சேறுபோல் மிருதுவாகியிருந்தன. அவற்றில் கவியின் கால்கள் புதைந்து கொண்டன.

"ஓரிடத்திலும் மன்னிப்பு இல்லை" பயனற்ற கோபத்தோடு சொல்லிக்கொண்டார் கவி.

‘தகுதியுள்ளவன் கையில் உலகம்’ என்று கருதி அவர் ஒரு புதிய வாழ்வைத் தேடிக்கொண்டு நகரத்துக்குச் சென்றார். நகரம் அவரை மன்னிக்கவில்லை.

“நான் முயற்சி செய்யக் கூடாதுன்னா, என்னை ஏன் மத்தவங்க மாதிரி படைக்கல்லே? ஏன் என்னைப் பூச்சிமாதிரி கடிச்சுக் கடிச்சு வெளியே அனுப்பினே? ஒரு சுயாட் அவன் சாதிக்கேத்த வாழ்வுதான் வாழணும்னா, ஏன் என் மனசுக்குள்ளே ஒக்காந்துக்கிட்டு ‘வேறே நாட்டுக்குப் போ, ஒனக்குரிய எடத்தைத் தேடிக்க!’ அப்படீன்னு தூண்டிக்கிட்டே இருந்தே?”

கவி வாயைத் திறந்து தேவிமேல் குற்றஞ்சாட்டினார் “நீ மோசக்காரி! நீதான் என்னை மயக்கினே! எல்லாக் குத்தத்துக்கும் நீதான் பொறுப்பு! ஒன்னோட குத்தத்துக்காக ஒன்னைக் கடுமையாத் தண்டிக்க ஒனக்கு மேலே வேறே தேவதை இல்லையா?”

அவர் நாற்புறமும் பார்த்தார். ஒரு காலத்தில் காட்டின் ஒவ்வொரு புல்லிதழும் இலையும் அவருக்குப் பரிச்சயமாயிருந்தன. இப்போதோ, ஐயோ, காடு அவருக்குத் தெரியாத ஒரு புத்தகம் போலிருந்தது. எந்தப் பக்கம் போவதென்று அவருக்குத் தெரியவில்லை.

கடல் நடுவே புயலில் அகப்பட்டுக்கொண்டு, வானத்தில் துருவ நட்சத்திரம் இருந்தும் அதை அடையாளங் கண்டுகொள்ள முடியாத படகோட்டிபோல் ஆதரவற்ற நிலையிலிருந்தார் கவி. அவரது இரத்தத்தில் ஊறியிருந்த இயற்கைச் சூழல் பற்றிய அறிவும் அவரைக் கைவிட்டுவிட்டது, அவர் தம் முயற்சியால் ஈட்டிய அறிவும் பயனளிக்கவில்லை. அப்படியானால் அவர் அன்றுதான் பிறந்த குழந்தைபோல அம்மணமாக விலங்குகளின் சமூகத்தில் சேர வேண்டியதுதானா? அல்லது சிவ சதுர்த்தசியன்று சாவித்திரி தேவி கோயிலில் வழிபடும் சாந்த்தால் இனத்தவரால் கல்லால் அடிக்கப்பட்டுப் பிடிப்பட்டுக் கயிற்றால் கட்டப்பட்டிருக்கும் ஆட்டைப்போல் ஓலமிட்டுக்கொண்டே சாக வேண்டியது தானா?

கவி கொடிகளாலான வலைகளைக் கிழித்துக்கொண்டு வழியைத் தேடத் தொடங்கினார். காட்டின் வயிற்றுக்குள் போய்ச் சேர்ந்து விடாவிட்டால் அவர் தப்ப முடியாது. “அம்மாவோட நாடிக்குள்ளே போயிடறேன். குழந்தை அம்மா வயித்துலே கிடக்கறாப்பலே இருக்கேன்!” தாம் சொல்வது என்னவென்று தெரியாமலே புலம்பினார் கவி.

திடீரென்று அவருக்கு முன்னால் ஒரு பெரிய சுவர் நிற்கிறது.

“அம்மா!” கவி தம் நெஞ்சில் நூறு யானைகளின் பலத்தை

உணர்ந்தார். ஆனால் அவரது நெஞ்சு தாகத்தால் பிளக்கிறது. முட்கள் உடலைக் குதறியிருக்கின்றன, விஷக்கொடிகளை முகர்ந்ததால் தலை சுற்றுகிறது, எல்லாவற்றுக்கும் மேலே உயிர்ப்பயம், “பெயர் வேண்டாம், புகழ் வேண்டாம், ஒன்றுமே வேண்டாம்!” அவர் பைத்தியம்போல் திரும்பத் திரும்பச் சொன்னார். ஒரு புயல் மழை இரவில் அவரை ஃபுல்லராவைப் பார்க்க ஓடச் செய்த கெட்ட கனவு பொய், எல்லாம் பொய் என்று அவருக்கு இப்போது தோன்றியது. விரைவில் அவர் தேவியுருவத்தைப் பார்க்கப் போகிறார். அவளது ஒரு கையில் பொன் உடும்பு. அவளைப் பார்த்துவிட்டால் அவளுக்கு அவர் மேல் எல்லையற்ற கருணை என்பது உறுதி.

இப்போது அவருக்குத் தோன்றியது – அவர் காவியம் எழுதுவதற்காகப் பொய்யாகக் கனவு கண்டதாகச் சொன்னார், ஆனால் தேவி அந்தப் பொய்யையே உண்மையாக்கிவிட்டாள், கலியுகத்திலும் அதிசயங்கள் சாத்தியம் என்று நிரூபித்துவிட்டாள். அதனால்தான் அவள் காட்டில் கவிக்குப் பாதையைக் காட்டிக் கூட்டி வந்திருக்கிறாள். “அப்படியானால் என் காவியமும் உண்மை” என்று வியப்புடன் கூறிக்கொண்டார் அவர்.

அவரது கையில் இரத்தம் சிந்தியது. அவரது நெற்றியில் காயம் பட்டிருக்க வேண்டும். கோயிலுக்குப் போய்ச் சேர்ந்துவிட்டால் அப்புறம் அச்சமில்லை. கவி கோடாசீஜ் செடியின் முட்களை நெஞ்சாலேயே நொறுக்கிக்கொண்டு முன்னேறினார்.

எதிரில் கோவிலின் தோரண வாயில்! கல்லாலான, உயரமான வாயில். உள்ளே கோயில், கோயிலைச் சுற்றிக் கல்தூண்கள். “அபயா!” கவி முழங்கிக்கொண்டு கோயிலை நோக்கி ஓடினார்.

இன்னும் சிறிது தூரம் கடந்துவிட்டால் பாதுகாப்பு. ஆனால் அவரது உடலிலிருந்து தெம்பு வடியத் தொடங்கிவிட்டது, பெரிய காயத்திலிருந்து உடலின் இரத்தமெல்லாம் வடிந்து போவதுபோல. “செத்தாலும் கோயிலில் சாவேன்” என்று சொல்லியவாறே கவி தம் கால்களைக் கொடிவலைகளிலிருந்து விடுவித்துக் கொண்டு முன்னேறினார். அவரது கைச்சங்கிலியின் உரசலால் தசை தேய்ந்துபோய் இப்போது சங்கிலி மணிக்கட்டு எலும்பில் உரசியது.

தோரண வாயிலுக்குப் பின்புறம் கர்க ராஜாவின் காவலாளிகள், சூடன் சண்டாள், ஹரிஷ் ராயா, ஈட்டி தாங்கி நகரக் காவலர்கள் காத்திருந்தார்கள். அவர்கள் கவி வந்த்யகட்டி காயியை நோக்கி முன்னேறினார்கள். கவி ஸ்தம்பித்து நின்றார்.